I0732293

NGÔN NGỮ
TẠP CHÍ VĂN HỌC NGHỆ THUẬT
SỐ 16 1/11/2021

NHÓM CHỦ TRƯƠNG:

Luân Hoán - Song Thao - Nguyễn Vy Khanh - Hồ Đình Nghiêm Lê Hân

CỘNG TÁC TRONG SỐ NÀY:

Ban Mai, Biển Cát, BT Áo Tím, Cái Trọng Ty, Cao Nguyên, Châu Yến Loan, Chu Vương Miện, Cung Tích Biền, Dan Hoàng, Dung Thị Vân, Đặng Hiền, Đặng Kim Côn, Đặng Xuân Xuyến, Gabriel Garcia Marquez, Hiền Nguyễn, Hoài Huyền Thanh, Hoài Ziang Duy, Hoàng Chính, Hoàng Quân, Hoàng Vũ Thuật, Hoàng Xuân Sơn, Hồ Chí Bửu, Hồ Đình Nghiêm, Hùng Nguyễn, Huỳnh Duy Lộc, Huỳnh Liễu Ngạn, Huỳnh Thị Quỳnh Nga, Kiều Huệ, Lâm Băng Phương, Lê Chiều Giang, Lê Hân, Lê Hữu, Lê Hữu Minh Toán, Lê Minh Hiền, Lê Thanh Hùng, Lê Tuyết Lan, Lê Văn Hiếu, Loan Nguyễn, Luân Hoán, Lữ Quỳnh, Lương Thiếu Văn, Mã Lam, Minh Đức Triều Tâm Ảnh, Minh Ngọc, Monghoa Vothi, Ngàn Thương, Ngọc Thủy, Ngô Nguyên Dũng, Nguyễn An Bình, Nguyễn Châu, Nguyễn Đình Phượng Uyển, Nguyễn Kiến Thiết, Nguyễn Hải Thảo, Nguyễn Hàn Chung, Nguyễn Hồng Phúc, Nguyễn Lê Hồng Hưng, Nguyễn Ngọc Như Ý, Nguyễn Nhã Tiên, Nguyễn Quốc Hưng, Nguyễn Sông Trẹm, Nguyễn Thành, Nguyễn thị Hải Hà, Nguyễn Thiếu Dũng, Nguyễn Văn Điều, Nguyễn Văn Gia, Nguyễn Vy Khanh, Như Không, Ninh Trần, Phạm Cao Hoàng, Phan Huyền Thư, Phan Văn Thanh, Phùng Hiếu, Phương Tấn, Quảng Tánh Trần Cầm, Quảng Thiện, Song Thao, Tạ Hùng Việt, Thái NC, Thái Tú Hạp, Thu Hoài, Thục Uyên, Thương Tử Tâm, Thùy Vy, Thy An, Tiểu Nguyệt, Trần C. Trí, Trần Dzạ Lữ, Trần Đình Sơn Cước, Trần Hạ Vi, Trần Hoàng Vy, Trần Thị Cổ Tích, Trần Thị Nguyệt Mai, Trần Thanh Trúc, Trần Thoại Nguyên, Trần Vấn Lệ, Triều Hoa Đại, Trung Chính Hồ, Trương Xuân Mẫn, Võ Phú, Võ Thạnh Văn, Vương Hoài Uyên, Xuyên Trà

BÌA: Uyên Nguyên Trần Triết

DÀN TRANG: Nguyễn Thành & Lê Hân

ĐỌC BẢN THẢO: Trần Thị Nguyệt Mai

LIÊN LẠC:

Thư và bài vở mời gởi về:

- Luân Hoán: lebao_hoang@yahoo.com
- Song Thao: tatrungson@hotmail.com

TÒA SOẠN & TRỊ SỰ:

Lê Hân: (408) 722-5626 han.le3359@gmail.com

Mục lục

THƯ TÒA SOẠN

Thưa quý bạn,

Ngôn Ngữ 16 nhằm vào tháng 11 và 12 năm 2021, hai tháng gồng gánh vài mùa lễ vui; trong đó có dịp chào đón Giáng Sinh. Tuy nhiên chúng tôi đã không theo thường lệ, thực hiện tạp chí có những bài viết liên quan trong dạng đặc biệt.

Chúng tôi xin gởi nơi đây lời chia vui đến mọi gia đình, sẽ Mừng đón Chúa trong đêm nhận hồng ân thật đầm ấm phúc lành.

Bài vở trong số này vẫn không thay đổi nội dung quen thuộc. Sáng tác của mỗi tác giả luôn từ nguồn đời sống và tình thương yêu.

Chúng tôi chỉ xin nhắc lại thể thức bài viết dành cho Ngôn Ngữ. Trước đây chúng tôi có lưu ý, Ngôn Ngữ chỉ dùng các bài viết mới và chưa phổ biến trên các diễn đàn khác. Tuy nhiên trong thời gian qua, chắc chắn không giữ được thật nghiêm túc việc này. Thú thật, ngoài tin tưởng tác giả chúng tôi không thể nào biết được bài đã phổ biến chưa, nhất là những bài từ trong nước. Xin đề nghị tác giả ghi chú rõ để chúng tôi dễ quyết định khi lựa chọn. Với những bài đã in trong sách ở quốc nội cũng như hải ngoại, chúng tôi có thể phổ biến, bởi quan niệm tác phẩm gốc chưa chắc đã được đón đọc rộng rãi.

Riêng về thơ, chúng tôi nhận được khá nhiều nên vẫn giữ ưu tiên những bài mới sáng tác. Thơ trên Ngôn Ngữ được chọn mọi thể loại, mới cũ về hình thức nội dung đều có, miễn bài viết không quá thiếu vắng cái hồn của thi ca. Chúng tôi xin không giải thích những trường hợp không đăng bài.

Thân chúc quý bạn luôn giàu hạnh phúc trong những ngày vui sắp tới. Ngôn Ngữ số tiếp theo, hy vọng nhận nhiều sáng tác chào mừng năm mới 2022 và Tết âm lịch.

Luân Hoán
10-2021

Viên Gạch Mang Tên Anh
MINH NGỌC

Chao ơi thèm nụ hôn quen
Đêm đêm hẹn sẽ chong đèn chờ nhau
(Thương Ca 1, Lê thị Ý)

Hôm nay cô dậy sớm. Chỉ còn không đầy một tuần nữa anh sẽ về. Phải hoàn tất việc sửa sang nhà cửa để khi anh bước chân vào cửa anh sẽ reo lên ngạc nhiên sung sướng với tài trang trí của vợ. Anh vốn giỏi việc sửa chữa, nhưng lấy nhau đã năm năm nay anh cứ đi biền biệt, căn nhà nhỏ của đôi vợ chồng son vẫn còn cũ kỹ. Lần này nhất định anh về hẳn, cô quyết tâm sửa soạn một tổ ấm thật sự, sơn quét nhà cửa, thay mới tủ bếp, đặc biệt lót gạch phòng tắm và sàn bếp. Một mình cô hí hoáy tất bật, cũng gần xong. Cô định sau khi lót gạch phòng tắm, việc kế tiếp là sắp dọn trang trí căn phòng nhỏ trên lầu với ý định thầm kín chuẩn bị cho em bé tương lai. Gần đây, đi mua sắm cô hay ghé qua khu bán quần áo trẻ em, ngắm nghía từng món, tưởng tượng đứa con xinh xắn trong những bộ quần áo đó. Chắc chắn lần này họ phải có một đứa con, cô đã khao khát mong đợi bấy lâu. Những lần trước anh về, cô tìm đủ mọi cách để mang thai nhưng anh vẫn cẩn thận mặc cô nài nỉ. Anh bảo anh đi nơi xa xôi đầy bất trắc, lỡ để lại mẹ góa con côi anh không đành lòng, hơn nữa anh mới hai mươi ba tuổi, đợi khi về có con cũng được. Cô thì nghĩ khác, nói nhảm lỡ có bề gì cô còn có đứa con là dấu tích của anh để an ủi chẳng hơn sao.

Nhưng bây giờ, ngày về đã cận kề, niềm mong ước một tổ ấm viên mãn sắp thành hiện thực. Cô đếm từng ngày, thấy tháng Tám sao mà quá dài. Mỗi ngày cô để TV xem tin tức trong lúc làm việc, lo lắng trước tình hình lộn xộn bên ấy, nhất là từ khi anh báo tin đơn vị anh được điều sang tăng cường cho Thủy quân Lục chiến vì sân bay quá hỗn loạn, họ quản suất không xuể. Anh trấn an cô: "Em yên tâm, đơn vị anh chỉ bảo vệ vòng trong sân bay, bọn Taliban thấy cũng ôn hòa, để yên cho mình làm việc. Chỉ có dân chúng hoảng loạn quá sức sinh ra bạo động, anh em Thủy quân Lục chiến phải giữ trật tự rất căng thẳng." Họ nhắn tin cho nhau hàng ngày, nỗi niềm thương nhớ trải dài theo những dòng chữ điện tử. Anh khuyến khích cô lên tinh thần bằng tương lai rất gần, hai vợ chồng đoàn tụ khi đơn vị anh được nghỉ phép sau đợt rút quân chót vào cuối tháng. Tối hôm qua, trước khi đi ngủ, cô nhắn tin cho anh: "Em biết anh rất bận, chỉ nhắn để mong anh bình an".

Cô lái xe đi mua thêm vài thứ để tiếp tục sửa sang nhà cửa. Đi dọc theo những dãy kệ trong Home Depot, cô nhớ cánh tay thành thạo của anh khi làm việc trong nhà, nhớ tha thiết những bắp thịt thân thương và nụ cười hiền lành khi anh dừng tay, ngẩng lên nhìn cô. Ngang qua hiệu bán quần áo, cô dừng lại, tần ngần nhìn những búp bê trẻ em mũm mĩm trong khung cửa kính với những thứ quần áo đủ màu đủ kiểu. Nỗi khao khát trong lòng cô bừng dậy hơn bao giờ hết. Cô tự nhủ thầm: "Anh phải về, anh phải về. Anh còn nợ em một đứa con."

Về đến nhà, đem hết những thứ lỉnh kỉnh vào trong, cô mệt nhoài. Sắp dọn xong, cô nghỉ tay rót nước uống, bật TV lên, bỗng hoảng hốt thấy khung cảnh đẫm máu và dòng tin chạy trên khung hình. Cô chụp lấy điện thoại, run run bấm số người chị dâu, hụt hơi: "Chị có nghe thấy gì không? Sân bay bị đánh bom! Nghe nói có lính chết." Giọng người chị dâu bối rối: "Chị biết, liên lạc với anh nhà, anh ấy bảo nghe nói có tiểu đội Thủy quân Lục chiến bị dính bom thôi." Cô thấy nhẹ người một chút, rồi cô hối hận ngay, tự trách mình ích kỷ, cùng là vợ lính cả mà. Cô liên tưởng những người vợ người mẹ của tiểu đội Thủy quân Lục chiến đó bây giờ đau đớn biết bao nhiêu. Cô tự bảo mình hãy bình tĩnh, chờ tin của anh để biết thêm chi tiết, nhưng cô vẫn không yên tâm khi kiểm điện thoại không thấy anh trả lời tin nhắn của mình từ tối hôm qua. "Chị ơi, sao em lo quá, không nghe anh ấy nhắn tin gì cả." Người chị dâu an ủi: "Từ từ rồi sẽ biết tin thôi. Bây giờ đang trong tình trạng khẩn cấp, đâu có ai liên lạc được. Có gì thì anh nhà sẽ báo cho chị."

Ông anh chồng đang đóng quân ở Qatar, ở nhà hai người đàn bà vắng chồng thành ra thân thiết, tới lui bàn bạc với nhau mọi việc lớn nhỏ. Chị dâu lấy anh chồng khi chồng của cô còn là cậu học trò trung học, chị bảo ban săn sóc em chồng, thương yêu như em ruột. Từ ngày em chồng chuyển quân sang sân bay Kabul, chị càng thăm hỏi em dâu thường xuyên hơn để trấn an tinh thần, giúp cô khuây khỏa. Bây giờ, thấy cô lo lắng đứng ngồi không yên, chị bèn đến ở lại ngủ đêm với cô cho có bầu bạn. Chị giấu không cho cô biết rằng chồng chị bảo hôm qua đến phiên đơn vị bộ binh của người em gác cổng sân bay cùng với Thủy quân Lục chiến. Trong lòng chị lo sợ cho tính mạng của em chồng, nhưng ngoài mặt cố tỏ ra vui vẻ tự nhiên cho em dâu an lòng.

Mở cửa cho chị dâu vào nhà, cô òa khóc vì sợ hãi. Chị an ủi dỗ dành cô: "Chưa gì đã khóc. Chuyện đã biết đâu vào đâu." Cô nói trong nước mắt: "Em không còn tâm trí làm việc gì nữa. Từ lúc thấy tin trên TV, tay chân em bủn rủn. Sao em có linh tính không hay chị à." "Bậy nào. Thôi để chị phụ lót gạch với em nhé. Còn mấy ngày nữa nó về rồi, nhà cửa ngổn ngang coi sao được." Chị bấm nút tắt TV. Căn nhà trở nên yên lặng, một bầu không khí u ám lảng vảng. Chị kéo tay cô vào nhà tắm chất đống những viên gạch men trắng, bắt cô ngồi xuống cùng làm với nhau. Hai người nhặt từng viên gạch vuông vắn, ráp vào ngay ngắn, chậm chạp, kỹ lưỡng như để giết thời gian, nói chuyện vẩn vơ để che giấu mối lo sợ trong lòng.

Trời đã tối mịt, hai chị em vẫn tỉ mẩn lót gạch. Người chị dâu nhắc lại hồi hai đứa chơi với nhau trong trường trung học rồi yêu nhau: "Hồi đó nó chưa lái xe được, chị chở hai đứa đi chơi, dễ thương ghê. Lúc đó, chị thầm mong hai đứa cứ yêu nhau hoài rồi lớn lên lấy nhau, rốt cuộc lấy nhau thật, chị mừng quá." Cô vui hẳn lên, kể lại những kỷ niệm ngộ nghĩnh thời còn đi học. Hai chị em cười rúc rích.

Sàn phòng tắm dần dần thành hình. Cô phấn khích reo vui: "Chị thấy không, em mua mấy viên gạch nhỏ màu đen ráp thành khung viền sàn gạch trắng, nhìn cũng hay hay. Còn dư mấy viên màu đen em sẽ ráp thành tên của hai đứa. Anh ấy về sẽ thích lắm. Lấy nhau năm năm rồi em mới làm xong cái phòng tắm."

Bỗng có tiếng chuông cửa thánh thót. Hai người đàn bà giật mình nhìn nhau nghi ngại. Đã nửa đêm, xóm ngoại ô thanh vắng. Giờ này ai gọi cửa cũng không dám mở. Họ rón rén nhẹ bước đến cửa chính, nhìn ra ô kính. Dưới ánh đèn, hai quân nhân bộ binh đứng trước cửa, cúi đầu. Cô thét lên, quỵ xuống giữa tiếng khóc thảm thiết của chị dâu.

Minh Ngọc
Tháng 8/2021

(Tưởng niệm Trung sĩ Ryan Knauss, Tiểu đoàn 9 Bộ binh, thiệt mạng trong vụ nổ bom phi trường Hamid Karzai, Kabul, ngày 26-8-2021)

Người Đưa Thư
SONG THAO

Đọc được thông báo của Bưu Điện Mỹ cần tuyển 40 ngàn nhân viên, ông bạn làm báo của tôi la lên: "Nếu tôi còn trẻ sẽ bắt cái *job* này liền một khi!" Ông giải thích: không nghề nào sướng bằng cái nghề ngày ngày gieo niềm vui cho mọi người. Tôi muốn theo chân ông bạn này quá. Quả nghề đưa tin tức tới cửa nhà người ta khoái hơn nghề đưa tin trên báo. Nhưng làm người phắc-tơ (*facteur*) ngày nay khác với ngày xưa. Ngày xưa người đưa thư độc quyền mang tin vui tới mọi người, nhất là những người đang yêu. Ngày nay *e-mail, facebook, twitter* dành hết phần mau lẹ. Thư từ viết tay coi bộ chỉ còn là trò chơi của các ông bà luống tuổi mỗi năm gửi cho nhau tấm thiệp chúc tết. Thế hệ tôi có lẽ còn may mắn khi trong tuổi biết yêu còn được cái thú chờ những lá thư xanh của người tình từ tay ông phắc-tơ. Ngày đó, ông đưa thư (không biết sao luôn luôn là một ông?) là người được chờ mong nhất. Ngày ngày mong bóng dáng ông xuất hiện trước cửa, la lớn: "Có thư đây!". Ngày nào ông đạp chiếc xe cũ đi ngang qua không dừng lại là buồn muốn chết.

> *Người đưa thư đã đi qua*
> *Nhưng cớ sao không ngừng?*
> *Mà cứ đi, cứ đi, cứ lạnh lùng đi*
> *Đừng quên nhé*
> *Có chăng cho ta một lá thư hồng*
> *Kẻo tủi lòng ta luống công chờ mong*

Bài hát "Người Đưa Thư Đã Đi Qua" mà âm điệu tới chừ tôi còn nhớ là nỗi lòng của người đói thư. Tác giả là Trịnh văn Ngân. Những sáng tác nổi tiếng của ông gồm: Đường Tơ Lưu Luyến, Buồn Thu,

Chiều Nhớ Nhung, Người Đưa Thư Đã Đi Qua, Tiếng Tơ Vàng và Chiến Sĩ Của Lòng Em. Bài "Chiến Sĩ Của Lòng Em" rất phổ biến, được nhiều ca sĩ thời danh ngày đó hát, trong đó có Quỳnh Giao và Khánh Ngọc. Thế hệ sau có Thanh Lan và Ngọc Lan. Trịnh văn Ngân, sinh năm 1918, thuộc thế hệ nhạc sĩ đầu tiên của nền tân nhạc Việt Nam. Người ta biết tới những ca khúc của ông hơn là biết tới ông. Nhiều người còn đánh đồng ông với Trịnh Lâm Ngân! Ông mất vào năm 2011 tại San Jose, miền Bắc California.

Người đưa thư đã đi vào nhạc. Chẳng có chi lạ, người cõng niềm vui tới từng nhà xứng đáng được vinh danh với trống kèn. Sau ngày Sài Gòn đổi chủ, niềm vui do người đưa thư mang tới là những lá thư từ ngoại quốc gửi về. Tiếng gọi của ông phắc-tơ cũng đổi theo… tình thế: "Có thư ngoại quốc nè!". Thư từ hải ngoại gửi về thường là những tin vui. Có vui lớn vui nhỏ. Tôi đọc được một niềm vui nhỏ trên trang mạng T.Van. *"Ngày ấy, bạn bè tôi bỏ xứ ra đi nhiều lắm, đa phần là đi Mỹ. Đứa thì đi từ cấp II, cấp III, có đứa lên Đại học rồi mới đi. Nếu thời cuộc không thế thì chắc tôi cũng chẳng có "bộ sưu tập" thư viết tay đầy một hộp, mỗi lần dọn nhà là tôi lại tha lôi nó theo. Hồi đó, mỗi lần nhận được thư bạn, tôi lại phải để dành tiền mới hồi đáp lại được. Về sau, các bạn tôi khi gửi thư về Việt Nam, bao giờ cũng chu đáo kẹp vào đó mấy coupon (một loại tem) để tôi có thể gửi thư lại cho bạn. Khi nhận được thư của nhau, chúng tôi vui lắm, vài trang giấy mà đọc trong chốc lát là hết veo rồi lại trách bạn sao viết ngắn quá.*

Thư từ Mỹ về viết trên giấy trắng xanh, có những đường kẻ xanh đậm, thư viết bằng bút bi, còn thư từ Việt Nam viết trên giấy ca rô hoặc giấy tập vàng vàng, viết bằng bút máy mực tím. Tôi có người bạn cấp II tên Quỳnh. Cha bạn là sĩ quan Việt Nam Cộng Hòa, vượt biên sang Mỹ rồi bảo lãnh cả gia đình đi năm bạn học lớp 8. Vài năm sau, bạn gửi thư về, trong đó có kẹp tờ 10US$ để tôi và ba cô bạn cùng lớp dùng tiền đó chụp hình gửi qua cho Quỳnh xem để nhớ. Đổi tờ tiền đó xong, bốn đứa chúng tôi kéo nhau vào... Sở thú chụp mấy tấm hình trắng đen và một tấm hình màu, số tiền còn lại vừa đủ để uống nước mía và gửi thư cho bạn. Vật đổi sao dời, chúng tôi mất liên lạc với Quỳnh từ dạo ấy. Chẳng hiểu sao ngày ấy thư đi lâu lắm, mấy tháng mới tới, tâm trạng mong thư lạ lắm, tôi không diễn đạt được, chỉ tiếc rằng thế hệ sau này sẽ không biết được cảm giác trông đứng trông ngồi bác phát thư. Bạn có thể đồng cảm ngay với tâm trạng này khi nghe bài "Please, Mr. Postman" của the Beatles. Nhưng có lẽ hay hơn hết vẫn là bài "Người Đưa Thư Đã Đi Qua" của tác giả Trịnh văn Ngân. Tôi cho rằng bài này hay hơn vì tác giả là người Việt Nam nên nỗi lòng của người mong thơ trong bài hát này tha thiết và phù hợp với chúng ta hơn cách thể hiện của the Beatles trong "Please, Mr. Postman". Chắc nghe xong cái câu năn nỉ: "Lần sau nhé, nhớ mang cho ta một lá thư hồng. Kẻo tủi lòng ta hôm sớm trông mong", bác bưu tá sẽ phải về lục tung cả bưu điện lên xem mình có sót lá thư nào cho ca sĩ Ngọc Lan hay không nhỉ!"

Nhạc đã vậy, văn học cũng không hẹp hòi với người đưa thư. Nhà văn Nguyên Nhung có truyện ngắn "Người Đưa Thư". *"Thời gian mới định cư ở Hoa Kỳ, khi đến cư ngụ khu chung cư nhiều người Việt tôi đã thấy ông ta! Đó là người đưa thư, có bộ râu hung hung xồm xoàm viền quanh miệng, khiến thoạt nhìn người ta thấy ông có nét một ông già Santa Claus mỗi mùa Giáng Sinh! Nụ cười hiền, đôi mắt xanh mông mênh màu biển, ông là người đều đặn mang niềm vui cho đám cư dân sống ở chung cư, đa số mới từ Việt Nam sang, thường ngóng những cánh thư ở quê nhà! Ông ta trạc độ ngoài năm mươi, dáng dấp khỏe mạnh, khó đoán tuổi cho chính xác vì bộ râu xồm xoàm đó! Mỗi buổi chiều, khi chiếc xe của Bưu Điện chạy vào con dốc đầy ổ gà, nơi đặt mấy thùng thư đã thấy có người đứng đợi. Đa số là người già, không biết làm gì cho hết ngày, đi lấy thư cũng là một cái thú! Ông ta bỏ thư vào từng hộp thư của mỗi nhà trong xóm, xong lái xe đi, không quên giơ tay vẫy mấy đứa trẻ đang chơi đùa trên khoảng sân trống".*

Ở các thành phố Bắc Mỹ, những khu nhà mới xây thường có những thùng thư cho cả khu xóm. Ông đưa thư chỉ biết cái hộp thư, không có tình thân với từng gia đình như bác bưu tá ở Việt Nam. Nhưng một ngày giông bão mùa đông, ông đưa thư có bộ râu hung hung xồm xoàm đã gõ cửa nhân vật xưng "tôi" trong truyện. Ông lấy ra một phong thư gửi đi từ Việt Nam, đúng địa chỉ và *zip code* khu chung cư nhưng quên ghi số phòng. Ánh mắt cô ngơ ngác khi ông hỏi bằng một câu tiếng Việt: "Xin lỗi, có phải tên cô không?". Cảm kích nhận lá thư nhà từ Việt Nam do một ông bưu tá Mỹ nói tiếng Việt trao, cô mời ông vào nhà khi thấy mưa nặng hạt ngoài trời. Ông đưa thư vội nói: "Mưa lớn quá, giống như mưa ở Việt Nam". Cô ngạc nhiên hỏi và được ông trả lời đã ở Việt Nam ba chục năm trước.

Ngày đó, cậu thanh niên 22 tuổi, sinh trưởng ở Sacramento, thủ phủ của tiểu bang California, tốt nghiệp Đại học và tình nguyện sang làm thiện nguyện tại Việt Nam. Sau một thời gian ngắn dạy tiếng Anh tại Sài Gòn, David được chỉ định xuống dạy tại Cần Thơ. Anh đã phải lòng cô học sinh tên Mai. *"Năm ấy Mai độ mười bảy tuổi, tư chất thông minh cộng thêm nét ngây thơ của cô bé mới lớn, đã chinh phục trái tim ông thầy trẻ tuổi. Cách biểu lộ tình cảm của mỗi dân tộc có khác nhau, David không hề giấu giếm tình yêu của mình với cô gái trẻ, trong khi Mai cố tình né tránh, dù nàng rất có cảm tình với ông thầy vừa đẹp trai, lại rất hiền hậu nữa! Sau nhiều lớp ở Trung Tâm Việt Mỹ, Mai là một học sinh xuất sắc được chọn là người phụ giáo cho những lớp học vỡ lòng, trong thời gian này hai người cùng làm việc chung, David càng thấy gần gũi nàng hơn. Với bản tính thẳng thắn của người Mỹ, David tỏ tình và đề cập với Mai về chuyện hôn nhân, chàng nghĩ nó rất đơn giản như bao cuộc hôn nhân trên xứ sở chàng. Nhưng điều làm cho David đớn đau hơn cả, không ngờ Mai đã từ chối kết hôn với chàng, nguyên nhân chỉ giản dị là không cùng chủng tộc, cha mẹ nàng coi đấy là điều không thể chấp nhận, dù David là một chàng trai học thức!"*

David níu kéo cuộc tình. Anh cố học sống theo lối sống của người Việt, trong xử thế cũng như trong cách ăn uống. Nhưng bức tường chủng tộc vẫn không lay chuyển. Ngày hết nhiệm kỳ tại Việt Nam, David hồi hương nhưng con tim vẫn chôn chặt tại Cần Thơ. Anh quy cố hương với lời nói của Mai: "Nếu không được kết hôn với anh, em sẽ không bao giờ lấy ai". Khi miền Nam sụp đổ, dòng người di tản ùa vào Mỹ, David cố dò hỏi tin tức để tìm lại người xưa. Và anh đã tìm được người yêu cũ trong chiếc áo dòng đang săn sóc cho những trẻ em mồ côi di tản từ Việt Nam qua. David e dè trước con đường sống của người yêu cũ và dừng lại cuộc đuổi bắt bóng hình. Mai đã có mối tình lớn hơn: tình nhân loại. *Từ đấy, tôi muốn mình cũng như Mai, làm một điều gì đem lại niềm vui cho mọi người, dù rất nhỏ nhoi! Nếu không hỏi cô, có lẽ lá thư này sẽ bị trả lại cho người gửi, bạn cô mất đi một niềm hy vọng, và ngay cả cô cũng mất niềm vui được đọc một lá thư! Bao nhiêu năm rồi tôi có nhiều cơ hội để tìm một việc làm tốt hơn, nhưng tôi vẫn vui thích với nghề nghiệp hiện tại, khi nghĩ mình đã đem đến cho mọi người những gì họ chờ đợi, nhất là trong những mùa Lễ, Tết! Tôi cũng hiểu rằng từ miền đất xa xăm nghèo khổ kia, họ đã phải tiết kiệm như thế nào mới có đủ tiền để gửi một lá thư cho người phương xa."*

Thời bi chừ, thời mà chúng ta gọi là "thời @", người ta tin cho nhau bằng nhiều phương tiện trên mạng nhanh như chớp. Người đưa thư ít được mong đợi. Chung chung trên thế giới là như vậy nhưng ở Việt Nam xuất hiện những người đưa thư bất đắc dĩ. Đó là những người đi thăm chồng thăm cha đang bị tù cải tạo. Thư đi thư về từ trại tù giam nhốt hàng trăm ngàn quân nhân viên chức của Việt Nam Cộng Hòa rất hạn chế. Họa hoằn mới được trại cho gửi. Thư gửi theo lối chính thức của trại chắc chắn sẽ được các quản giáo đọc trước nên chuyện cần nói không nói được. Muốn nói thật phải đi tắt: gửi thư chui theo thân nhân của bạn tù được thăm nuôi. Trại tù thường ở những nơi thăm thẳm trong rừng già, đường tới như sạn đạo. Nhưng những người vợ, người mẹ của quân cán chính Việt Nam Cộng Hòa vẫn bất chấp gian khổ hiểm nguy, tìm tới thăm chồng con đang bị đọa đầy. Người tù nào cũng thèm gửi những bức thư không bị kiểm duyệt về cho gia đình. Vậy nên, mỗi thân nhân tới thăm tù đều được tù nhân nhờ giấu thư mang về cho gia đình. Đây là một hành động rất nguy hiểm. Nếu bị phát giác, hậu quả không biết đâu mà lường. Nhưng bất chấp những đe dọa của cai tù, người ta vẫn tìm cách giấu thư mang về. Tác giả Cỏ Biển, một

vợ tù, đã viết trong bài "Người Đưa Thư Bất Đắc Dĩ": *"Những năm cuối thập niên bảy mươi, việc di chuyển bằng xe đò bị kiểm soát rất gắt gao vì tất cả phương tiện đi lại đều do nhà nước quản lý. Lần nào tôi cũng mang ít nhất là vài lá thư chuyển giùm cho các bạn anh gửi về gia đình họ. Không riêng gì tôi những người khác cũng vậy, đều làm người chuyển thư bất đắc dĩ vào thời điểm ấy bởi không ít lần đi làm về đã nghe em tôi báo lại: "Chị có thư anh ấy gửi về". Đó là một lá thư tay. Không nói ra ai cũng ngầm hiểu thư tay gửi theo người đi thăm nuôi được gửi và nhận rất nhanh, với lại không sợ cán bộ kiểm duyệt".*

Giúp qua giúp lại chuyển thư về nhà của những người đồng cảnh tù hầu như là bổn phận của mỗi người đang chịu khổ hình. *"Một lần khi chuyển về Bà Rá, Phước Long được phép gặp mặt một đêm, buổi chiều anh giấu mang ra một bó thư độ mười mấy lá của những người cùng tổ. Đồng thời anh cũng mang theo toàn bộ thư từ tôi viết gửi cho anh mấy năm nay để tôi mang về, lý do nếu có chuyển trại anh khó có thể gìn giữ như từ trước đến giờ. Anh trân trọng hơn mọi thứ đồ dùng cá nhân khác bởi nó gói ghém biết bao nỗi niềm nhớ thương trong đó! Cho dù mỗi lần đi thăm "lăng Bác" không có giấy để xuất trình. Sáng tinh sương, đang sắp xếp hành lý, gói lại chiếc chăn mỏng chuẩn bị ra về với cõi lòng bịn rịn chưa muốn rời xa. Vừa cùng nhau bước qua khúc quanh đầu hồi bỗng trông thấy đám đông đang sắp hàng lao xao. Nhìn thấy cảnh tượng, anh nói ngay với tôi: "Chết rồi, sao "đột xuất" có quản giáo khám xét đồ đạc của mấy bà trước khi ra cổng?". Tim tôi bỗng thót lại, hơi run tôi lùi lại, rất lẹ làng trở về gian buồng của mình khi nãy. Lần trong chiếc chăn tôi móc ra bó thư của các bạn anh nhờ gởi về nhà, phản xạ khiến tôi giấu nhanh nó vào bụng. Trời rừng núi lạnh căm nên lúc nào tôi cũng mặc chiếc áo len dày cộp phủ ngoài chiếc áo bên trong. Muốn hay không tôi vẫn phải bước ra sắp hàng chờ kiểm tra. Hít một hơi dài thật mạnh tôi bình tĩnh chờ đợi đến lượt mình".*

Tác giả đã nhanh lẹ giấu vào trong áo những bức thư bạn bè cùng chung tổ với chồng nhờ mang về nhà. Gói thư của chị gửi cho chồng trong bao nhiêu năm để trong giỏ bị tung tóe ra ngoài. Tên cán bộ tưởng trúng mối nhưng nghe chị trình bày đây là những lá thư của chị viết cho chồng, hắn coi kỹ lại. Cùng địa chỉ, cùng tuồng chữ, hắn cho qua. Nhét vội chồng thư vào giỏ, chị ôm giỏ vào lòng, mục đích để những lá thư giấu trong bụng không rơi ra, chị thoát qua cửa ải.

Những người đưa thư bất đắc dĩ như tác giả Cỏ Biển, chẳng lương bổng thù lao chi, nhưng có lẽ là những người đưa thư hạnh phúc nhất. Những lá thư chui này sẽ mang lại nhiều tin tức chính xác cho gia đình. Biết bao người tại miền Nam đã nối được nhịp cầu chui cho nhau trong những ngày tủi nhục đau đớn đó? Tôi nghĩ con số chắc không nhỏ!

Song Thao
09/2021
Website: www.songthao.com

hành thương mại ta chơi quán sách
dựng co ro bên một lề đường
trương bảng hiệu xem chừng rất hách
may chưa thành danh một con buôn

lhoán

Một Thời Quanh Quẩn

CUNG TÍCH BIỀN

Để nhớ những tháng ngày chủ nghĩa Hiện sinh lung lạc,
những vòng rào quanh quẩn, mọi ngõ đời chán chường,
một thân phận quê hương phân ly, tan rã.

Mùa mưa bắt đầu những ngày nhiều mây, bầu trời xám đục. Không gian chật hẹp bởi cái mông lung âm u. Buổi trưa, xóm vườn tịch mịch. Từ khu nghĩa địa tiếng gà trưa vọng lại bồn chồn, một loại kinh nguyện không lời. Một vang kêu lẻ loi, hốt hoảng.

Thu đã từ biệt từ ba hôm nay. Tuấn nằm bệnh viện, vết thương khá nặng nơi vai. Khi mặt trận hạ màn, những bi kịch bắt đầu. Nhượng có ý định sáng mai sẽ về Đà Lạt. Chiếc va-li nhỏ, hành trang ít ỏi, nằm một mình trên chiếc ghế trống. Nhà tôi trở nên vắng vẻ. Một cái lạnh bất ngờ. Tôi châm một điếu thuốc. Vẩn vơ như khói. Bọn thằn lằn bò trên trần nhà. Nỗi chán chường an nghỉ trong từng đốt xương. Nhượng đi từ giã bạn bè trở về chỗ cổng vườn, băng qua khoảng đất rộng cây cỏ um tùm. Tiếng hát Hoàng Oanh trong và ngọt vang ra từ chiếc radio đâu đó.

Lá khô mục xác trong bùn. Nhượng đi lòng vòng. Vừa bước vừa nghĩ vẩn vơ. Mắt nhìn lung. Khoảng trời mờ đục che khuất bởi những đỉnh cây. Giá có một ngôi nhà để ở. Giá có một người vợ để chăm sóc lúc ốm đau như thế này. Hai mươi bảy tuổi. Nhượng tự nghĩ. Nhìn đời mình, một cây sầu đông trong mùa lạnh.

- Cậu thơ thẩn, làm như thi sĩ? Tôi đánh thức Nhượng bằng câu hỏi lơ đãng và những bước chân không tiếng động trên nền ướt.

- Trời sang mùa, buồn chết thôi. Cậu còn thuốc hút?

- Bác sĩ khuyên cậu nên kiêng thuốc lá kia mà.

- Kiêng cái nỗi gì.

Tôi đưa Nhượng một điếu. Bật cây diêm chìa ra. Gặp gió thổi mạnh, ngọn lửa cong run rẩy. Nhượng tiếp:

- Ở đây nhớ Đà Lạt, đến Đà Lạt lại nhớ Sàigòn.

- Không hẳn cậu nhớ một chốn này hay nơi kia. Nơi chốn chỉ là cái điểm biểu tượng cho nỗi nhớ thương không tên không tuổi của tuổi trẻ hôm nay.

oOo

Buổi chiều trời đổ cơn mưa lớn. Những chùm hạt rơi ào ạt trên mái tôn những tràng âm thanh ấm, nặng. Tôi co mình trong chăn nhìn Nhượng nơi bàn viết. Hai gò má Nhượng nhô cao, bàn tay những ngón khô xanh xao. Nhượng mất sức nhanh chóng. Hôm từ bệnh viện ra tuy yếu ớt nhưng còn chút da thịt. Tôi trở mình hỏi, Bộ cậu chán đời? Nhượng trả lời mệt mỏi, Đời con khỉ khô này ở đó mà chán. Gió bay rào rạt phía sau nhà. Nước tạt sũng ướt cả nền đất chái hè. Lát sau mẹ tôi về, từ cửa hàng chợ. Nhượng nói, Sao bác không đợi hết mưa hãy về. Mẹ tôi cười trả lời, Ngoài đường phố biểu tình đập phá quá trời, biểu tình với giới nghiêm riết cũng hết nghề buôn bán. Mẹ tôi xuống bếp.

Nhượng nhìn tôi, nói:

- Thật ra mình thích ở lại đây, nằm trong căn gác này, có thể chết như một tình cờ, dễ dàng, thế thôi. Mong được chôn trong một nghĩa địa hoang vắng ít ai lui tới.

Nhượng yên lặng. Mùi chiều ẩm. Tôi nhớ Lĩnh. Nàng và khung cửa sổ, trên cao, buổi chiều đầu tiên. Những "đầu tiên" thường về sau là sâu thẳm trong trí nhớ. Mỗi chúng ta, mỗi nạn nhân của Nỗi Nhớ. Nàng nhìn lung xuống đại lộ. Tóc rối gió lùa. Khuôn mặt bị khung cửa viền như một khung tranh lơ lửng. Như thế, đầu tiên và đơn giản ấy đã khiến một cậu con trai dừng lại trên hè phố ngẩn ngơ. Bây giờ hình bóng đó trong tôi như một ảo giác, một thứ vết thương quá khứ. Nhượng nói nhỏ, Hết mưa đi dạo phố nghe mày. Tôi ừ.

Nước từ trong các hẻm chảy ra đường lớn những nhánh đục. Tôi nhớ Trà Khúc. Sông chảy từ Trường Sơn về ngoài thành Quảng Ngãi. Có một dòng mà chia hai bên mỗi bờ trong đục rõ ràng. Giữa sông cây cầu sập gãy, nằm trơ vơ hoen rỉ. Người lái đò nói, Bom của chiến tranh đó, mới đây đã mười mấy năm rồi. Người chèo đò buồn, tôi buồn, một dòng nước tháng ngày không mấy vui.

Có tiếng hát cô Liên, *Tím cả chiều hoang nay tím cả chiều hoang... đến ngồi bên mộ nàng.* Tôi hỏi, Bữa nay không hát vọng cổ nữa hà. Liên cười, nói, Hát tân nhạc nghe nó 'buồn mà vui" cậu ơi. Tôi nói, Ủi hộ cái áo này chốc nữa cậu đi phố. Nhớ mua cho em vài bản nhạc nghe cậu. Liên đi lấy cái bàn là. Vừa đi vừa hát tiếp… *đến ngồi bên mộ nàng.*

Tôi lại bàn ngồi, định lấy giấy viết thư. Năm ngoái nhận thư của Lĩnh tôi không trả lời. Lĩnh trách móc, Toàn ơi, em muốn nói, muốn gào thét, rằng em cần đọc thư của anh, viết cho em đi anh, anh chửi em em cũng đọc. *Chửi em em đọc thấy ngon.* Cũng như tôi đã nói với nàng, *Yêu em, em có thai với người khác anh vẫn cưới em.*

Vậy mà tôi với Lĩnh giờ rã tan rồi. Như cơm nguội trộn nước lạnh. Đêm hôm đó, hôm chúng tôi *chia nửa người* cho nhau, nàng khóc. Em không thể làm vợ anh nên cho anh *cái phần không có phần hai* của đời con gái này.

Về sau, Lĩnh làm vợ một đại úy Mỹ. Xã hội còn trong bóng tối, lạ lẫm với hôn nhân dị chủng. Ai cũng xầm xì con nhà gia thế mà đi làm cái việc me tây me mỹ. Ba của Lĩnh không nhận Lĩnh là con. Lĩnh có nỗi buồn riêng.

Anh Toàn, em đã đi qua ngả đời da trắng mũi lõ. Với tình yêu anh cho, em như con rắn một lần trút vỏ.

Liên đã ủi xong áo, cậu thấy em ủi nhanh chưa. Tôi nói, ủi luôn cái quần nữa nghe. Vừa thôi chứ cậu. Nhiều khi nghĩ, con Liên sướng nhất trên đời. Đi giúp việc mỗi tháng có tiền, suốt ngày vô tâm đùa cợt. Lúc nấu ăn lau nhà, dọn dẹp, lúc nào cũng hát hò. Về sau nó vẫn có chồng, ủ mình trong một thứ hạnh phúc đơn thuần, trí óc giản đơn. Tôi gọi, Nhượng ơi thức dậy đi phố mày, trời đẹp. Nhượng trở mình, mệt mỏi nói ú ớ, Đừng có ồn ào để ta ngủ chút đã.

Tôi một mình ngồi quán ngã ba. Ly cà phê không đường. Uống từng ngụm thật đắng, ruột gan thức giấc.

Lúc trở về thấy Nhượng đứng nơi cửa. Tôi đi thẳng vào nhà. Sân, vườn, nhiều nước đọng, lá vàng đầy hiên.

Nhượng nói:

- Chiều buồn lạ. Nhơn vừa đến đây tìm cậu. Dạo này thằng sĩ quan ấy ốm o.

oOo

Chúng tôi lại xuống phố. Cả ngày chẳng biết làm gì. Dạo phố lẩn quẩn. Cà phê thẫn thờ. Không nhìn ra mình, chẳng hiểu được ai. Sống vội sống cuồng điên mà tàn tạ như sống mòn. Mà vớt vát như sống sót. Yêu đương là lâm nạn. Một bọn cuồng si than thở, tình yêu như trái phá, như mũi nhọn, như a-xít lan dần trên da thịt. Con tinh yêu thương, con quỷ tính dục. Bọn tuổi trẻ triết nhân dỏm, đi giữa một cõi người nồng cháy bon chen. Cực là ồn ào tiếng thét của hòn đạn trái bom. Trong lửa nguồn, mà một lũ tuổi trẻ chúng tôi luôn thấy lạnh lùng, cô đơn, luôn ảm đạm trong ngột ngạt.

Một cuộc nội chiến có ma dẫn lối quỷ đưa đường, bên này giới tuyến, bên kia đất thù, mỗi bên anh em đều có mỗi lý tưởng sáng choang đèn nghìn watts. Mà tuổi trẻ chúng tôi thấy mình luôn lạc đường, thiếu quê hương. Càng có học, lạc lõng càng dài xa, mất phương hướng. Một bọn kia láu cá, tư lợi. Một bọn khác tiêu xài ngày tháng đời mình trong tư thế tam hầu. Con khỉ này dùng hai tay bịt hai con mắt, con kia bịt hai lỗ tai, con nọ bịt mồm. Không nghe, không biết, không thấy.

Ra phố, phố buồn thật. Một bọn thả bộ dọc theo đường Duy Tân, trường Luật đóng kín. Nơi cổng câu khẩu hiệu hàng chữ đỏ trên nền vải vàng làm tôi chợt nhớ những ngày tranh đấu 1963, xuống đường, hô hào, lựu đạn, giày dép bỏ chạy. Qua đài Chiến sĩ, tượng đồng trên đỉnh đã bị giật sập, chỉ còn trơ cây trụ xi măng cốt sắt, màu xám rêu. Lại nhớ Huế, Thành nội những rêu phong, trên bờ hồ trên đền đài. Bùi ngùi thương xót một xa xăm, hình dung tổ tiên, lịch sử nằm yên trong đó, cái Nghìn Năm.

oOo

Một suối người như tận hiến cho cuộc rong chơi, đầy trên đại lộ Bonard. Dạo mỏi chân vào quán ngồi. Kim Sơn, Thanh Bạch, Kim Hoa, Thanh Thế, Rex, Givral... cà phê, thuốc lá, bia, rượu, tình, bạn, thời sự, Mỹ, Đại Hàn, Việt Cộng, Phật giáo, Quốc gia, nằm vùng, biểu tình, đấu tranh, buồn nôn, phi lý, trốn lính, tử trận, tự tử... Vỉa hè bày bán đủ thứ đồ hàng. Lộn xộn như chiến tranh. Mua cho em cái này đi thầy, bao thư tốt lắm, mua hộ đi thầy, thuốc này loại hảo hạng giặt mau trắng, cả đồ ni-lông, thuốc sán lãi đây anh, có trẻ em nên mua về nhà dùng. Những vụn vặt, tục thô chen chúc những cửa hàng kính bày bán huy chương vải gấm sáng loáng bên trong, những cửa hàng sách triệu chữ thu gom tư tưởng nhân loại. Nơi đây có cả.

Tôi dừng lại chờ Nhượng, không quên chú ý đến anh chàng làm hề quảng cáo cho một hãng thuốc nhuộm. Tôi hỏi Nhượng, Con nhỏ nào vừa trò chuyện với mày vậy? Nhượng nói, Bích học luật, nó biết mày mà, bảo rằng mày hô hào trong các đám biểu tình đấu tranh như con khỉ trong đoàn xiếc. Tôi trả lời Nhượng, Có thể Bích nói đúng, lịch sử là một sân khấu, có bi hài kịch, có trò múa rối.

Chiều chủ nhật nhà sách Khai Trí đông đúc lạ thường. Mấy cô hàng sách Khai Trí xinh đẹp, lễ độ, áo dài xanh, đeo huy hiệu để tên. Ông Khai Trí có khuôn mặt chữ điền, nước da sậm màu, một màu da của con người có phần chí thiện, lam lũ với công việc mình đã chọn.

Những khuôn mặt khách trẻ đăm đăm vào giá sách. Đây là những năm tháng thịnh hành của các triết thuyết nhão nhẹt từ phương Tây tràn đến. Nhưng nó hãy còn là một quyến rũ, thời thượng nơi này. Không những *Đọc* mà *Sống* cùng mớ chữ nghĩa rối rắm của S. Freud, M. Heidegger, F. Nietzsche, A. Camus, J.P. Sartre...

Những sách đầu giường là hiện sinh, phân tâm học. Những sống thực là băn khoăn, nghi ngờ, sống tạm, sống vội. Những cần thiết là buồn nôn, phi lý, phân thân. Nhiệt liệt gồng gánh những nỗi đau thân phận da vàng, nỗi buồn nhược tiểu, những ám ảnh nội chiến. Tự ru mình bởi những tình sầu, tình muộn, tình lỡ, tình xa, tình cho không biểu không, tình anh lính chiến. Chết vì chiến tranh, có khi chết vì chính mình giết mình.

oOo

Dạo Bonard đến gặp đường Catinat là trở lui, trở lại hướng chợ Bến Thành. Cứ đầu đường cuối đường, lại cuối đường đầu đường. Đi tới đi lui. Lần quẩn hết ngày hết tuần, có khi hết đời. Hôm nay chúng tôi đi băng luôn qua phía sau tòa nhà Hạ nghị viện. Bên trái là nhà triển lãm hội họa Dolce Vita. Bọn Họa sĩ trẻ đang bày tranh. Tới nữa là khu cư xá cao cấp của quân viễn chinh Mỹ. Kẽm gai, lô cốt ngầm, lề đường một hàng những thùng phuy to lớn sơn trắng, được chắn ngang làm chướng ngại vật. Không thể không nghĩ đến những vụ nổ TNT, những người quần quại, máu và tiếng khóc than não lòng.

Đứng trên bậc thềm tòa Hạ nghị viện, là nhà hát cũ thời thuộc Pháp, nhìn xuống đường Bonard bát ngát, ta có cảm tưởng nước non này là một xứ thanh bình. Bọn người quý phái đang phô diễn vóc dáng qua từng bước đi, những áo màu, trang sức, vật dụng nào cũng hàng cao cấp, đắt tiền. Ai nào nghĩ hình chữ S ốm yếu này, đang từng gánh nặng vai, một cuộc chiến huynh đệ mấy mươi năm. Ai nghĩ rằng thành phố này đang là nơi an hưởng một cách vô liêm bởi những con người chui rúc cúi lòn. Hỡi bọn Tam hầu, hãy ra đây nhìn mặt chiến trường, nhìn những cánh đồng quê hương ta đui mù vì khói súng, thiên tai.

Hoàng hôn xuống chậm. Đèn đường bật sáng lúc trời chưa tối. Ánh sáng trắng như khăn tang. Một đêm kinh kỳ đã đến.

oOo

Nhượng ngồi vào bàn ăn. Mẹ tôi nói hay là cháu ở luôn dưới này với bác, lên Đà Lạt xa xôi lạnh lẽo. Thưa bác, cháu lên đó tránh bớt ồn ào. Nhượng trả lời, ngỡ ngàng, cúi xuống và miếng cơm khô khan. Với gia đình tôi, Nhượng không bà con thân thích. Mẹ tôi thương tình Nhượng là người tứ cố vô thân, từ Bắc vào đây một mình, lạc cha mẹ ở bến tàu Hải Phòng. Gần đây anh bị thương vì tai nạn, tuy nhẹ nhưng luôn thất nghiệp. Mẹ tôi xem Nhượng như người trong nhà. Nhưng mẹ nghèo, chỉ tình thương người và sự giúp đỡ hết lòng. Nhượng muốn ra đi, dù sao cũng đành, để cho mẹ bớt gánh nặng.

Tôi thức giấc mặt trời đã lên cao. Ánh nắng chói chang soi xuống nền đất ẩm ướt, những đọt cây sau đêm mưa có vẻ tươi, lá vươn ra xanh ngắt, buồn hơn chết. Nhượng châm thuốc hút. Cô Liên nói bà đi chợ rồi, bà cho hai cậu ba chục bạc ăn sáng. Liên nhìn tôi cười, nói thật thà, Em có tiền khi nào cần cậu nói em đưa. Đường hẻm vắng. Những xích lô đã ra đường kiếm khách, thợ thầy ai nấy đi làm, những chửi đổng văng tục không còn huyên náo. Những đứa trẻ, trò chơi nghèo ném đá thay bi ăn nhau từng năm cắc bạc. Tôi hỏi Liên, Em có tiền cho cậu mượn một trăm. Liên xoay người vào phía trong moi nơi nịt vú sột soạt lấy tiền. Cười, nói, Cậu nợ của em bao nhiêu rồi biết không? Tôi nói, Cậu nhớ mà, ngày chồng cưới em cậu trả lại hết. Thôi mà cậu, hẹn nợ làm chi.

Nhượng ngồi như chờ chết.

Có thể cái xác buồn nôn đang hình dung Đà Lạt những buổi sương mù, phố xá ủ mình trong cái lạnh dịu dàng. Lạnh trong nắng trưa vàng. Những buổi mai buồn có thể là con đường dẫn về quá khứ. Nhớ và nhớ. Rừng cao nguyên, tiếng suối tiếng chim. Ước gì có thuở thanh bình. Những hoài mơ mong manh thường nhóm lửa trong những tâm hồn vây hãm bởi ám ảnh chiến tranh tràn lan. Nhượng, anh Nhượng ơi. Bao giờ về Hà Nội. Có thể bằng lòng chết, khi được nằm trong lòng thành phố ngàn năm ấy. Bây giờ những người thân yêu của chúng ta ngoài ấy có được nụ cười? Thượng đế của chúng ta ngoài đó có được tự do tiếp nhận những linh hồn gục chết, nát nằm bởi số phận điêu linh. Hãy hôn em, hãy đến với em, dù giáp mặt hôm nay, đường phố hôm này ngày mai, đã là phai nhạt tình yêu chúng ta. Vì sao, anh bỏ đi không một lời từ biệt, ngày xưa ấy. Tình yêu, thảm cỏ nước mắt. Bao giờ có gió mùa đưa chúng ta trở về Hà Nội? Mùa thu ngoài ấy có còn nắng lạnh và mây tơ vàng, như ngưng, chờ hóa kiếp trong bầu trời kêu vang thần thoại. Anh Nhượng, không nên thù oán em. Đến cuối con đường này, vực thẳm. Bàn tay anh có chìa ra cho em được bám? Em, người tội lỗi, người vô tri, băng giá linh hồn… Tôi đi về phía Nhượng. Tôi nói vu vơ gì đó.

oOo

Buổi trưa Nhượng trở về mang theo cái vé xe. Tôi buồn. Đường đi Đà Lạt hôm qua bị chặn lối Định Quán. Mìn. Có thương vong. Nắng buổi trưa chói chang. Mẹ tôi làm cơm trong bếp, mồ hôi thấm ướt vạt áo lưng. Có tiếng kêu than bên cạnh nhà. Rồi có tiếng òa khóc. Chị Tư hàng xóm kêu thất thanh trời ơi con tôi trời ơi con tôi. Thằng con tôi chết oan rồi. Thằng bé chín tuổi, mới ban sáng chơi vui, rồi kêu đau bụng, đau quá mẹ ôi, nhiều tiếng đồng hồ sau lăn quay ra chết. Ruột thừa vỡ. Con đau, chị Tư dùng dằng, rất muốn đưa con đi bệnh viện mà túi không tiền, lại đang lúc đi làm thuê khó thể bỏ việc. Lát sau có tiếng lộp cộp đóng chiếc áo quan. Tôi nằm bần thần, nhìn trần nhà. Những mây đen mây xám như vần vũ nơi đó.

Khi xế chiều hai người đàn ông khiêng chiếc quách thằng Bá ngang qua trước nhà, mấy ngọn nến nhấp nháy. Bọn nhỏ áo quần xốc xếch chạy theo sau, có đứa cười, có đứa than thở, thằng Bá vậy là đi chơi chỗ khác rồi. Nhà bên kia đường, lúc quan tài đi ngang qua, tiếng hát cải lương om sòm, đứa con gái ngồi nơi ghế hàng hiên đu đưa hai chân hát nhại theo.

Nhượng chìa tờ báo cho tôi và nói, Bữa nay ngoài Trung lại ồn ào, biểu tình, bãi chợ, Hà Nội chịu ngồi vào bàn thương thuyết, đường đi Vũng Tàu ăn mìn. Tôi cầm tờ báo, lòng dửng dưng. Chỉ đọc các mục rao vặt, tin xe cán chó, cần người giúp việc, bọn du côn tống tiền chủ quán, người từ quê chạy loạn vào thành phố túng đói bỏ con nhỏ chỗ ngã ba đường, kèm lá thư nhờ kẻ từ tâm nuôi dưỡng, một vụ giết nhau vì tình trong khách sạn, tin mừng đám cưới trăm năm hạnh phúc đăng ngay bên tin buồn chuẩn úy Nguyễn văn Năm đã đền xong nợ nước… Đám thanh niên hàng xóm tự nguyện đi chôn em Bá đã về, cùng ra quán lai rai rượu đế, cười vui, văng tục.

oOo

Buổi sáng chúng tôi thức dậy sớm. Sàigòn ngày mới. Hành trang của Nhượng là sự thiếu thốn và nỗi cô đơn.

Cháu đã quyết định đi thì bác không còn cách nào giữ lại được. Mẹ tôi nói. Bác khuyên cháu không nên thức quá khuya, bỏ thuốc lá đi. Ráng mà điều độ để phục hồi sức khỏe. Có thân phải lo cháu ạ. Cháu cần tiền hay bất cứ gì thì gửi thư hay đánh điện về đây cho bác.

Nhượng dạ.

Tôi xách hộ va-li và ngồi cùng xích lô với Nhượng đến bến xe. Cậu nhớ viết thư về cho mình. Chúng ta đã bỏ hoang cuộc đời quá nửa đi rồi. Tôi lại nói vu vơ.

Nhượng ngồi hàng ghế thứ ba. Xe lăn bánh trở đầu về hướng Viện Hóa Đạo, chạy thẳng đường Trần Quốc Toản. Tôi vẫy tay rồi quay trở về.

Tôi không biết đi đâu.

Cung Tích Biền

Cẩm Lệ
HỒ ĐÌNH NGHIÊM

Lý lịch Phan Thị Cẩm Lệ thoạt đầu sơ sài, giản đơn.

Mở mắt chào đời vào mùa xuân có vạn người vui có triệu người buồn.

Sinh quán: Hòa Vang, Quảng Nam.

Ba: Cầm súng cho Ngụy quyền.

Mẹ: Nội trợ, sau đổi qua mua bán phế liệu, ve chai đồng nát.

Học lực: Xong tiểu học.

Không cần tới thầy bói, nếu cứ "sao y bản chánh" như thế mà luận thì đời con gái của Cẩm Lệ e mãi lầm lạc đi trong đường hầm chẳng bao giờ nhìn ra ánh sáng. Bóng tối là thứ gì rất đỗi quen thuộc, hiện thực; bao trùm mọi hoàn cảnh chứ nào chừa cho một ai cá biệt. Không có lê nên cứ vui với lựu, ánh trăng nhợt nhạt nên vẫn thủy chung nương cậy vào đốm sáng đèn dầu. Bình địa, chẳng có núi để leo lên đứng trông vời núi khác. Không có nhà ngói nên đành thiệt thòi trú ẩn vào nhà tranh. Voi không thấy đi qua nên chẳng đơm mộng ước được ngó ra tiên. Đời bày ra khẩu quyết "ai sao ta vậy" và khó khăn làm bức tử một sự phân bì, so đo, hơn thiệt. Thoát ra khỏi vùng đất chôn nhau cắt rốn này thì họa may…

Năm Cẩm Lệ lên sáu thì cha được người ta thả về. Phút đầu gặp nhau Lệ rất hãi sợ khi ngó thấy một ông già còm cõi lạ hoắc lạ huơ dang tay đòi bế đòi bồng đòi hôn đòi hít. Khi nào Lệ chướng đều nghe mẹ dọa: Mi mà còn khóc la thì ông kẹ đứng rình ngoài cửa sẽ bước vô. Bây chừ thì mình có gây lỗi lầm gì đâu mà tự dưng ông kẹ xuất hiện "ăn dầm ở dề' trong căn nhà xiêu vẹo vì "xuân này ba vắng nhà, không người sửa sang".

Khi bắt đầu quen hơi, khi dần bỏ rơi bao chướng ngại, khi tiếng đầu đời biết gọi chữ cha thì ông Phan Văn Được hạnh phúc một sớm vác cuốc đi làm rẫy, ham lấn đất sao đó cong lưng cuốc phải một quả mìn. Tin đâu sét đánh ngang tai, Được không chết khi ngày cũ theo Sư đoàn 2 xung trận, không bỏ thây trong trại tù cải tạo, Được "may phước" được chết trong thời bình ngay trên cuộc đất máu thịt của cha ông. Một người trong xã khi thuật chuyện đã lấy làm tiếc nuối: Có điều kiện như xưa kia, chở ảnh vào bệnh viện thì đâu đến nỗi. Tội nghiệp!

Lật giở lại vài trang quá khứ, trong khi tạo hóa trêu ngươi xúi người chồng đi trình diện cải tạo với bản án vô thời hạn, không hẹn ngày về, thì người vợ lủi thủi cô quạnh của Được có một anh chàng ngụ ở Hòa Khánh ngắm nghía chùng vụng tìm cớ lân la rù quyến tranh thủ chở đi ăn chè ăn cháo, mang bộ mặt ba phần lấm le bảy phần lấm lét. Mèo (giấu cứt ngoài) mả gà đồng là chuyện cực chẳng đã, chồng bất ngờ trở về, cuộc diện chưa có bề ngã ngũ thì con tạo lại khéo xoay vần lần nữa. Đùng một cái chồng văn số phủi chân lên bàn thờ ngồi và cỏ vừa xanh trên nấm mồ còi cọc cả sạn cát thì "trai đơn gái chiếc" đồng tình vượt rào lấn qua phương án hai rất chi là danh chính ngôn thuận. Ảnh nói: Gái một con trông mòn con mắt thì cũng chừng mực nào đó thôi, bông ở trong chậu không có ai tưới nước thì ắt sẽ héo úa tàn tạ, nói hồ đồ thì em bỏ lỗi chứ gái mà thiếu hơi trai thì nhác chơi sinh đổ bệnh, tiếc nuối xuân sắc đang đổ dốc vùn vụt chạy tìm về cái nhăn nhó già cỗi một sớm một chiều.

Anh này quả có khiếu ăn nói dù ảnh làm thợ mộc chính hiệu chuyên bào cưa xẻ đục, trong nhà lúc nào cũng có sẵn một hai cái quan tài mới cáu dựng nắp đậy một bên chờ người có phúc phận đến rước đi. Siêng đóng hòm nên coi vậy mà ảnh luôn có đồng ra đồng vào, chốt lại là việc nuôi hai mẹ con em nào thành vấn đề, chuyện nhỏ, anh dư sức qua cầu đầy đủ tơi nón nhằm che nắng mưa cho cả ba nhân mạng. Cẩm Lệ đôi phen được mẹ dẫn đi "thực tế" đến giang sơn người dượng tương lai, Lệ thử chui vào nằm trong áo quan. Ui chu choa, nó mát đến sảng hồn sảng vía. Mùi diêm bào, mạt cưa, mùi thịt gỗ của thân cây to vừa bị đốn hạ ướt át nồng nàn thơm đến mụ mị; được ngủ một giấc thì cái oi ả của hạ nồng đang chụp lửa ngoài trời cũng chẳng thể can dự tới, cứ riu riu cứ mơ màng cho đến hồi mẹ xớn xác gọi lớn tiếng: Lệ mô rồi? Lệ, chơ răng mi ngắng nghịch rứa con tê! Bộ hết cách chơi rồi à? Ông bạn trai của mẹ cười hề hề: Em chớ rầy rà con, biết đâu nhờ vào hơi hám của Lệ vướng mắc mà sinh ra việc buôn đắt bán chạy cũng không chừng.

Sau đó chừng vài ba niên, Cẩm Lệ đột ngột biến mất. Dì Ba chấm dứt tâm sự. Dì thòng thêm phụ chú: Tui bán buôn lặt vặt ở chợ Cồn, Đà Nẵng. Sáng sớm đi, tối mịt bắt xe ôm về. Tiếng là dì cháu nhưng thú thiệt cũng xa cách, bị cuộc sống nó bắt mình phải điên đảo thần hồn, ít kiếm ra cơ hội hỏi han biểu lộ tình cảm cho nhau. Dịp Tết thì cho nó chiếc áo mới, mua tặng cháu bộ nội y, chỉ chừng đó thôi. Hỏi: Cẩm Lệ thương ai nhất nhà? Nó trả lời: Thì mỗi mình dì chớ ai khác. Biết còn làm bộ hỏi! Nó đi, chẳng để lại một câu giã từ. Nhưng không biết do đâu, người nhà, nhất là ông bạn trai của mẹ cứ khẳng định, vẫn tin chắc là số nó chẳng thể chết bụi chết bờ được, nó vẫn thích chui vào ngủ trong quan tài mà. Cứ đơm một ý nghĩ, nó thử giang hồ xuôi Nam đặng mong cầu tìm gặp một cuộc sống mới, khả dĩ thông thoáng hơn. Số nó coi bộ không hợp với mẹ nó…

Lý lịch Cẩm Lệ tới ngang đó thôi. Chỉ "nửa chừng xuân", hơi bị trong sạch, hơi bị nhân thân tốt. Dì Ba đâu ngờ tới một hôm trở trời gây đột biến, Cẩm Lệ bị số phận han hỏi làm tình làm tội khiến đứa cháu dại khờ của dì Ba buộc phải đi bụi chẳng buồn báo cáo sự tình. Nguồn cơn phát sinh ban đầu là bữa nọ nghe trong người trống trải, ma đưa lối quỷ dẫn đường, buồn chân Cẩm Lệ lang thang ra ngoài khu chợ tân lập nhóm bên kia con sông cạn nước. Người ta đang bu lại bãi đất trống đầy rác thải hiếu kỳ xem có con khỉ biết mặc áo quần, tay cầm dù đỏ, nhỏ nhắn, biết làm trò cười nhảy nhót lung tung, y như khúc dạo đầu cho tuồng mãi võ Sơn Đông. Có một ông mình trần nằm dưới đất chờ một bà điệu bộ nhanh lẹ đặt hai cục gạch lên trên bụng, xong rồi bà ta nhổ nước miếng vào hai tay, kế đến cầm lên thanh sắt nhắm hai cục gạch mà đánh xuống, cật lực. Bà con la lên, "bộ tính giết người không gươm đao hả"? Cục gạch vỡ làm đôi, làm ba, làm tư nhưng người kia ngồi dậy mặt tỉnh như ruồi kiểu như gãi chưa đã ngứa. Ui, cha nội này mà được vô đoàn lực sĩ nước nhà đi dự thế vận hội thì cầm chắc rinh về cái huy chương đồng. Hiện tại thì cha nội đang gào lên: Nhức đầu sổ mũi cảm mạo ho hen trở ngại đường ruột đau lưng mỏi gối bệnh trĩ hoặc mồng gà hoa liễu giang mai mau nóng chóng nguội hoặc sớm xuất tinh chúng tôi đều có bài thuốc trừ khử hiệu nghiệm chóng lấy lại phong độ. Mại dô mại dô trong uống ngoài thoa ngày làm ba cữ thì xuyên tâm liên nghe thế phải hổ thẹn cúi đầu, mua một tặng một dịp may hiếm có...

Đang há miệng theo dõi, Cẩm Lệ nghe tiếng nói thật gần, vẳng bên tai: Cưng muốn sở hữu hai triệu đồng thì đi theo chị. Êm ru bà rù, việc nhàn nhã, khỏe re. Chắc rằng cưng đang thắc mắc, tạm thời mình lại đằng quán kia ngồi uống nước, chị sẽ lần lượt giải đáp ngọn ngành cho cưng nghe. Chị vừa lĩnh hai triệu đây, vào quán chị sẽ dành phần chiêu đãi. Người đàn bà mở ví cho Cẩm Lệ thấy cả đống tiền xanh đỏ nằm cộm trong đó, bà rút ra một chiếc khăn tay và thoáng chốc Cẩm Lệ không còn nhận biết đôi chân đang đặt ở đâu, người lâng lâng chẳng biết trời cao đất rộng là thứ gì, lòng tự nhiên thấy vui như mở hội. Ở nhà, có thể Cẩm Lệ biết cự cãi lại mẹ nhưng đang ở chốn mờ ảo này, người đàn bà ấy nói gì nhất nhất Cẩm Lệ đều nghe theo. Ở quán nước có người đàn ông chực sẵn, ông đứng lên theo hiệu lệnh của "bà chị", liền bước ra và khởi động máy nổ chiếc xe gắn máy. Ông hối hả chở "kiện hàng trinh nữ" đi tới một nhà nghỉ, hối hả lột bỏ áo quần Cẩm Lệ, phô bày da thịt trong ngọc trắng ngà, chân chất hương đồng cỏ nội, mùi gái quê thuần khiết không pha tạp. Hôn hít rồi đi sâu vào người nó ắt sẽ khiến điều hòa kinh mạch, làm ăn hanh thông, vận hên luôn tới và tuổi thọ có thể kéo dài thêm đôi ba năm.

Gần một giờ đồng hồ sau, Cẩm Lệ thực sự tỉnh thức. Chiếc gối đẫm đầy nước mắt, tay chân nhừ mỏi, cửa mình đau rát và một cõi lòng đầy cả sợ hãi, nát tan. Một tuần trước, ở thành phố khác, báo có thuật chuyện theo lời kể của chủ nhân tiệm bán vàng: Đúng ngọ, trời nắng gắt, một bà bước vào hỏi mua vàng, tự nhiên người tôi như say nắng, hoa cả mắt, bà ấy chỉ thứ gì nằm trong tủ kính tôi đều lấy ra, xong cái bả biến đi hồi nào tôi chẳng hay. Khi đã lại thần hồn thì chỉ biết đứng chết điếng, nói không ai tin, tôi vừa mất đi tới bảy lượng vàng, êm ru bà rù.

Cẩm Lệ vừa bị chúng cướp đi cái ngàn vàng, nhưng may phước là bọn ác ôn còn tử tế, không nhẫn tâm, qua việc chúng có để lại một triệu đồng giữa chăn chiếu tơi tả. So ra bà bán vàng kia quả là vô phước hơn. Cẩm Lệ ngó thứ tài sản quá lớn vừa từ trên trời rơi xuống.

Cẩm Lệ dòm tờ lịch: 13 tháng 3. Làm tính đố cộng trừ một chốc, hay ra đó là ngày sinh nhật mình tròn 15 tuổi. Không ai hơi sức đâu để tâm tới chuyện lặt vặt ấy, chỉ có bọn giàu có mới bày đặt trưởng giả học làm sang mượn cớ ngày sinh tháng đẻ để gầy tiệc tùng bù khú ăn nhậu. Cẩm Lệ ra chợ mua bộ áo quần mới rồi tìm về tiệm đóng hòm của ông "dượng", nói mà chẳng cần tới sự đồng ý của gia chủ: Cho tui vào tắm một phát nhen, nóng chết cha mẹ nội luôn. Ủa, có sao đâu, bữa rày còn làm bộ khách sáo! Ông nói thêm: Mới sai thằng Quới đi ra quán cơm bụi mua mấy dĩa sườn bì chả, có gì nán lại ngồi ăn chung một thể. Ăn ba hột cũng được, cốt lấy thảo.

Quới trạc tuổi với Cẩm Lệ, nó dưới quê ngác ngơ lên đây được "dượng" nuôi cơm để học nghề thợ mộc. Học thì ít mà bị sai vặt là nhiều. Chỉ mình Quới phụ việc, hô đâu chạy đó. Nó có sứ mạng phải đi, nên "giang sơn" chuyên cung cấp "bộ đồ lớn" cho người chết chui vào chỉ còn duy một mình ông chủ tiệm. Và chủ tiệm cũng vừa nghỉ tay thôi bào thôi đục, sẵn ngồi không nên khi nghe tiếng nước đổ rào rào trong phòng tắm có dựng tấm tôn ngăn che mong manh thì không ngăn nổi sự tò mò thọc mạch. Lóng rày nó trổ mã dù thiếu hơi trai, nói theo giọng thằng Quới thì là "điện nước đầy đủ". Dượng nhón chân nín thở đi lại chỗ đáng để đặt mắt vô thăm dò. Thót tim. Tóc tai nó dày rậm e hơn cả mẹ nó, thiệt là con hơn mẹ thì nhà có phúc. Gỗ thì có không dưới ba loại thuộc hàng quý, giá đắt phỏng tay, cưa khoan cắt đục phải bở hơi tai mới đoạn lìa thân cứng. Và do méo mó nghề nghiệp, "dượng" nghĩ chùng vụng, thân thể con Cẩm Lệ nhễ nhại ướt át trơn láng đó coi bộ săn chắc bên tám lạng bên nửa cân so với loài thảo mộc đang dần khan hiếm trong rừng rậm.

Cẩm Lệ đã tắm xong, đã dội nước kỳ cọ tẩy rửa vùng miền bị xâm hại, ô uế. Không có khăn để lau mình lau mẩy, cứ thế mà tròng bộ đồ mới mua vào người. Hơi rộng chút đỉnh, nhưng chẳng hề gì, mang đi giặt qua một lần thì hàng vải nội hoá này sẽ tự khắc bó lấy thân, khít khao. Dượng giả bộ ngó lơ mà chẳng đặng, vải áo in hoa hoè hoa sói kiểu gì mà bắt con mắt quá. Người ta quen nói "tốt gỗ hơn tốt nước sơn" thì chỉ đúng có nửa phần. Bộ y phục con Cẩm Lệ đang mặc thì rõ là vừa tốt gỗ mà nước sơn cũng tốt không khoan nhượng. Tiệm hòm dù không mở hai bóng đèn néon dài tám tấc cũng nào có tối tăm gì, tự nhiên có luồng ánh sáng chiếu rọi một cách lạ thường do bởi có Cẩm

Lệ đứng đó. Dượng nuốt nước bọt, nó vừa tắm xong, nó như một cây cà-rem có ai vừa chăm chỉ mút, chảy mềm, hẳn là ngọt ngào hết biết, hẳn là mật ngọt chết ruồi, hẳn là giết người không gươm đao.

Bao lâu thì thằng Quới trở về? Nó đi đã lâu chưa? Cẩm Lệ gióng tiếng. Dượng nhìn ra con đường: Hỏi chi vậy? Thằng này có tật ưa la cà, như gà sổng chuồng, đôi lúc sai việc mà thiên lôi cứ vác búa chạy rông. Cẩm Lệ dùng tay thử độ co giãn ở thắt lưng quần. Một là nó hơi rộng, hai là do bởi bụng đói ăn. Cẩm Lệ nói với cúi mặt, tóc rủ che: Có việc này không nên để cho người thứ ba biết… Dượng đến khép bớt một cánh cửa, phía trống trải. Bên kia đã có cái quan tài kê trên đòn, án lối. Có nghĩa là sao? Chuyện bí mật thì bao giờ cũng nóng lòng muốn nghe qua. Cẩm Lệ ngắt lời: Có sẵn tiền đó không? Đưa tui hai triệu, xong cái leo lên bộ phản gỗ kia tui lột đồ nằm ngửa muốn làm gì thì làm. Bảo đảm là cuộc mua bán này chỉ có người trong cuộc biết thôi…

Dượng ngó chăm vô người Cẩm Lệ. Sao lại đột xuất thế? Sao bữa nay nó đưa ra lời đề nghị táo tợn như rứa? Nghe mà khí huyết đảo lộn, người nóng ran, dễ nhồi máu cơ tim, dễ chui vô áo quan ra đi không lời từ giã quá. Dượng nuốt nước bọt: Hai triệu đâu phải nhỏ, muốn có họa may phải đợi tới chiều mai. Thứ nữa là thằng Quới hắn đường đột dẫn xác về thì chết một cửa tử. Phải lên phương án hành động nhằm tránh sơ suất, cụ thể là tính toan vẹn toàn xong, chiều mai dượng chốt cửa ngồi trong bóng tối đợi Lệ chui vô. Cẩm Lệ nhìn ra vuông nắng chiều xắn một khoảng nơi bậu cửa: Nước đến chân mà không chịu nhảy, phải đợi tới mai thì không sợ tui đổi ý sao. Một là tối nay hai là mãi mãi chẳng còn cơ hội. Ui, sao ưa chơi kiểu thắt họng thế? Vậy thì khi thằng Quới mua cơm về cứ ngồi ăn với nó, dượng đi chạy tiền xong tìm cách tống khứ nó ra khỏi nhà đặng tụi mình làm việc bí mật với nhau.

Chiếc xe tay ga được chủ nhân dắt ra, vụng về quờ quạng một lát mới điều khiển nó vặn vẹo chạy thoát khỏi cơ sở chuyên bán hòm. Chứng tỏ là ổng thành thật, không đủ số tiền mà đối tượng ra giá, đòi hỏi. Hai triệu cũng chả nhiều nhặng gì, nhưng tình ngay lóng rày bà con cứ sống mạt máu, lặt lìa vướng trăm thứ bệnh rề rà mà chẳng ai chịu chết cả, việc kinh doanh vì thế đâm hơi bị ế. Dượng mà ngồi ngáp vặt thì sự thiệt hại đó lại kéo theo một bộ phận không nhỏ khác đói cơm, đó là mấy ông thầy tụng, mấy bà rành phong thủy, các vị thầy bói, tập đoàn phu phen đào huyệt và công ty chuyên sản xuất bia mộ khắc tên tuổi kẻ vừa về nơi chín suối.

Cẩm Lệ mó tay vô công tắc đèn khi thằng Quới tay xách bịch ny-lông rõ to lần khân bước qua ngạch cửa. Hắn chỉ la đúng một chữ "Ủa", mặt tái đi như kiểu trông thấy ma. Con ma nọ nửa quen mặt nửa lạ lùng. Cỡ tuổi Quới bắt đầu biết ngánh biết nghĩa biết nghề biết nhìn đểu con gái. Mặt nổi mụn, thanh quản có cục gì mắc kẹt lộ hình làm phải đổi giọng, bể tiếng. Con ma dễ thương ấy chưa biết tới áo nịt vú nên chi cái thứ trốn đằng sau cứ thế mà lên xuống phập phồng. Đã đoạn tuyệt với quả cau nho nhỏ cái vỏ vân vân, bây giờ là cam thì mai kia mốt nọ sẽ là bưởi, mà cực đoan làm trái với quy định thì hổng chừng mà biến đổi thân phận thành trái dừa. Ai cầu dừa đủ xoài thì mặc họ chớ bản thân thằng Quới có ưa nếm lê nếm cam thì hoàn cảnh nào có cho phép mà thử qua. Ngoài chợ chỉ bán thuốc trừ sâu diệt chuột chứ nào có thuốc liều, gan ai to chứ gan thằng Quới này nhỏ có chút xíu hà. Phải mà được làm giáo viên cho cam, cứ mang chiến thuật đổi điểm lấy tình mệt nghỉ.

Thế ông chủ đi đâu hổng thấy. Dượng mới sai tui đi mua thức ăn đó mà… Mua hai phần chứ gì? Mày với tao cứ thế mà ăn vô tư. Ổng đi lo công chuyện rồi? Quới quẹt mồ hôi mặt: Mới có người vừa qua đời à? Hay việc gì quan trọng xúi phải khẩn trương? Ừ, có thể. Lo ăn lia ăn lịa đi, bởi không chừng ổng về lại giao sứ mạng cho mày đi giải quyết. Quới kéo lê chiếc ghế: Ngoài chợ dạo ni nổi lên nhiều nguồn thông tin lạ lắm nghen. Quới nói trong khi bày hai phần cơm ra trên nắp quan tài dùng thế mặt bàn. Mày chăm đi hóng tin hèn gì ổng la cái thằng thiên lôi vác búa chạy không, đi đâu đi lâu dữ! Quới ngó một hạt nút nằm trên áo Cẩm Lệ, có thể do trời nóng nực nên nút phải bung ra cho gió lọt vô, mát chút đỉnh. Làm con gái thật khổ, riêng cái khoản không được ở trần thông thoáng như hắn. Đang mặc sơ-mi thấy nóng: Cởi. Áo thun ba lỗ vẫn nực: Cởi. Tuy chẳng vai u thịt bắp nhưng muốn mát mẻ thì dứt khoát phải khoe thân, rồi bu kiến đậu muỗi cắn chỉ là chuyện nhỏ. Quới rưới nước mắm lên mặt cơm:

Biết ông Thôn không?

Thôn nào?

Thôn chạy xe ôm. Thôn Bù đó.

Tại răng kêu ổng là Thôn Bù?

Bị ổng lúc nào cũng ngợi ca vẻ đẹp giòng sông Thu Bồn chảy qua quê ổng. Tán mà hổng ai nghe thì bù trất. Thu Bồn chẳng Thôn Bù thì biết kêu chữ gì khác?

Thôn Bù chạy xe thồ, rồi sao nữa?

Tối hôm qua ổng trúng mánh lớn, chở được một ông Việt kiều về thăm quê, cuốc xe chừng có mười cây số chứ xa xôi gì mà khoắm được tiền công tới ba triệu. Mừng húm. Tới khi trở xe ra đường lộ, dưới ngọn đèn đường sáng moi cọc tiền ra đếm lại cẩn tắc vô ưu mới phát hiện tiền giả. Mặt bác Hồ đàng hoàng, giống y chang nhưng tiếc cái là hổng có chòm râu. Ba triệu đồng cộng hòa xã hội chủ nghĩa độc lập tự do hạnh phúc đó ngoài chợ kêu bằng tiền âm phủ.

Chết mẹ. Loạn quá! Bọn tiêu thụ bạc giả chơi kiểu đó rõ là không khoan nhượng coi khinh tới nền công đạo nhà nước rồi.

Biết bà Tôn không?

Hết ông Thôn xong tới bà Tôn. Lập ngôn xong tới bán trôn. Tôn nào?

Bà Tôn Lò chủ cà phê đèn mờ trên đường Đồng Khởi đó.

Khi không sao thêm chữ Lò vào tên bả? Thôn Bù cho cố xá lại đến lượt Tôn Lò, kỳ cục!

Đâu biết, ai bảo sao mình nghe vậy. Bả kể là người ta vừa triệt phá đường dây tội phạm chuyên đi vào vùng quê hẻo lánh để mua người.

Cái gì? Trộm chó hoặc mua heo gà bò trâu, xưa nay vẫn thế, người mô phải là súc vật mà nói tới chuyện bán mua?

Nghe đồn là bọn Đài Loan khuyến mãi tiếp thị gì đó, giá một cô trinh nữ được trả là 5 tới 8 ngàn đô la Mỹ. Làm vợ xong cái vô luôn quốc tịch xứ người. Khoẻ re.

Cẩm Lệ nuốt không trôi cục cơm, nhai nhằm một vụn xương

sườn heo thiếu đường mẻ răng, đau như cắn phải lưỡi. Phun ra. Quới nhìn: Ưa nghe thêm chuyện bùa chú mang về từ Thái từ Cam không? Mấy "em" giấu dưới lưỡi đợi Tây ba-lô bú mồm xong cái thì tối tăm mặt mũi bủn rủn tay chân giao trứng cho ác liền khi. Nhưng mà đôi lúc đâu phải nương nhờ tới việc yểm bùa, ai mà hôn Cẩm Lệ đứa đó cũng phải bổ nhào say lăn quay. Mày nói vậy là có ý gì? Thuốc lá Cẩm Lệ đó, tui thử hút rồi, đi mây về gió lâng lâng quắc cần câu. Nếu trong cơm còn cát sạn hoặc xương xóc hoặc gặp phải ớt cay nuốt không xuống thì cứ việc phun vô miệng tui chứ phun cơm xuống đất thêm mang tội với trời. Mồ tổ mày nghe Quới, bị không có mặt dượng đây nên mày ưa làm tới đòi trèo cao sao? Quới phát tiếng he he he. Đừng nổi sùng, thầy bói nói sau này ai mà lấy được chú em thì cô ấy sướng lắm lận, nào khác gì được quới nhơn phù hộ độ trì. Mày quới đản thì có, không dám đâu.

Quới cất tiếng cười. Rõ là quái đản, cười mà nghe nào khác tiếng dê kêu. Mình trần tươm đổ mồ hôi láng lườm, phía dưới thì quần xà-lỏn nhăn nhàu bèo nhèo thu giấu một bộ phận rất chi là cà chớn. Lớn bao dường mà đòi hăm he muốn khoe hàng? Cẩm Lệ thôi nhá cơm: Sức vóc mày trai tráng nên ăn hết phần này đi, lại rót cho tao ly nước coi. Chuyện nhỏ. Quới nói. Không phải đặt điều chứ Cẩm Lệ sai việc gì tui cũng vui trong bụng, còn nghe dượng ấy chỉ việc tui hổng thích chút nào, lao động tắt quạt mà mô có với tới được vinh quang. Mày thề bán mạng thì tao tin, giả như mai này tao làm chuyến đi bụi xa khỏi chốn heo hút cùn mằn này thì mày có dám làm bạn đường với tao không? Mắt Quới lại đặt để vô hạt nút áo, hay đúng hơn là nhìn cái chữ V vén mở thứ màu da ăn nắng. Hắn nói: Hai đứa đang ngồi quanh với mấy cái quan tài, thằng Quới đây xin thề thốt nguyện bỏ theo Lệ dù trôi sông lạc chợ tới chốn sơn cùng thủy tận cũng không sờn lòng, nói láo sẽ chết dấm chết dúi bờ cây bụi cỏ chẳng có hòm che thân. Đã được chưa? Hắn xuống giọng: Tui nghe chữ bú mồm hơi bị lạ, Lệ cho tui thử một miếng. Đồ quỷ, sao không nói sớm? Biết vậy hồi nãy đã mớm cơm thừa cá cặn cho mày nhai.

Dượng về, tiếng máy nổ của chiếc xe coi bộ giòn giã hơn lúc đầu hậm hực gầm rú chạy ra đường. Tiếng động cơ đôi khi cũng chất chứa tâm trạng chứ không đùa, nó ngầm bảo chứng rằng như thế trong túi quần dượng đã xoay đủ hai triệu đồng. Công đoạn tiếp là tìm cách tống khứ thằng đệ tử Quới cản mũi kỳ đà sớm chừng nào tốt chừng đó, khỏi gai con mắt. Có mặt thằng du kích thêm rách việc, khó hoàn thành công cuộc giải phóng minh bạch đời đứa con gái thịt thơm từng xúi thế lực dượng vắt tay lên trán nuôi kế hoạch mười năm ngổn ngang cả mộng mị. Treo toòng teng ở tay lái là cái túi ny-lông chứa đựng một chai lít chất lỏng gì đó. Chắc hẳn không phải là dự trữ xăng dầu vì sợ thị trường đang thay phiên lên giá vượt mức quy định. Khớp với hoàn cảnh thì e rằng đó là rượu ngâm ngũ xà, hoặc nhân sâm Hàn quốc nhập lậu, hoặc ngâm thai nhi Trung quốc xuất xưởng, hoặc đậm đà bản sắc dân tộc là toa thuốc Minh Mạng lục giao sinh ngũ tử. Tóm tắt là dược liệu ông uống bà khen hay, hoặc một thứ cường dương bổ thận hoàn chơi cho xứng đồng tiền bát gạo.

Cẩm Lệ đứng vòng tay quan sát, đã cùi thì nào sợ hủi, chim bị thương một lần thấy ná giương lên thì giật bắn nhưng đã là phận con người thì phải can trường hơn chim chóc. Cẩm Lệ làm bài toán cộng rất mực đơn giản: Một triệu máu đổ gộp với hai triệu nước mắt vị chi là ba triệu đời hoa chưa thể bỏ cuộc, vùi dập, tàn héo. Ôm ba triệu, kiểm tra bạc ông Hồ có râu đàng hoàng để tránh đồ hàng nhái, xong cái hú thằng Quới mần chuyến xuôi Nam. Quới à, mày thề rồi đó và mày phải nên tin tao, đường ra trận mùa này đẹp lắm dù trời đất cực đoan thay phiên nổi cơn gió bụi lấm lem.

Hồ Đình Nghiêm

từng lãng mạn mở phòng đọc sách
ngay cạnh nhà một phòng con con
chừng ngàn cuốn với mươi ly tách
mùi giấy thơm quyện với trà ngon

lhoán

Về Bốn Tác Phẩm Năm 2021
NGUYỄN VY KHANH

Thời gian gần đây, dù đại dịch vẫn chưa rời bỏ thế gian, các nhà văn thơ Việt sống ngoài đất nước cũng như trong, vẫn sáng tác và xuất bản như đã từng. Ở đây chúng tôi ghi nhận một vài trong số đó.

1. Đừng Theo Dông Bão (*Mở Nguồn, 2021. 189 tr.*) của Khánh Trường.

Đầu năm 2021, nhà văn Khánh Trường vừa cho xuất bản tiểu thuyết *Xuyên Giấc Chiêm Bao*, nay vẫn đang tiết Xuân, anh lại hoàn thành một tác phẩm mới, một "truyện vừa": *Đừng Theo Dông Bão*. Người đọc chưa hết bàng hoàng với *Xuyên Giấc Chiêm Bao* anh viết về cuộc chiến đã xảy ra, về những sinh linh và đổ vỡ - anh cho biết trong lời Mở: "*Chiến tranh không nên có và những thảm kịch phát sinh từ chiến tranh chúng ta cần nhớ. Nhớ như nhớ một vết thương, dù đã thành sẹo, cảm giác đau đớn vẫn tồn tại trong tâm não ta mỗi lần hồi tưởng*".

Đừng Theo Dông Bão tiếp nối trong sự nghiệp văn chương, Khánh Trường đưa người đọc đến với một cuộc chiến khác: cuộc chiến sinh mệnh, của sinh bệnh lão tử, cuộc chiến làm người. Tác giả ghi văn bản sáng tác là "tiểu thuyết" và không dài dòng con chữ, nhưng đọc xong, sẽ thấy như anh dùng thể loại này để gửi gắm nhiều tâm sự, qua câu chuyện của một họa sĩ trốn chạy khỏi *"vũng lầy nhớ tưởng"* bóng người xưa và thời gian đã mất. Uyên đến với người họa sĩ ban đầu là cháu, rồi thành vợ *"cháu bị thôi miên bởi hình ảnh chú vờn cọ sơn trước khung bố, hình ảnh ấy đã tồn tại trong tim cháu, không chỉ bây giờ mà chắc chắn mãi về sau. Cháu dám quả quyết thế. Tóm lại, cháu yêu chú, không do "trung gian" hay "cái cớ" gì đó như chú nói cả"*. Chàng lại trốn chạy tình yêu của Uyên nhưng định mệnh đã đưa họ đến và ở lại với nhau. Và An, Định, hai con trẻ sẽ đến làm tròn đầy hạnh phúc cho hai người. Chàng đã dồn đẩy lùi quá khứ vào quên lãng, dựng một cuộc sống mới, và đóng một vai trò nào đó một cách lâu dài.

Rồi cũng định mệnh khiến người họa sĩ bị hơn một lần tai biến. Rồi ung thư, nhưng chàng không buông xuôi, vẫn vẽ, theo hoàn cảnh mới *"Để tự khích lệ, động viên, tôi nghĩ đến mặt tích cực của cuộc đời. Biểu hiện cho mặt tích cực đó, trong hội họa, là những màu sáng, nhẹ nhàng, tươi mát. Tránh những màu tối, u ám, nóng bức. Và đường nét tạo hình chỉ là các thể khối giản dị đứng cạnh nhau, nương đỡ nhau làm thành một tổng thể gắn bó. Tôi muốn qua thể hiện này người xem sẽ cảm được ước mơ tôi, ước mơ phục sinh từ tro than thảm kịch"*. Một bộ tranh mới - chủ đề "Phục sinh", được hoàn thành. Ung thư cũng ra đi nhưng không ngờ trở lại, lần này xem như vô phương.

Con chữ, cách kể chuyện *Đừng Theo Dông Bão* như là một thứ văn không yên ổn của một con người bị bứng ra khỏi đam mê nghệ thuật, khỏi *"thế giới màu sắc, cọ sơn, khung bố"* nghĩa là phải sống cuộc đời thực tế, phải chọn lựa - "chọn lựa nào không mất mát?" và cuối cùng phải rời bỏ thế giới hạnh phúc đang hình thành để chấp nhận chuyển qua thế giới khác.

Khánh Trường qua *Đừng Theo Dông Bão* viết như một thứ trực giác, cảm nghiệm cá nhân và như một tự nguyện dừng chân, một thẩm thấu. Và như một hồi cuối, sau một loạt 6 tiểu thuyết liên tục trong hai năm, sáng tác như thôi thúc, diễn trình cái tâm lý chôn kín và trình với người đọc như đang xảy ra và tại sao, nhưng tôi tin anh vẫn chưa hết tâm sự và điều muốn nhắn gửi.

2. Một Thời Nên Vắng Mặt (Văn Học Press, 2021. 190 tr.) của Cung Tích Biền

Cung Tích Biền, công dân của miền Nam với thân phận đi giữa hai lằn đạn như chúng tôi đã có dịp nhận định, nay phải nói thêm là ông cũng chạm đến những "lằn ranh" nhạy cảm của người Việt, *Một Thời Nên Vắng Mặt* - "tân truyện", là một chứng tích văn-chương mới.

Ngay trong đầu bài một, Lời Âm U Khói Núi, Cung Tích Biền đã mở lòng: *"Hãy rộng lòng với tôi những điều tôi đã nói / Hãy hiểu cho tôi những điều tôi chưa nói"*. Xem cả tập văn mới mà cũ này - *mới* vì xuất bản năm thứ 21 của thiên-niên-kỷ nhân loại thứ ba, và *cũ* vì tác giả hình như đã từng viết như thế, đã từng kể về những con người, biến cố như thế hoặc hình như thế! Viết, với tác giả, trong những tác phẩm gần đây, là trình bày những vấn đề *"không thể không lên tiếng"* với lương tâm và ý thức trách nhiệm của một công dân. Cái hoài bão muốn góp một tiếng nói, chia sẻ một quan điểm, một cách nhìn… như là phương cách để người trí thức thấy mình còn có ích cho đời, đương đại cũng như đời sau - khác với những nhà văn thơ xuất bản chỉ đơn thuần là để lưu dấu tiểu sử hoặc góp mặt với anh em, hội nhóm.

Cũng trong Lời Âm U Khói Núi, ông khai mở: *"Gọi rằng, tập thể những con người có-mặt-chúng-tôi, là một khu rừng. Rừng rú ấy non thế kỷ qua chỉ toàn cây trái độc. Cây này tỏa chất/khí độc làm tàn héo cây kia. Cây nọ rụng trái/giống độc xuống làm què quặt mầm non khác"*. Ông đã lên tiếng, đã tỏ thái độ!

Thật vậy, cuộc chiến huynh đệ chưa thể lùi xa vào dĩ vãng vì những vết thương riêng và chung của dân tộc. Tết Mậu Thân không chỉ là một thời khốc liệt nhất của cuộc chiến huynh-đệ này mà còn là thảm kịch của bao gia đình, người dân và cho cả miền Nam Cộng Hòa. *"Chiến tranh không hề dự phòng một chỗ dù nhỏ nhoi để dung chứa một ít lương tri"*. Vậy thì, Cung Tích Biền sẽ chiêm nghiệm, soi mình và viết ra trong đa phần của tác phẩm này, trong Chuyện Của Châu Chấu, Cứt Thỏ, Có Nhiêu Điên Nhiêu, ... hoặc đi tìm nguồn cơn của thảm kịch Việt-Nam trong Buồng Trứng, Bị Nhiễu Loạn Từ Tuổi Học Trò, Mơ Chiêm Thành, ...

Trong Lời Giải Oan Muộn Màng, ông nói đến cuộc hành trình tâm thức khoác màu mộng du nhưng không huyễn hoặc. Có Nhiêu Điên Nhiêu, bài thứ sáu, hình dung lại những người điên hoặc thế gian tưởng vậy: *"Có điên đi điên đứng điên nằm. Điên ngồi ung dung, lệnh một phát môn đệ đi quậy sơn hà. Điên bất ngờ, bột phát, điên ngấm ngầm ăn dần não người. Mỗi điên một thế giới, mỗi bí ẩn. Không bút mực nào tả xiết cái điên, như "Chẳng giọt màu nào ta vẽ lại hoàn chỉnh một giấc mơ"". "Chẳng thế giới nào rực rỡ sắc màu bằng thế giới điên. Có bọn điên rất người. Thậm chí rất thánh. Rất thầy chùa. Rất, nghìn trùng xa cách". Điên dại đủ cách, của những ông tướng "đảo chánh", tướng "trọc đầu", tướng "râu mồm", những Bùi Giáng, Nguiễn Ngu Í, Nguyễn Đức Sơn, ... hay Ba Nô "ở truồng một cách khinh khoái, chất ngất tự nhiên, coi trời đất bằng nắm cỏ" mà lại có... lương tri, trong Những Niềm Đau Hóa Thân - "Điên có khi là chất xúc tác, làm đời thêm hưng phấn. Là hành hương tới chỗ hóa/hòa giải thiện ác, niềm đau, sự tuyệt vọng, sợ hãi, vui mừng".*

Với kinh qua và dù tự nhận bị mê hoặc, ông vẫn nghĩ rằng: *"Ngay trong lịch sử - thứ lịch sử có tiếng động có máu đổ, không phải lịch sử từ ghi chép im vắng lạnh lùng qua trang chữ - đã có thấm đậm tính điên"* (Bùa Mê Từ Thuở Dậy Thì). Như một khẳng định: *"Thời thế đẻ ra điên. Tổ quốc ăn phải giống gì đi đứng ngả nghiêng. Điên ở đây, hôm nay, đông vầy như phù du buổi chạng vạng. Mỗi điên mỗi cách. Mỗi nguồn cơn phát động một thoát ly. Điên từ mồ mả điên ra. Điên phong thủy. Điên khí hậu. Điên nếp nhà. Điên thời vụ. Thấy mọi người đều điên, ta không điên là lỗi thời".*

Trong Lời Tâm Sự Nửa Vời, ông kể lể: *"Đi lang thang, và đi hoài hoài, tôi từng quen, thân thiết, sống chung chạ với những người điên có tài năng và học vấn. Đời nghiêng ngả, nhưng điên nghiêm chỉnh. Biết bao ánh sáng soi đường từ nguồn điên đưa tới. Luôn rực rỡ, bất thường. Luôn vang động, rất mực hoang vu. Đó chính là một hạnh phúc khó tìm. Bồng bồng nhớ nhớ quên quên. Xòa nhòa có và không, đúng với sai. Lãng đãng chiều hôm tưởng sớm mai. Ấy là bỏ gọn được hai bàn chân trong chốn thinh không".*

Cung Tích Biền viết như nghêu ngao hát chơi, như ma nhập, lên đồng (cả như "sinh thú âm dương"!) ... với kỷ niệm và ám ảnh của quá khứ: *"Tại sao tôi cứ phải sống trong trộn lẫn giữa quá khứ và hiện tại"*, để *"những âm thanh và hình ảnh đó lại vang dội dưới một cung cách khác; làm chúng ta ngột ngạt bởi quá khứ".* Của những chị Uyên, Hai Xuân, Ba Nô, của con người, của cả tập thể như Sài-Gòn: *"Sàigòn ồn ào nhưng hoang vu, nồng nhiệt nhưng đau đớn; Sàigòn hít thở không khí của những cơn bụi bốc lên từ Tây phương, nói chẳng nói tiếng chính, cười chẳng phải tiếng cười phát khởi từ một con tim an bình; Sàigòn có đến hai thứ đêm tối, đêm tối của Trời và đêm tối của Người* " (Trên Ngọn Lửa).

Đất nước, con người đảo điên, kẻ cầm quyền sinh sát càng điên cuồng hơn nữa, cho nên đã tới lúc và Cung Tích Biền cùng cực đã phải kêu lên: "Chúng tôi gánh vác đủ điên rồi. Một thời chúng tôi chơi đủ thứ bùa mê thuộc lú, bồ đà, điếu cày, nhạc rock, hippy, buồn nôn phi lý, thân phận da vàng, nỗi đau nhược tiểu. *// tình yêu như trái phá / con tim mù lòa //* những than thở bọt bèo, *//Này, bao hùng binh tiến lên//* những gồng mình không xương sống. Chúng tôi, nghìn nghìn, đứng chỗ trần gian trong tâm thế người đi lạc. Có thằng nhân danh chân lý mà là một tên phản-quốc-thực-thụ. Có người rất-yêu-quê-hương, mà bị chặt bụp ngon lành dưới tội danh phản quốc. Cha ơi, *"Thuyền viễn xứ Trên ngọn tình sầu Dốc mơ"*. Rất là, *"Khi mùa thu tới Lệ đá xanh"*. Trời hươi, *Hoa soan bên thềm cũ Tóc mai sợi vắn sợi dài....* Thập loại chúng sinh hỗn hợp quần mê, bỗng thình lình cái rụp, hóa là *// Nghìn trùng xa cách Bên nớ Bên ni"* (Lời Giải Oan Muộn Màng)

Một Thời Nên Vắng Mặt đưa độc giả trở về với thân thế Cung Tích Biền - cá tính, tinh thần phản kháng, độc lập cũng như tình yêu đầu đời và cả đời được nhà văn bộc trực giãi bày. Mà các tác phẩm của ông trước nay như một tiếp nối hoặc cùng đi một đường nhưng với những kỹ thuật, hình thức văn-chương đa dạng. Nghĩa là Cung Tích Biền có văn tài dĩ nhiên, nhưng ông thuộc vào số không nhiều có cả văn tâm - cái tâm của văn, yếu tố khiến văn chương của ông có hồn và có hướng rõ rệt, làm như ông không muốn viết cho có, viết một cách vô ích như chợ làng văn: ông muốn phục vụ cho cuộc nhân sinh nếu không thêm tốt đẹp được thì cũng phải chân chính, lương thiện hơn, vì như ông có lần đã cho biết viết và phản ứng của người khác đối với tác phẩm của mình đã là những *"thu gom thực tế"*!

Cung Tích Biền viết về *Một Thời Nên Vắng Mặt* qua nhiều "cớ", "chuyện" khác nhau, viết về cuộc đời thân phận người Việt của ông: ngòi bút của ông chạm đến lịch sử cận và hiện đại, về thăng trầm của miền Nam, của văn hóa và nền giáo dục Việt Nam thời này, những nhận chân và đánh giá lại không thể bỏ qua nhất là những cay đắng thua thiệt của con người vì chiến tranh, nội thù, nhìn lại bản thân và quá-khứ chung! Ông can đảm dám nhìn lại, suy nghĩ về những biến cố vừa xảy ra trong đó người viết có tham gia một cách nào đó.

Quá khứ nhìn lại với cái nhìn suy tư của kẻ chín muồi đời cũng là kẻ chịu vài đày đọa, ngộ nhận. Ông tiếp tục viết về *Một Thời Nên Vắng Mặt*, hình như vì ông thấy có bổn phận của người sống sót đối với những người đã chết, đã bị "chôn sống", bổn phận phải viết lên những điều mắt thấy tai nghe, nói lên những uất nghẹn của người dân Việt, viết lên những oái ăm, hận thù cũ được nhìn lại với cái tâm tưởng thoát mọi ràng buộc độc đoán, một nhìn lại những chiến trường cũ, ... Ông cần được kể lại vì phải nói lên tiếng nói của một tập thể đông đảo luôn chịu thua thiệt, bị ngộ nhận và oan trái.

Đọc Cung Tích Biền cũng là đọc lại chính mình, những con người Việt-Nam sống lầm thời, lạc nước; có người đã thoát, đã "vắng mặt" kịp, có người phải cận kề "nội chiến" và "nồi da xáo thịt" khi phải đương đầu, phải hội nhập với nhiều hoàn cảnh, "chiến tuyến"! Tác phẩm của ông như một tưởng nhớ về chính mình, thuộc chính mình, cá-biệt mà cũng có thể như những người khác sống đồng thời hoặc ở những miền đất khác. Nghe đâu Cung Tích Biền đang viết sang hồi ký, chúng tôi cũng như độc giả của ông mong đợi được nghe kể về cuộc đời nhà văn cũng là công dân của một đất nước có đẹp nhưng ẩn chứa quá nhiều hưng suy, tàn bạo và đổ vỡ.

Văn chương, thơ truyện dân gian cho là để "mua vui cũng được một vài trống canh", nhưng nếu tạo dịp cho một nhìn lại và đánh giá thiết yếu cho quá khứ và hoàn cảnh mới của người Việt, sao lại không tốt nhỉ?

3. Thơ Tuyển Toàn Tập (Thư Ấn Quán, 2021, 646 tr.) của Trần Hoài Thư

Trần Hoài Thư, với văn học miền Nam thời chiến-tranh cũng như văn học hải ngoại, là một nhà văn nhập cuộc qua các truyện ngắn; tuy nhiên anh cũng làm thơ từ thuở nhập làng văn (đăng chủ yếu trên *Bách Khoa* từ 1962) cho đến nay. Anh đã có hơn chục thi tuyển xuất bản ở Hoa-Kỳ, mở đầu với *Thơ Trần Hoài Thư* (1998) và mới nhất là *Thơ*

Tuyển Toàn Tập (Thư Ấn Quán, 2021, 646 tr.).

Thơ Tuyển Toàn Tập tuyển toàn bộ những bài thơ từ đầu nghiệp văn cho đến 2021, từ thời Dưới Trời Khói Lửa qua thời Tình Si, trại "học tập", vượt biển, ở đảo, tái định cư và làm lại cuộc đời, cho đến sau ngày chị Yến, vợ anh, bị tai biến nặng và thời đại dịch, anh cũng bị tai biến và sức khỏe yếu hơn tuy bút lực của anh thì vẫn gây bất ngờ và thán phục.

Nếu các truyện của Trần Hoài Thư là cả một thế-giới chiến-tranh từ những năm 1965 đến 1975, như anh từng ghi lại trong bài thơ Thế Hệ Chiến Tranh, thì thơ cũng hòa nhịp văn chương để kể cho người đọc chuyện đất nước thời loạn ly cùng thơ lòng và tự sự về một quá khứ nhiều buồn và mất mát nhưng không thiếu những hân hoan đoàn viên. Thơ anh không cao tay thiện nghệ của nhà nghề thi-pháp mà chân thành đến dễ đồng cảm. Thơ Trần Hoài Thư là của riêng, mà người đồng thời, chiến hữu cũng tìm được nét chung, chung một đời và chung thân phận làm người Việt.

Toàn bộ thơ của Trần Hoài Thư đều xuất phát từ hiện thực, từ cuộc sống, những hồi tưởng về những địa danh, những chiến trường ngày trước (Mang Giang, Kỳ Sơn, Phước Lý, Nho Lâm, An Khê, Qui Nhơn, Kontum,...), những thành phố nơi đã chứng kiến những lần vui chơi khi được về phép, nơi chứng kiến những mối tình và duyên tình với chị Yến, vợ anh. **Chốn cũ ở Trần Hoài Thư đậm nét tâm thức, đã chìm sâu trong não ký-ức vì anh không hề trở lại những chốn ấy để tìm lại những cảm xúc chất chứa trong tâm hồn người sống xa xứ và xa quá-khứ; do đó trong sáng-tác của anh, những day dứt, nhung nhớ đó không hề vơi bớt, cũng không cần được soi qua lăng kính phân tích và chú-giải. Cái "hôm nay" của anh và người thân cũng được ghi nhận, kể cả những vết thương, bệnh tật. Cuộc** đời chuyên nghiệp làm lại nơi xứ người, hạnh phúc gia đình bên vợ hiền, rồi con và cháu nội, kể cả bạn hữu và đồng ngũ xưa, đều được anh ghi lại với những con chữ tự nhiên mà truyền cảm, đơn sơ mà thấm thía. Ngôn-ngữ thi-ca như cứu-cánh tự tại, thiển nghĩ đã giúp nhà thơ sống thật cái "hôm nay", ngoài đời thường cũng như trong sáng-tác!

Nhà thơ sử-dụng trong tập nhiều thể loại thi-ca và đã có những đắc địa và thành công. Vì khuôn khổ tạp chí, chúng tôi xin dẫn ba bài:

"Thế hệ chúng tôi đã mang đầy vết sẹo
Vết sẹo ngoài thân và vết sẹo trong hồn
Không phạm tội mà ra tòa chung thẩm
Nhận án tử hình ở tuổi thanh xuân
   Thế hệ chúng tôi loài ngựa thồ bị xích
Hai mắt buồn che bởi tấm da trâu
Quá khứ tương lai, chuỗi ngày vô vọng
Chúng tôi xõa bờm, không biết về đâu
   Thế hệ chúng tôi già như quả đất
Trán hằn lên những câu hỏi hoang mang
Ngoài phẫn nộ, trong chán chường ẩn khuất
Như những nỗi buồn thế hệ chiến tranh"

(Thế Hệ Chiến Tranh, tr. 119)

Những lời tình đẹp như trong bài Qua Sông Mùa Mận Chín:

"Qua sông mùa mận chín / Tháng nắng ngại đường xa
Em ra vườn sau nhà / Hái mời anh chùm mận
Bông mận rơi lấm tấm / Da mận hồng như môi
Ơi em, mắt có đuôi / Má đồng tiền ửng đỏ
Gặp em, người em nhỏ / Nên quên cả đường về
Trái mận nào dậy thì / Anh giữ hoài không cắn" (tr. 241)

Và bài Hiên Tình, bốn trải thành sáu câu tỏ tình bất ngờ thơ:

"Hồn tôi trăm ngả bàn cờ
Cám ơn em
       mái hiên nhờ đụt mưa
Bây giờ hạt nặng hạt thưa

4. Thơ Toàn Tập (Văn Học Mới, 2021. 796 tr.) của Hà Nguyên Du

Thơ Toàn Tập gồm bốn tập thời hải-ngoại, cả tập đầu *Lối Khác*, như ghi dấu đam mê thi-ca và nghệ thuật của Hà Nguyên Du, là hành trang nhà thơ đi từ những thể loại lục bát, tự do, cả thơ cũ, thơ vần và (tạm?) dừng lại với Tân Hình-thức - cuộc hành trình đi tìm giá trị thi-tính bằng cách trở về đời sống hiện thực và thế gian thường ngày, nơi thơ trở thành truyện kể có khi dài số câu.

Hà Nguyên Du đã tham gia cuộc chơi nghệ thuật Tân Hình-thức Việt - "thi pháp đời thường", ngay từ những ngày đầu năm 2000 trên tạp chí Thơ cũng như phổ biến, vận động cho khuynh hướng thi-ca này. Họ Hà vẫn kiên trì sáng tác, đóng góp cái riêng của mình nhắm đa dạng hóa đường đi và phong cách thơ. Thơ Tân Hình-thức của anh thường chọn lọc con chữ và vắt dòng linh hoạt, đi thẳng vào những vấn nạn của cuộc sống và con người hôm nay, bên cạnh những tinh tế tình cảm, như trong Đúng Giờ Hoa Nở:

"Dù ngăn đò qua sông hay chặn đường
Vó ngựa dù bão tố cuồng phong dù
Gai chông lối về cây sinh ra để
trổ hoa đúng giờ Hoa nở mộng về
*   với mơ và tôi về với tôi dù*
che trời mênh mông hay khoanh vòng tối
mịt dù mãi với đêm đen dù truân
Chuyên kiếp người cây sinh ra để trổ
*   hoa đúng giờ hoa nở mộng về với*
mơ và tôi về với em tôi về
với em là vần Thơ là nốt nhạc
tôi về với em là quê hương đầy

trong tim em của ta ơi đâu ngàn
năm chờ đợi rừng là khúc hoan ca
Chung khắp những loài chim dù ai đường
ai đi đường ta về với Mẹ... dù
   ngõ tối mù tăm nào cam xa Mẫu
Từ... Cây sinh ra Để trổ hoa đúng
giờ hoa nở... mộng về với mơ và
tôi về với tôi dù ai là chi
   ai đành sao ngồi bóc lịch ngồi đấu
Hót xưng danh ngồi loanh quanh hết đời...
Cây sinh ra để trổ hoa đúng giờ
hoa nở... mộng về với mơ và tôi / về với Em" **(tr. 666-667)**

Với Hà Nguyên Du, câu thơ Tân Hình-thức có thể đi từ 8 chữ đổi sang 5 chữ rồi 6 và 7 chữ, bài thơ chia nhiều đoạn cho nên ý ngừng mỗi khi đổi khổ và đoạn như trong bài *gene đại dương*.

Vầng Thơ Trên Đóa Quỳ Vàng đã có những bài lục bát biến thể, lạ lẫm mang âm hưởng ca dao và cả thơ cũ, nhà thơ như đang phân vân, định vị, bên cạnh những bài vắt dòng, kỹ thuật lặp lại, tính kể truyện với ngôn ngữ đời thường.

Tân Hình-thức làm khác thi ca với phong cách truyện kể hay nói khác, dùng ngôn ngữ thơ để kể khác, hoặc dùng cách khác để kể chuyện tâm thức và tình người. *Nước Mắt Của Dì Bảy* gồm 25 đoạn kể lại bi kịch của một gia đình dân dã chịu nhiều hệ lụy của cuộc chiến quốc-cộng huynh đệ tương tàn - thơ ở đây nặng tính *văn bản* và truyện kể như một vở *kịch đời*.

Một đặc điểm trội bật ở thơ Tân Hình-thức của Hà Nguyên Du là nhạc tính. Thật vậy, nhạc tính ở Tân Hình-thức khiến những ai phê phán chúng "đơn điệu" phải nghĩ lại. Đơn điệu, nhưng không phải là cái đơn điệu xưa kia của thơ luật đã quen; ở đây đơn điệu nhưng muốn có nhạc tính và chất thơ. Đơn điệu nhưng với một nội dung, tâm sự nồng nàn, da diết, lời như dán vào da thịt người nghe, người đọc; với nhịp nồng nàn, dồn dập, tha thiết như nhạc Rap hoặc thư thả như không có gì quan trọng! Những lời phản kháng khôn nguôi, những tình ý xưa nay trộn lẫn. Không dễ đoán trước tứ thơ, chữ dùng, cả chấm câu, chỗ ngừng nghỉ lấy hơi! Hà Nguyên Du thì muốn đưa nhạc tính vào để chứng tỏ chất nhạc và khai mở lối thoát mới cho thơ Tân Hình-thức như trong *Tân Hình Thức* và Thi Ca Tân Cổ Chân Trời Mới. Với thơ Hà Nguyên Du, nhạc tính gần như tự nhiên, như con người vùng đất lục-châu nam-kỳ cũ.

Tâm hồn Hà Nguyên Du theo phong cách Tân Hình-thức tiên thiên không vần, vắt dòng nhưng rốt cùng vẫn có một nhịp điệu, như ca dao, "lý vụn" - chữ của anh. Theo Tân Hình-thức để vượt giới hạn, ràng buộc vần, điệu,... mà anh lại vẫn tự giới hạn mình trong thế giới văn chương của thi-ca. Buông thả đời thường, nhưng con chữ Hà Nguyên Du lại cô đọng, được chọn lọc, khiến người thưởng thức thơ anh bị nhiều bất ngờ. Người Mẹ hơn một lần được nhà thơ trìu mến nhắc nhở, trực diện (Một ngày không gọi mẹ). Em hay nàng thơ, người tình xuất hiện trong nhiều bài nhiều tập, không hẳn là một con người cụ thể, với con chữ Hà Nguyên Du, em và người tình vừa đặc thù vừa chung chung. Lục bát cũng vậy, khi "Ngắt một dòng thơ lục bát ... nhã". Kinh nghiệm đi biển thì đã trở thành kinh nghiệm hiện sinh rất nhân bản - "Biển đông ... bỗng điên", v.v...

Con chữ, thi tính đã như ám ảnh nhà thơ; trên đường đời tất bật nơi xứ người, anh vẫn ngao du nhưng luôn sát cánh cùng con chữ. Vũ trụ thơ Hà Nguyên Du đã và đang làm nên một vũ trụ con chữ, sử-dụng với mỹ học khiến thơ hay, lạ hơn những dòng thi ca Việt cho đến nay.

Nguyễn Vy Khanh

xây dựng một cốt truyện
tạo xã hội riêng chung
khai sinh những nhân vật
là nhờ người sống giùm

lhoán

Người Đàn Bà Đến Lúc Sáu Giờ

GABRIEL GARCÍA MÁRQUEZ
TRẦN C. TRÍ *chuyển ngữ*

Gabriel García Márquez (1927-2014) là nhà văn người Colombia đã đoạt hai trong số các giải thưởng văn chương danh giá nhất nhì thế giới là giải Văn Chương Quốc Tế Neustadt của trường Đại Học Oklahoma, Hoa Kỳ (1972) và giải Nobel Văn Chương (1982). Ông được biết đến qua các cuốn tiểu thuyết Cien años de soledad ('Trăm Năm Cô Đơn', 1967), Crónica de una muerte anunciada ('Bút Ký Về Một Cái Chết Được Báo Trước', 1981) và El amor en los tiempos del cólera ('Tình Yêu Trong Thời Dịch Tả', 1985). Văn chương của ông gắn bó với khuynh hướng hiện thực ảo. Truyện ngắn dưới đây, La mujer que llegaba a las seis, ra mắt độc giả vào năm 1950.

Cánh cửa bật mở. Vào giờ này trong tiệm ăn của José không có lấy một bóng người. Đồng hồ vừa đổ sáu tiếng, và ông biết là đến sáu giờ rưỡi những người khách quen của mình mới bắt đầu lục tục đến. Thực khách của ông đúng giờ và điều độ đến nỗi khi đồng hồ vừa đổ đến tiếng thứ sáu là người đàn bà đó đã bước vào, ngày nào cũng như ngày nào vào giờ này, lặng lẽ ngồi xuống trên chiếc ghế có trục xoay cao. Bà rút ra một điếu thuốc ngậm trên môi nhưng không mồi lửa.

- Chào bà hoàng - vừa khi bà ngồi xuống, José đã lên tiếng. Đoạn ông đi về phía cuối quầy rượu, lấy một cái khăn khô, bắt đầu chùi mặt kính.

Cứ mỗi lần có ai vào là José lại làm công việc đó. Ngay cả với người đàn bà mà ông đã tiến đến chỗ gần như thân mật, người chủ quán mập mạp, tóc hung này vẫn trình diễn màn hài kịch thường nhật của một kẻ siêng năng như thế. Từ đầu bên này quầy rượu, ông nói vọng sang:

- Hôm nay bà muốn gì đây? - ông hỏi.

- Điều đầu tiên mà tôi muốn là dạy ông làm người đàn ông lịch lãm.

Bà ngồi ở cuối dãy ghế xoay, hai tay chống lên quầy rượu, miệng vẫn ngậm điếu thuốc chưa mồi lửa. Vừa nói, bà vừa bặm môi lại, cố ý cho José thấy điếu thuốc.

- Tôi không để ý đấy - José nói.

- Ông thì để ý đến cái gì - người đàn bà đáp lại.

Người đàn ông để cái khăn xuống mặt quầy, tiến về phía dãy tủ tăm tối, bụi bặm, hăng hăng mùi gỗ cũ và hắc ín, rồi quay lại với hộp diêm trên tay. Người đàn bà chồm tới ánh lửa bùng lên từ đôi bàn tay lông lá, cục mịch của người đàn ông. José thấy rõ mái tóc dày của người đàn bà xức đầy dầu bóng loại rẻ tiền. Ông nhìn đôi vai trần của bà nổi bật trên cái áo hoa lòe loẹt. Ông thấy cả bộ ngực về chiều của bà lộ ra, khi bà ngẩng đầu lên, lúc này trên môi đã lập lòe ánh lửa ở đầu điếu thuốc.

- Bà hoàng ơi, hôm nay bà đẹp lắm - José thốt lên.

- Thôi dẹp cái giọng điệu ngớ ngẩn đó đi ông - bà gạt đi - Đừng tưởng nói vậy thì tôi sẽ trả tiền ăn cho ông đấy nhé.

- Tôi đâu có ý đó, bà hoàng! -José cãi lại- Tôi đánh cuộc là hôm nay bữa ăn trưa làm bà khó ở chứ gì.

Người đàn bà nuốt vào ngụm khói dày đặc đầu tiên, khoanh tay lại, nhưng hai khuỷu tay vẫn tì vào quầy. Bà ngồi ngó mông ra đường phố, xuyên qua làn kính dày của tiệm ăn. Bà có vẻ buồn buồn. Một nỗi buồn mệt mỏi và chán chường.

- Tôi làm cho bà một đĩa bít-tết thật ngon nhé - José gạ.

- Tôi vẫn chưa có tiền đâu đấy - bà nói.

- Cả ba tháng nay bà vẫn chưa có tiền mà lần nào tôi cũng dọn cho bà một món ngon - José bảo.

- Hôm nay khác - bà đáp lại với giọng điềm đạm, mắt vẫn nhìn ra ngoài đường.

- Ngày nào thì cũng như ngày nấy thôi - José lầu bầu - Ngày nào vào lúc sáu giờ thì bà cũng bước vào và bảo đói bụng lắm rồi, rồi tôi lại dọn một món ngon cho bà. Duy lần này thì khác, hôm nay bà không kêu đói mà lại bảo rằng đây là một ngày không giống ngày nào.

- Đúng như vậy - người đàn bà xác nhận. Bà quay lại nhìn người đàn ông đang đứng ở đầu quầy bên kia, ngắm nghía cái tủ lạnh. Bà nhìn ông trong vài giây rồi ngó lên cái đồng hồ phía trên tủ. Sáu giờ ba phút. "Đúng vậy đó, José, hôm nay là một ngày khác thường", bà lặp lại, thở khói ra và tiếp tục nói, nhát gừng nhưng sôi nổi: "Hôm nay tôi không đến vào lúc sáu giờ, vì vậy mà mới khác, ông thấy chưa."

Người đàn ông nhìn đồng hồ.

- Cái đồng hồ này chậm một phút thôi thì cứ đem đầu tôi ra mà chặt - ông quả quyết.

- Không phải vậy đâu, José. Chiều nay tôi không đến lúc sáu giờ - người đàn bà nói giọng chắc nịch - Lúc tôi đến là mới sáu giờ kém mười lăm thôi.

- Bà hoàng ơi, đồng hồ vừa mới đổ sáu tiếng đây mà -José cải chính. Lúc bà bước vào là nó vừa gõ xong tiếng chót đấy.

- Nãy giờ tôi đã ngồi đây được mười lăm phút rồi - bà khẳng định.

José đi về phía người đàn bà đang ngồi. Ông kề gương mặt to tướng và đỏ ửng của mình vào gần bà, lấy ngón tay trỏ vạch mí mắt lên.

- Bà thổi vào đây giùm tôi - ông dí dỏm bảo.

Người đàn bà né đầu ra phía sau, dáng vẻ nghiêm nghị, chán chường, nhưng mềm mỏng. Bà trông đẹp hơn với nỗi buồn và cơn mệt mỏi bao phủ.

- Ông đừng có vớ vẩn nữa được không, José. Ông biết là hơn sáu tháng nay tôi không còn uống rượu nữa mà.

- Bà đi mà nói chuyện đó với người khác chứ đừng nói với tôi -ông mỉa mai. Tôi cá với bà là hôm nay bà đã nốc một hai lít gì đó rồi.

- Tôi có uống hai ly với một người bạn - bà thú nhận.

- Ra thế! Bây giờ đến lượt tôi giải thích nhé - José nói.

- Ông không cần giải thích giải thiết gì cả - bà gạt đi - Tôi đến đây đã được mười lăm phút rồi.

Người đàn ông nhún vai.

- Cũng được, nếu bà muốn vậy, ừ thì bà đã đến đây mười lăm phút rồi. Nói cho cùng, hơn mười phút hay kém mười phút cũng chẳng quan hệ gì đến ai.

- Quan hệ chứ, José -người đàn bà cãi, duỗi hai tay lên trên mặt kính của cái quầy rượu với dáng điệu buông xuôi. "Không phải là chuyện tôi muốn hay không, mà là tôi đến đây đã được mười lăm phút rồi". Bà quay lại nhìn cái đồng hồ và đính chính: "Ồ, không, đã hai mươi phút rồi mới đúng."

- Cứ cho là thế đi, bà hoàng ơi - người đàn ông nói xuôi xị. Vì một đêm của bà tôi sẵn sàng tặng bà cả một ngày của tôi, để được thấy bà vui!

Tự nãy giờ, José vẫn đi tới đi lui đằng sau quầy, xê dịch đủ thứ, xếp hết món này sang món khác từ chỗ nọ sang chỗ kia. Ông đang diễn cái vai trò muôn thuở của mình.

- Tôi muốn thấy bà vui - ông lặp lại. Thình lình, ông đứng lại một chỗ, xoay về phía người đàn bà.

- Bà có biết là tôi yêu bà lắm không? - ông lắp bắp.

Người đàn bà nhìn ông, lạnh lùng.

- Vậy nữa? Thật là một khám phá mới mẻ, José ạ! Ông tưởng chỉ với một triệu peso là tôi sẽ bằng lòng sống với ông hay sao?

- Bà hoàng ơi, tôi đâu có ý như vậy - José phân trần - Tôi lại đánh cuộc lần nữa là bữa ăn trưa hôm nay đã làm bà khó ở.

- Tôi không nói để ông phải nghĩ ngợi gì - bà cải chính, giọng đã bớt lãnh đạm - Có điều là chẳng người đàn bà nào có thể chịu đựng nổi tướng tá của ông vì một triệu peso đâu.

José đỏ bừng mặt. Ông quay lưng lại, bắt đầu lau chùi những chai rượu trong tủ. Ông nói mà không ngoảnh lại.

- Hôm nay bà khó chịu thật, bà hoàng ạ. Tôi nghĩ tốt hơn hết là bà hãy ăn một miếng bít-tết rồi đi về ngủ đi.

- Tôi không thấy đói - bà nói, giọng bướng bỉnh.

Bà lại nhìn ra ngoài đường, ngắm những bóng người nhạt nhòa qua lại trong thành phố lúc chiều xuống. Trong chốc lát, tiệm ăn bỗng tràn ngập một thoáng im lặng nặng nề. Chỉ có tiếng khua lách tách trong tủ rượu dưới bàn tay của José lẫn vào sự thinh lặng đó. Người đàn bà chợt thôi không nhìn ra ngoài nữa và bắt đầu nói bằng một giọng trầm lắng, dịu dàng và khác hẳn lúc nãy.

- Có thật là ông yêu tôi không, Pepillo*?

- Thật chứ sao lại không - José khô khan đáp.

- Mặc cho những gì tôi đã nói? - bà hỏi lại.

- Bà đã nói gì? - José nói mà không nhìn người đàn bà, giọng vẫn lạt lẽo.

- Chuyện một triệu peso ấy mà - bà trả lời.

- Chuyện đó tôi đã quên rồi - José nói.

- Vậy thì... ông có yêu tôi không? - người đàn bà lại hỏi.

- Có - José đáp gọn lỏn.

Lại im lặng. José tiếp tục đi tới đi lui, mặt vẫn hướng về cái tủ rượu, không ngó đến người đàn bà. Bà thổi ra một làn khói thuốc, tì ngực vào quầy, đoạn vừa thận trọng, vừa tinh nghịch, bà cắn môi lúng búng nói:

- Ngay cả nếu tôi không ngủ với ông sao?

Đến lúc ấy, José mới quay lại nhìn người đàn bà:

- Tôi yêu bà đến nỗi sẽ không bao giờ ngủ với bà.

Đoạn ông bước gần đến bên bà. Ông đứng đối diện với bà, đôi tay vạm vỡ của ông chống lên quầy. Ông nhìn thẳng vào mắt bà và nói:

- Tôi yêu bà đến nỗi mỗi buổi chiều tôi có thể giết bất cứ gã đàn ông nào đi với bà.

Mới đầu người đàn bà tỏ ra bối rối. Đoạn bà nhìn người ông một cách dò xét, nửa thông cảm, nửa châm chọc. Bà im lặng hồi lâu, không biết phải làm gì. Sau cùng, bà phá ra cười thật lớn.

- José, ông ghen phải không? Ngộ quá, đích thị là ông ghen rồi!

José lại đỏ bừng mặt lên với một vẻ rụt rè thật thà lẫn liều lĩnh của một đứa trẻ thình lình bị người lớn biết hết bí mật của mình. Ông cất tiếng:

- Bà hoàng ơi, chiều nay bà không hiểu mô tê gì hết.

Lấy cái khăn lau mồ hôi, ông tiếp:

- Cuộc sống tồi tệ này đã làm bà trở nên thật ngờ nghệch.

Bây giờ thì người đàn bà mới đổi giọng. "Nếu không phải thì thôi", bà nói, đoạn quay lại ngó vào mắt ông bằng một ánh nhìn lấp lánh lạ thường, trong một khoảnh khắc đau khổ lẫn thách thức.

- Vậy thì ông không ghen tuông gì cả.

- Cũng có, trong một ý nghĩa nào đó - José thú nhận - Nhưng không phải theo như bà nghĩ đâu.

Ông vươn cổ cho đỡ mỏi rồi tiếp tục lau chùi, chốc chốc lại lấy khăn thấm mồ hôi dưới cằm.

- Vậy ông ghen kiểu gì? - người đàn bà chất vấn.

- Thật ra tôi yêu bà nhiều đến nỗi tôi không thích bà làm như vậy.

- Như vậy là như thế nào? -bà làm ra vẻ chưa hiểu.

- Là mỗi ngày bà lại cặp kè với một người đàn ông khác nhau - ông đáp.

- Có thật là ông sẽ giết kẻ đó để hắn hết cặp kè với tôi không? -bà vặn lại.

- Không phải là để hắn hết cặp kè với bà - ông giải thích - mà là vì hắn đã dám cặp kè với bà.

- Có gì khác nhau đâu - bà nhận xét.

Cuộc đối thoại đã đi đến chỗ thú vị. Người đàn bà nói bằng một giọng nhỏ nhẹ, dịu dàng, cuốn hút. Bà ngẩng mặt lên, gần ngang tầm với khuôn mặt hồng hào và điềm tĩnh của người đàn ông. Ông đứng bất động, gần như bị thôi miên bởi những ngôn từ ấm áp.

- Tôi nói thật đó - José khẳng định.

- Vậy thì -người đàn bà tiếp lời, đưa tay ra vuốt ve cánh tay thô ráp của người đàn ông, tay kia bà ném mẩu thuốc xuống đất. Vậy thì ông dám giết người sao?

- Đúng vậy - José đáp, giọng nhấn mạnh đầy kịch tính.

Người đàn bà bật cười lên ngặt nghẽo, không che giấu vẻ giễu cợt.

- Kinh khủng thật, José! Kinh khủng thật! - bà vừa nói vừa cười - José mà lại là kẻ sát nhân sao. Nào ai biết được mặt trái của một người phốp pháp và đạo đức giả, người không bao giờ tính tiền ăn của tôi lấy một xu, người mà ngày nào cũng đãi tôi món bít-tết, người lúc nào cũng thích trò chuyện với tôi cho tới khi tôi tìm ra một người đàn ông, mặt trái đó là của một kẻ giết người! Kinh khủng quá, José! Ông làm tôi chết khiếp rồi đây này!

José đứng ngơ ngác. Ông thấy tưng tức. Lúc người đàn bà phá ra cười, ông có cảm giác như mình đang bị lừa dối.

- Bà say mất rồi, bà hoàng ngốc nghếch của tôi ơi - ông nói - Bà về nhà ngủ đi! Đến ăn uống mà bà cũng không màng nữa là...

Lúc này người đàn đã thôi cười, trở lại vẻ nghiêm trang, trầm tư. Bà tựa người vào quầy, nhìn người đàn ông đang lùi ra xa, mở cánh cửa tủ lạnh ra rồi đóng lại mà không lấy món gì trong đó cả. Bà thấy ông đi về phía đầu kia của cái quầy. Bà quan sát ông lau đi lau lại mặt kính đã sáng loáng, như lúc bà vừa đến. Bà cất giọng, dịu dàng và cảm động:

- Ông yêu tôi thật sao, Pepillo? José?

Người đàn ông không quay lại nhìn bà.

- José!

- Bà đi về ngủ đi! - José nhắc lại - Nhớ tắm cho giã rượu trước khi ngủ.

- Ông có đùa không đấy - bà hỏi lại - Tôi có say chút nào đâu.

- Nếu vậy thì bà ác lắm - ông nói.

- Lại đây, tôi có chuyện muốn nói với ông - bà nói như ra lệnh.

Người đàn ông ngập ngừng tiến gần lại, nửa hài lòng, nửa ngờ vực.

- Lại gần chút nữa!

Bây giờ ông đã đứng trước mặt người đàn bà. Bà chồm ra trước, ghì lấy tóc ông thật mạnh, nhưng rõ ràng là với vẻ trìu mến.

- Ông nhắc lại cho tôi nghe điều mà ông nói với tôi lúc đầu đi -bà yêu cầu.

- Điều gì? - José không nhớ ra. Ông cố nhìn bà trong khi vẫn ngoan ngoãn để bà nắm mớ tóc của mình.

- Chuyện ông sẽ giết kẻ nào dám léng phéng với tôi ấy mà - bà nhắc.

- Bà hoàng ơi, tôi sẽ giết kẻ nào dám léng phéng với bà. Thật đấy - José xác quyết.

Bà buông tóc ông ra.

- Vậy thì ông có bảo vệ tôi nếu tôi giết hắn ta không? - bà vừa hỏi vừa ngả ngớn đẩy mạnh cái đầu to tướng của ông ra.

Người đàn ông chỉ mỉm cười không đáp.

- José, trả lời đi chứ - người đàn bà nói giọng hối thúc - Ông có bảo vệ tôi nếu tôi giết hắn ta không?

- Cái đó cũng còn tùy - ông ngẫm nghĩ - Bà biết là nói thì dễ hơn làm mà.

- Bọn cảnh sát không tin ai bằng tin ông cả - bà nói nịnh.

José cười sung sướng, thỏa mãn. Người đàn lại chồm về phía ông qua mặt quầy.

- Thật đấy, José. Tôi dám cá là ông chưa bao giờ biết nói dối là gì cả - bà tiếp.

- Như vậy thì đã sao? - José không hiểu.

- Như vậy là rất hay - người đàn bà giải thích - Cảnh sát biết ông rất rõ nên họ sẽ tin bất cứ điều gì mà không hỏi ông đến hai lần.

José gõ gõ vào mặt kính, nhìn người đàn bà, không biết nói gì. Bà lại quay nhìn ra đường, rồi nhìn đồng hồ và đột ngột đổi giọng, tuồng như muốn kết thúc cuộc đối thoại trước khi những thực khách đầu tiên đến.

- Vì tôi, ông có thể nói dối được không, José? - bà khẩn khoản. Nói chuyện nghiêm chỉnh đấy.

José quay ngoắt lại nhìn người đàn bà, nhìn thật soi mói, như thể có một ý tưởng nào to tát vừa ào đến trong đầu của ông. Ý tưởng đó lọt vào tai ông, xoay tít trong khoảnh khắc, mập mờ, khó hiểu, rồi bay ra bên tai kia, để lại một dấu vết kinh hoàng, nóng bỏng.

- Bà đã dính líu vào chuyện gì vậy? - José run run hỏi.

Ông rướn người ra phía trước, hai tay khoanh lại trên mặt kính quầy. Người đàn bà có thể ngửi thấy hơi thở nặng mùi của ông, nghe hào hển, khó nhọc vì ông đang áp sát bụng vào quầy.

- Bà hoàng ơi! Vậy là nghiêm trọng mất rồi. Bà đã dính líu vào chuyện gì vậy? - ông lặp lại.

Người đàn bà ngoảnh mặt đi chỗ khác.

- Chẳng dính líu vào chuyện gì cả - bà đáp xuôi xị - Tôi chỉ nói cho vui vậy thôi.

Đoạn bà quay lại nhìn ông.

- Ông có biết là ông không cần giết chóc ai cả không?

- Chưa bao giờ tôi nghĩ đến chuyện giết ai cả - José đáp, đầu óc rối bời.

- Tất nhiên là không rồi, ông bạn già ơi! - người đàn bà tiếp lời - Ý tôi muốn nói là chẳng có ma nào ngủ nghê gì với tôi cả.

- Vậy sao? - José nhẹ nhõm nói - Bây giờ bà mới ăn nói mạch lạc một chút đấy. Lúc nào tôi cũng nghĩ bà đâu cần gì phải sống như vậy. Tôi hứa với bà là nếu bà từ bỏ lối sống đó thì ngày nào tôi cũng sẽ thết bà miếng bít-tết to nhất mà không tính toán gì với bà cả.

- Cám ơn ông, José - bà cảm động đáp - Nhưng không phải vậy đâu. Chả là vì tôi không thể nào ngủ với ai nữa cả.

- Bà lại làm rắc rối sự việc ra rồi đấy.

Người đàn bà bắt đầu tỏ ra mất kiên nhẫn.

- Tôi không gây rắc rối gì cả - bà cãi.

Bà duỗi người ra trên cái ghế. José có thể thấy bộ ngực lép kẹp, ủ rũ của bà dưới lần nịt vú.

- Ngày mai tôi đi rồi, và tôi hứa sẽ không bao giờ trở lại làm phiền ông nữa. Tôi hứa với ông là sẽ không bao giờ ngủ với ai nữa cả.

- Thế thì chuyện tầm phào đó ở đâu ra vậy? - José vẫn chưa hiểu.

- Tôi đã giải quyết xong rồi - bà đáp - Tôi cũng vừa chợt nhận ra rằng đó chỉ là chuyện đáng xấu hổ.

José lại vớ cái khăn và lau chỗ kính gần người đàn bà. Ông nói mà không nhìn bà:

- Thì đã hẳn chuyện bà làm là đáng xấu hổ. Lẽ ra bà đã phải biết vậy từ lâu rồi mới phải.

- Tôi đã biết vậy từ lâu - bà thú nhận - Nhưng gần đây tôi mới thật sự tin chắc là như thế. Tôi kinh tởm lũ đàn ông.

José cười mỉm. Ông ngẩng đầu lên nhìn bà, miệng vẫn giữ nụ cười, lần này ông nhìn bà thật chăm chú: bà tiếp tục nói, bối rối, hai vai rướn cao, người đu đưa trên cái ghế, vẻ ảo não hiện rõ trên gương mặt rám vàng với lớp bụi mỏng của một mùa thu trở về quá sớm.

- Ông không nghĩ là người ta nên để yên cho một người đàn bà đã giết một tên đàn ông bởi vì sau khi đã chung đụng với hắn, bà ta ghê tởm hắn và tất cả những tên đàn ông đã từng chung đụng với mình sao?

- Làm gì phải đến tình trạng đó chứ - José xúc động nói, giọng xen lẫn chút ái ngại.

- Và nếu người đàn bà nói với tên đàn ông đó rằng bà ta thấy ghê tởm mỗi lần nhìn hắn đang mặc quần áo vào, tại sao bà ta lại nhớ đến chuyện phải ngủ với hắn suốt buổi chiều, và sau đó chẳng có thứ xà-phòng hay loại giẻ nào có thể tẩy hết đi mùi hôi của hắn?

- Tất nhiên là có chuyện đó, bà hoàng ạ - José tán đồng, giọng bây giờ có phần hững hờ, tay vẫn tiếp tục lau chùi - Nhưng đâu có cần phải giết hắn ta. Cứ để cho hắn ta ra đi là đủ rồi.

Nhưng người đàn bà vẫn thao thao nói tiếp, giọng càng lúc càng sôi nổi, bất cần.

- Còn nếu khi người đàn bà đã bảo là mình ghê tởm hắn mà hắn lại thôi không mặc đồ vào nữa và còn chạy lại để ôm hôn bà ta nữa?

- Chuyện đó chẳng có người đàn ông đàng hoàng nào làm đâu -José bình phẩm.

- Nhưng nếu hắn lại làm thế thì sao? - người đàn bà vặn lại, khắc khoải- Nếu hắn không phải là kẻ đàng hoàng mà cứ tiếp tục như thế, và người đàn bà đã ghê tởm hắn đến chết khiếp đi được, không còn cách nào khác để chấm dứt mọi sự ngoài cách cầm dao đâm cho hắn một nhát thì sao?

- Vậy thì dã man quá - José nói - Cũng may là không có tên đàn ông nào lại làm cái chuyện như bà kể.

- Nếu hắn làm như vậy thật thì ông tính sao? - người đàn bà trở nên giận dữ - Cứ cho là hắn làm như vậy đi…

- Dù sao đi nữa thì cũng đâu đến nỗi nào - José chống chế, vẫn đứng yên một chỗ, tay vẫn tiếp tục lau chùi, nhưng không mấy chú ý đến câu chuyện nữa.

Người đàn bà gõ gõ đốt ngón tay lên mặt kính. Giọng bà trở nên dứt khoát, nhấn nhá.

- José, ông ác lắm! - bà rên rỉ - Ông không chịu hiểu gì cả.

Bà níu mạnh vào tay áo của ông.

- Vậy nhé, ông hãy nói là bà ta không còn cách nào hơn là phải giết hắn nhé.

- Được rồi - José nói giọng hòa hoãn - Mọi việc sẽ y như bà kể.

- Tự vệ như vậy không phải là chính đáng sao? - bà tha thiết nói, giật giật tay áo ông.

José nhìn người đàn bà bằng ánh mắt nồng ấm và thân mật. "Cũng gần như thế…" - ông gật gù, nheo mắt với bà, vừa như thông cảm, vừa như thỏa hiệp và đồng lõa. Người đàn bà, tuy vậy, vẫn giữ vẻ nghiêm trang. Bà buông tay ông ra.

- Ông sẵn sàng nói dối để bênh vực người đàn bà đã làm chuyện đó à?

- Cũng còn tùy - José lửng lơ đáp.

- Tùy cái gì? - bà thắc mắc.

- Tùy người đàn bà đó là ai - ông tiếp tục.

- Giả dụ rằng đó là người đàn bà mà ông rất yêu thương - bà cũng lững lờ - Không phải vì muốn sống với bà ta, phải không? Mà như ông nói là vì ông yêu bà ta lắm.

- Bà hoàng ơi, bà muốn sao cũng được - José chịu thua, giọng buông xuôi xen lẫn bực bội.

Ông lại bước sang chỗ khác. Nãy giờ ông vẫn nhìn chừng đồng hồ. Ông biết rằng sắp sáu giờ rưỡi rồi. Ông biết rằng chỉ còn dăm phút nữa là tiệm ăn sẽ bắt đầu đông người. Có lẽ vì vậy mà ông lại càng ra tay kỳ cọ mặt kính quầy mạnh hơn nữa, mắt nhìn ra đường phố xuyên qua lớp kính cửa sổ. Người đàn bà vẫn ngồi nơi ghế, lặng thinh, như đang tập trung ý nghĩ, thiểu não nhìn từng cử động của người đàn ông. Trông ông thật chẳng khác gì nhìn một cái đèn đang bắt đầu lụi tắt. Đột nhiên, bà lại cất tiếng, giọng lần này nghe vụng về nhưng ngoan ngoãn.

- José!

Ông nhìn bà, vừa nồng nàn vừa buồn bã, như cái nhìn của một con bò đực. Ông nhìn bà không phải để nghe bà nói mà chỉ để thấy bà, để biết bà vẫn còn đó, đang chờ đợi một ánh mắt nào, không phải là ánh mắt chở che hay gần gũi. Chỉ là một ánh mắt nhẹ nhàng, mơn trớn.

- Tôi cho ông biết là mai tôi đi rồi mà ông không nói năng gì cả -bà trách móc.

- Có chứ - José cãi - Bà mới là người không nói là bà sẽ đi đâu thì có.

- Đến một nơi nào đó - bà nói, giọng mơ màng - Nơi nào vắng bóng những tên đàn ông lúc nào cũng đòi ngủ với mình.

José lại cười.

- Bà đi thật sao? - ông hỏi, làm như vừa chợt hiểu ra mọi chuyện, gương mặt ông liên tục thay đổi nhiều biểu cảm khác nhau.

- Tôi đi hay không là tùy ở ông - bà đáp - Nếu ông nói đúng là tôi đến đây lúc mấy giờ, ngày mai tôi sẽ đi và không bao giờ nhắc đến bất cứ chuyện gì nữa. Ông chịu không?

José cười cười, gật gù đồng ý với vẻ quả quyết. Người đàn bà rướn người về phía ông.

- Nếu một ngày kia tôi trở lại, tôi sẽ nổi ghen khi thấy có người đàn bà nào đó đang trò chuyện với ông, vào giờ này và ở ngay cái ghế này.

- Bà mà trở lại đây thì phải có quà cho tôi đấy - José bảo.

- Tôi hứa với ông là sẽ lùng cho ra một con gấu lên dây cót để làm quà cho ông - bà cam kết.

José cười, giơ cái khăn lên giữa hai người và làm điệu bộ như đang chùi một tấm kính vô hình. Người đàn bà cười theo, vừa thân mật, vừa điệu đà. Rồi người đàn ông lại tiến về cuối quầy để tiếp tục lau chùi.

- Gì nữa đây? - ông hỏi mà không nhìn bà.

- Nếu ai hỏi ông tôi đến đây lúc mấy giờ, ông sẽ bảo họ là sáu giờ kém mười lăm, đúng không? - người đàn bà nhắc lại.

- Nói vậy để làm gì? - José hỏi, vẫn không ngoảnh lại và làm ra vẻ như không nghe rõ.

- Để làm gì thì không thành vấn đề - bà đáp - Chỉ cần ông nói vậy là đủ rồi.

José đã thấy người khách đầu tiên bước vào cửa và tiến đến một cái bàn trong góc. Ông nhìn lên đồng hồ. Đúng sáu giờ rưỡi.

- Được rồi, bà hoàng ạ - ông lơ đãng nói - Bà muốn sao cũng được. Bà muốn gì thì tôi lại chẳng làm.

- Thế thì hay lắm - người đàn bà vui vẻ nói - Bây giờ thì ông có thể mang ra cho tôi đĩa bít-tết rồi đó.

Người đàn ông lại gần cái tủ lạnh, lấy ra một đĩa thịt và đặt trên bàn. Đoạn ông mồi lửa trong bếp lò lên.

- Tôi sẽ làm cho bà một miếng bít-tết thật ngon để tiễn bà đi, bà hoàng nhé - ông thẫn thờ nói.

- Pepillo, cám ơn ông nhiều lắm - bà lẩm bẩm.

Bà ngồi tư lự như thể thình lình bị chìm vào một thế giới kỳ dị nào, đầy rẫy những hình thù mờ ảo và lạ lẫm. Bà không nghe thấy, từ đầu quầy bên kia, tiếng miếng thịt tươi rơi tõm vào chảo mỡ đang sôi. Bà cũng không nghe tiếng lách tách khô khan lẫn tiếng xèo xèo lúc José trở qua trở lại miếng thịt trong chảo, không ngửi thấy cái mùi ngọt ngào, thơm tho từ miếng thịt ướp đầy gia vị ngon lành lan tỏa trong một góc tiệm. Bà ngồi yên đó, nghĩ ngợi hồi lâu, mãi sau mới ngước lên, chớp đôi mắt, tựa hồ như mới trở về từ một cái chết trong khoảnh khắc. Lúc đó bà mới nhìn thấy người đàn ông đang lúi húi bên bếp lò, gương mặt bừng sáng bên ngọn lửa đang bốc cao, reo vui trên bếp.

- Pepillo! Ông đang nghĩ gì đó? - bà hỏi vọng sang.

- Tôi đang nghĩ không biết bà có kiếm được con gấu lên dây cót ở đâu chăng - ông đáp.

- Dĩ nhiên là được mà - bà nói, giọng chắc mẩm - Nhưng tôi muốn ông hứa với tôi là ông sẽ làm điều tôi yêu cầu trước khi chúng ta chia tay.

- Bà muốn tôi nói đến lúc nào nữa chứ? - José lên giọng - Bà còn muốn điều gì khác ngoài miếng bít-tết hảo hạng này sao?

- Phải - bà lí nhí đáp.

- Bà còn muốn gì đây? - José sẵng giọng.

- Tôi muốn thêm mười lăm phút nữa.

José ngoái người lại để nhìn lên cái đồng hồ. Đoạn ông xoay sang nhìn người thực khách nãy giờ vẫn ngồi im chờ đợi trong góc tiệm. Cuối cùng, ông nhìn xuống miếng thịt đã vàng ươm trong chảo. Lúc ấy ông mới nặng nề cất tiếng.

- Thật tình là tôi không hiểu nổi bà, bà hoàng của tôi ạ!

- José, ông đừng có giả vờ ngốc nữa - bà dằn từng tiếng - Cứ nhớ là tôi đã ở đây từ lúc năm giờ rưỡi rồi nhé.

Trần C. Trí
chuyển ngữ từ nguyên tác tiếng Tây Ban nha

Chú Thích Của Người Dịch:

* Trong tiếng Tây Ban Nha, tên gọi của một người thường được đổi thành nhiều dạng thân mật khác nhau (formas diminutivas). Trong các tên gọi thân mật của José, những dạng thường dùng nhất là Pepe, Pepito và Pepillo.

sách mỏng nhiều nhân vật
tác giả sống cộng đồng
sách dày ít nhân vật
tác giả sống nội tâm

lhoán

Cảm Thức Thời Gian
Trong Thơ Luân Hoán
NGUYỄN NGỌC NHƯ Ý

1.

Thời gian muôn đời là nỗi ám ảnh, là niềm cảm hứng cho bao tâm hồn thi sĩ. Kể từ khi những nhà tư tưởng của Hy Lạp cổ đại nhận thức về sự trôi chảy của thời gian: "Không ai có thể tắm hai lần trên một dòng sông" (Heraclitus) cho đến các nhà thơ hiện đại cũng từng ngẩn ngơ "từ tôi phút trước sang tôi phút này" (Xuân Diệu), thời gian đã trở thành cảm thức cho trái tim đập những nhịp rộn ràng tha thiết trong tiếng gọi của cõi lòng thi nhân. Vậy thời gian là gì? Theo nhà nghiên cứu Trần Đình Sử, "thời gian trong triết học người ta xem là hình thức tồn tại của vật chất" còn trong tác phẩm văn học, ngoài thời gian vật chất con người còn "cảm nhận thời gian nghệ thuật, thể hiện ý thức sáng tạo của người nghệ sĩ." (Thi pháp học, 1998, NXB Giáo Dục).

Đến với thơ Luân Hoán - một gương mặt thi ca đã trở nên quen thuộc với bạn đọc trong và ngoài nước, cảm thức thời gian được biểu hiện trong muôn vàn sắc thái. Thời gian trở thành cảm xúc được thăng hoa của trái tim người nghệ sĩ kết đọng trong tình đời, tình người như nhận xét của Dương Kiền:

"Thơ anh là những âm thanh tình tự thiết tha và tất cả giá trị của anh là ở điều đó. Vì thế, đôi khi anh bất chấp những xảo thuật của ngôn ngữ để làm tăng vẻ đẹp hình thức, anh chỉ quan tâm tới một điều, nói tiếng nói của con người, tìm thấy nhau trong nhịp điệu của sự sống đầy yêu mến thiết tha".

(Dẫn lại theo Thái Tú Hạp. Những tác phẩm của Luân Hoán trước 1975)

Nhịp điệu của sự sống là bản chất của thời gian miên viễn, đôi khi cũng là tiếng gọi vọng lại của hồn người trong những khoảnh khắc đong đầy cảm xúc. Thời gian đã in bóng và trở thành sự sống, hơi thở trong thơ Luân Hoán với những dáng nét, những biểu hiện, không thể nào quên.

2.

Cảm thức thời gian trong thơ Luân Hoán biểu hiện ở đề tài viết về tình yêu. Bởi tình yêu vừa là sự giao cảm, chiêm nghiệm qua thời gian, vừa là cách thắng vượt thời gian bằng tốc độ cảm xúc qua những cung bậc của tình yêu: nhung nhớ, giận hờn, buồn sầu, hy vọng rồi thất vọng... Những cảm xúc ấy đều được tìm thấy trong thơ tình Luân Hoán. Tình yêu chợt đến như tiếng sét ái tình, khoảnh khắc mà hóa thành vĩnh cửu:

Ta yêu em thật tình cờ
Như tia điện chớp có ngờ được đâu

Đáng yêu biết mấy cái bất ngờ khoảnh khắc mà hiện hữu tình yêu như ánh chớp và cứ thế, men say tình ái hồn nhiên đằm thắm mà dâng đầy "trong sân trường bữa ấy":

Chưa hôn nhau lòng đã vội say mềm
Ta nghiêng ngả giữa bốn bề mộng mị

Lòng e ấp và những điều chưa nói trong buổi ban đầu khi mộng vừa chín. Tình yêu khiến cuộc sống trở nên thơm ngát tỏa hương. Người say tình nhìn đâu cũng thấy bóng hình của khu vườn tình ái:

Hương đời hương dủ dẻ
Hương tóc xanh mười ba
Hương mực hương sách vở
Sực nức hồn thiết tha

Tình yêu hóa tất cả nên thơ. Tình yêu hóa tất cả quê hương thành suối nguồn của dòng thơ. Do vậy, bóng hình người yêu hóa thân vào cảnh vật thân quen đến da diết cõi lòng:

Yêu em yêu dòng sông
Yêu em yêu bờ cát

Em lội qua mấy dòng
Cả dòng thơ bát ngát"

Bóng hình em bảng lảng trong thơ, trong con đường, trong dòng sông, trong tâm thức của hồn anh để tình yêu thắng vượt cả thời gian, trôi theo cảm thức bốn mùa:

Trời nắng tiếp trời mưa
Mùa xuân qua mùa hạ
Quấn bên nhau bốn mùa
Vẫn hoài hoài mới lạ

Thấm đẫm trong trái tim yêu, cảm thức thời gian trong thơ Luân Hoán còn gắn kết chặt chẽ với hình bóng của giai nhân cùng nỗi nhớ:

Sợi trăng buồn xẻ vóc mây
Nhớ nhung chừng đã nghe vừa vóc nhau

(Giấc nhớ)

Hay gần gũi bình dị đến bất ngờ:

Nồi cơm trắng hạt yêu thương
Em nêm chút nhớ thay đường vào canh

(Bên bếp lửa chiều và Lý)

Nỗi nhớ ấy miên man từ sương sớm, buổi trưa nắng dọi, chiều xuống trăng lên cho đến đêm về *"từng đêm hồn mộng nhập về ru em"*.

Chủ thể của nỗi nhớ là nhân vật trữ tình, trái tim thi sĩ đa cảm tinh tế trước những đổi thay của cuộc đời, thiên nhiên tạo vật và lòng người. Khách thể của nỗi nhớ là "em" một hình bóng ẩn hiện vừa thực vừa hư. Em hiện lên trên muôn nẻo đường về, trong hoài nhớ, trong mắt nhìn tâm tưởng và ngự trị nơi trái tim anh. Với anh, em là lẽ sống, là ngọn đèn dẫn lối qua những mê đắm ảo say cõi người. Và thật dễ hiểu trong lời tỏ bày say đắm, nhà thơ thiết tha *"xin cho tôi được ca ngợi em, em đồng ý không? Các bạn đồng ý không?"* (Thơ tình Khắc Minh - Luân Hoán). Bởi em là giai nhân là hình ảnh cái đẹp của tuổi trẻ và tình yêu. Thời gian sóng sánh giữa khoảnh khắc và miên viễn, giữa phút giây và vĩnh hằng. Thời gian làm thắm lại những ký ức, ký niệm và dự phóng tương lai. Hình bóng giai nhân trong thơ Luân Hoán trở thành tâm điểm cho những ám ảnh về thời gian.

Này là những mộng mơ thật nên thơ, đẹp đẽ gắn với hình ảnh em ở tuổi 16 trăng rằm:

Mười sáu tuổi em tập làm thiếu nữ
Vai tóc thề áo lụa trắng bay bay
Quai nón đỏ ngậm hờ vành môi ướt
Vuông khăn thêu kín đáo xếp trong tay
Em đến lớp nắng theo đùa trên áo
Cặp che ngang thơm ngát ngọc lan
Tay giở vở tưởng chừng như đệm nhạc
Hồn thanh xuân em lót xuống từng trang...

(Điều bí ẩn bình thường)

Đọc những dòng thơ trên chúng ta như bất chợt quay về một thời áo trắng của tuổi hoa niên. Hòa cùng với nhạc thơ 3/2/3 là hình tượng thiếu nữ đẹp e ấp, bỡ ngỡ mà tỏa hương thuần khiết tinh khôi:

Em đến lớp nắng theo đùa trên áo
Cặp che ngang thơm ngát ngọc lan

Bức tranh người con gái trong nắng sân trường tỏa hương dịu dàng với màu "áo lụa trắng bay bay", "quai nón đỏ", "vành môi ướt" cùng với âm thanh của những trang vở học trò:

Tay giở vở tưởng chừng như đệm nhạc
Hồn thanh xuân em lót xuống từng trang

Từng trang, từng trang giấy học trò đượm hồn thanh xuân và đầy ắp kỷ niệm làm nên nét riêng của thơ Luân Hoán đẹp, mềm mại uyển chuyển trong ý thức về một quá vãng đầy lưu luyến:

Em từ bụi chuối bước ra
Ánh trăng làm nũng chao qua ống quần
Niềm vui giấu dưới bàn chân
Vỡ theo sợi gió lâng lâng ngậm ngùi

(Trăng đêm nở hoa)

Thoáng ngậm ngùi mà "lâng lâng", những thi ảnh thật lạ, nhiều ám ảnh chứa đựng bao nghịch lý. Như hương thời gian lặng lẽ trở mình trong đêm, như ánh trăng cứ làm duyên theo sợi gió lên ngàn. Những thanh âm màu sắc và hương thơm hô ứng với nhau trong khoảnh khắc tuyệt vời của hồn thi nhân. Người tình sống trong phiêu lãng trong chiều mưa mà gọi mời ý niệm mãi mãi:

Em có biết em vẫn còn trẻ mãi
Bởi vì ta còn mãi mãi yêu em
Nối tay nhau đan từng sợi võng mềm
Ta kính cẩn mời em yêu ngã xuống
Chiều bát ngát mưa ngoài hiên phiêu lãng

(Chiều mưa)

Câu thơ "chiều bát ngát mưa ngoài hiên phiêu lãng" thâu tóm cả không gian lẫn thời gian cả tâm thế của chủ thể trữ tình. Hình bóng em trẻ mãi trong trái tim yêu bởi tình ta là vĩnh viễn. Câu thơ ân cần như một lời tình tự gởi đến thiên thu.

Cảm thức thời gian trong thơ Luân Hoán còn biểu hiện trong nhịp điệu câu thơ. Vì nhịp điệu trong thơ thể hiện bước đi của thời gian của tâm trạng chủ thể trữ tình. Về điều này, Phan Ni Tấn đã từng có những nhận định nhịp điệu trong thơ Luân Hoán:

"Tôi rất thích cái nhạc điệu trong thơ Luân Hoán. Không riêng gì lục bát mà các thể loại khác anh cũng chứng tỏ cái khả năng tượng hình phong phú không những về vật thể mà còn về âm thanh. Sự giàu âm trong ngôn ngữ thơ và dấu giọng đã là yếu tố chứa đựng âm nhạc rồi."

(dẫn lại theo Việt Hải. Nghĩ sao viết vậy, "Tán gẫu về Luân Hoán")

Ở đây, cần có sự phân biệt giữa nhịp và điệu. Nhịp có được nhờ vào những chỗ ngừng - ngắt giữa các dòng thơ và trong một dòng thơ tạo thành khúc nhịp tiết tấu ở những khúc đoạn có độ dài tương đương lặp lại. Nhịp thơ được tạo nên giữa những ngắt nhịp của âm tiết, dòng thơ được tạo thành từ những nhịp thơ. Ngược lại, dòng thơ chia thành những nhịp thơ. Điệu có được nhờ sự sắp xếp lặp lại tuần hoàn các âm thanh mạnh-yếu, dài-ngắn, cao-thấp theo những khuôn thước nhất định. Sự bài trí và hòa phối giữa các nhịp khác nhau (chẵn-lẻ, bằng-trắc, bổng-trầm) theo một thể thơ sẽ tạo nên cấu trúc nhịp điệu của dòng thơ và khổ thơ.

Thưởng thức những câu thơ của Luân Hoán, chẳng hạn:

Em về giữa phố mưa bay
Nghiêng vai lả ngọn tóc lay lắt buồn

(Mưa xuân)

ta đã thấy nhịp thơ mang âm hưởng ca dao trong thể thơ lục bát những như những lời ru. Mà không chỉ thơ lục bát cả thể thơ ngũ ngôn hay thơ 7, 8 chữ, ông đều có khả năng chuyển tải nhịp điệu tâm hồn thành nhịp điệu thơ ca với tài năng sáng tạo của riêng mình:

Mười sáu tuổi em tập làm thiếu nữ
Vai tóc thề áo lụa trắng bay bay

Tứ thơ ấy vẫn mang sắc điệu trẻ trung khi hơn 20 năm sau nhà thơ Nguyễn Phan Hách cũng cùng chung một cảm xúc vỡ òa:

Tuổi mười lăm em lớn từng ngày
Một buổi sáng bỗng thành thiếu nữ
Hôm ấy mùa thu anh vẫn nhớ
Hoa sữa thơm ngây ngất bên hồ"

(Hoa sữa)

"Em" đứng riêng một nhịp "tập làm thiếu nữ" e ấp trong cảm xúc bâng khuâng lưu luyến với bước đi nhẹ nhàng của thời gian. Và cứ thế, cảm thức về sự trôi chảy, biến chuyển của tâm trạng gợi mở của hồn người. Mạch thơ cứ trôi chảy trong mạch vận động của thời gian *"em đến lớp nắng trêu đùa trên áo"* đến *" tay giở vở tưởng chừng như đệm nhạc"* cũng chính là nhịp đập trong trái tim yêu của người nghệ sĩ.

Cảm thức thời gian trong thơ Luân Hoán luôn xuyên suốt trở đi trở lại trong nhiều bài thơ của ông với nhiều mức độ khác nhau. Nó trở thành một trong những dòng mạch ngầm chảy trong thơ mà mỗi chúng ta theo mỗi góc nhìn sẽ tiếp cận để đi vào cõi tịnh - cõi thơ Luân Hoán thấm đẫm tình yêu con người và cuộc sống.

Nguyễn Ngọc Như Ý
2021, Quảng Ngãi

Hồi Sinh Cơn Hôn Mê

BAN MAI

(Viết tặng những người bạn Văn đàn anh của tôi.)

> *thường có những giấc mơ*
> *gặp gỡ bạn bè*
> *những người bạn ra đi đã nhiều năm*
> *nay kéo về*
> *nói cười ấm áp*
> *tôi rất vui*
> *rất vui trong từng đêm như thế*
> *để lúc tỉnh ra*
> *ngồi một mình trong bóng tối*
> *quạnh hiu.*

(Lữ Quỳnh)

Mùa hạ, khi những cơn gió Lào khô rốc từ Vịnh Bengan thổi vào dãy Trường Sơn đem hơi nóng ngùn ngụt lửa phả vào mặt, đó là lúc các tin buồn tới tấp bay về bên tôi. Từng người, từng người bạn thay nhau giã từ cuộc chơi. Cái nóng hực lửa bên ngoài, và cái nóng trong lòng tôi ngày một dâng cao.

Mới tuần trước thôi, anh Nguyễn Xuân Hoàng vẫn còn email trả lời, anh nói bài viết này anh thích quá cho anh post trên VOA đi, tôi còn đùa anh mệt như vậy mà vẫn còn làm việc sao, tùy anh thôi. Em sẽ gửi các bài tùy bút ngắn anh đọc hàng ngày cho vui.

Đó là thời gian sau này khi biết bệnh tình anh đến giai đoạn cuối, anh đau đớn với cơn bệnh ung thư chống chọi hàng giờ, tôi không còn email hỏi thăm sức khỏe nữa. Vô ích. Đừng đụng đến vấn đề này, hãy viết những cái gì nhẹ nhàng cho anh đọc, anh vui.

Nhiều hôm sau khi hóa trị về, chắc là đau đớn lắm, không kiềm hãm nổi anh viết, anh chỉ muốn chết thôi, bây giờ ước mơ lớn nhất của anh là được chết.

Tôi biết, một người đàn ông can trường như anh mà thốt lời như vậy là đã quá giới hạn chịu đựng của con người, anh đang chống chọi với nỗi đau kinh hoàng. Bắt đầu hôm đó, tuần nào tôi cũng gửi cho anh vài câu chuyện vui, vài dòng tùy bút, không nói đến chuyện tử sinh. Tôi biết, anh muốn quên cơn đau trong những khoảng thời gian cơn bệnh không hoành hành.

Tôi xem anh như một người anh lớn, bắt đầu từ ngày Cổ Ngư giới thiệu tôi đăng bài trên trang web Tạp chí Văn của anh. Lúc đó Tạp chí Văn có trang chuyên đề TCS do chị Lệ phụ trách, bạn tôi rủ rê viết bài cho vui.

Nguyễn Xuân Hoàng với tiểu thuyết "Khu rừng hực lửa" đăng nhiều kỳ trên Tạp chí Văn trước 75, những cuốn tạp chí trong tủ sách gia đình khi lớn lên tôi đã đọc. Tôi không ngờ có ngày mình lại quen biết với người chủ biên Tạp chí Văn này.

Anh nhiều lần gửi các tập Tạp chí Văn về cho tôi nhưng lần nào cũng "thất lạc". Mấy năm trước, anh đề nghị tôi cho anh post bài trên VOA Tiếng Việt, trang blog văn học nghệ thuật của anh. Tôi cộng tác với trang nhà của anh từ đó. Tôi tin một giáo sư am tường Triết học, một nhà văn dày dạn kinh nghiệm như anh, chắc chắn hiểu rõ lẽ vô thường, và anh đã dọn sẵn cho mình những giây phút cuối thanh thản nhẹ nhàng. Trong "Bất cứ lúc nào bất cứ ở đâu" anh đã từng viết: Đừng sợ. Sống thì khó chứ chết thì ai mà chẳng có phần.

Hôm qua, tôi điện thoại thăm cô Chi nhân ngày giỗ thầy Nguyễn Mộng Giác, nghe giọng nói của tôi cô Chi mừng tủi, cô bật khóc rồi cố kìm nén, cô nói, cô mừng lắm, nghe giọng em cô mừng lắm. Thắp giúp em một nén nhang trên bàn thờ thầy nha cô. Năm nay cô mãn tang, bạn bè của thầy về đông lắm em, cô làm giỗ thầy hôm chủ nhật rồi, không phải hôm nay, vì ở Mỹ người ta làm gì cũng chờ đến chủ nhật, ngày thường họ đi làm hết. Giỗ thầy cũng vậy đó em.

Cô thông báo ông Tạ Chí Đại Trường bạn thầy cũng đang nguy kịch, ông ấy ở một mình không có gia đình, cô vào thăm luôn, mấy hôm trước cô thấy ông ấy không còn tỉnh nữa, đã mê sảng rồi. Ông

Nguyễn Xuân Hoàng thì cũng đang chống chọi ở giai đoạn cuối, chị Vy vợ ông cũng đau nặng chạy thận vô ra nhà thương hàng ngày. Anh Đinh Cường, Lữ Quỳnh sức khỏe cũng đang có vấn đề, nghe nói đang dò tìm các mạch máu trên não, không biết ác tính hay lành tính đây.

Những tin tức này tôi đã biết, nhưng nghe cô nói tôi vẫn nao lòng, cuộc đời thật quá phù du cô ơi, ai rồi cũng đến ngày đó mà, em rồi cũng vậy thôi.

*

Tôi vẫn còn nhớ ngày anh Cao Xuân Huy bệnh nặng, nhà văn Trần Vũ báo tin, lúc ấy tôi thường gửi bài trên tạp chí Văn học, Hợp Lưu nên thân với các anh. Tôi điện thoại cho Cao Xuân Huy xin phép anh làm chuyên đề trên Vanchuongviet, nhưng chưa kịp thực hiện anh đã mệnh chung, ngày đó tôi ân hận hoài. Rồi đến cái chết của nhà thơ Chu Trầm Nguyên Minh, người mà tôi chưa kịp nói lời cảm ơn, chưa kịp viết bài cho cuốn thơ "Lời tình buồn" với những ca từ mà thế hệ tôi ai cũng thuộc:

Anh đi rồi còn ai vuốt tóc/Lời tình thơm sách vở học trò/Đêm xuống rồi em buồn không hở/Trời xa mù tầm tay với âu lo… tập thơ anh gửi tặng khi anh còn sống.

*

Hai tuần trước, anh Nguyên Minh email mời gọi tôi viết chuyên đề về Lữ Quỳnh trên tạp chí Quán Văn, tôi nhận lời nhưng đến bây giờ vẫn còn loay hoay. Bao lần viết, rồi bao lần xóa.

Với tôi, nhà văn Lữ Quỳnh như một người anh trai mà tôi trân quý.

Tôi quen anh cũng thật tình cờ.

Một ngày mùa hè mấy năm về trước, tôi bắt gặp bài viết của nhà thơ Du Tử Lê giới thiệu tập truyện "Những cơn mưa mùa đông" của Lữ Quỳnh do nhà xuất bản của Trần Hoài Thư ấn hành. Tôi email cho Trần Hoài Thư và Lữ Quỳnh hỏi thăm về tập sách, thời gian này tôi đang làm đề tài nghiên cứu khoa học về dòng Văn chương hải ngoại.

Ngay lập tức tôi nhận được phản hồi, và một tháng sau tôi nhận sách của anh từ một người bạn đem về nước. Anh nói, sách bên này gửi qua bưu điện thường thất lạc.

Khi biết tôi là tác giả tập sách "Trịnh Công Sơn vết chân dã tràng" anh rất vui.

Mấy ngày sau, Lữ Quỳnh email hỏi tôi tập sách TCS ở Việt Nam ra sao rồi, báo chí dòng chính mấy năm trước đánh tơi bời em có ảnh hưởng gì không? Sách có được tái bản không? Tôi nói em vẫn bình thường, sách bán hết rồi, người tìm mua không có. Sau khi báo chí đưa tin, Cục Xuất Bản đã yêu cầu lần sau tái bản phải chỉnh sửa lại phần "TCS và Chiến tranh Việt Nam" nên có lẽ em sẽ không tái bản lúc này vì em muốn giữ nguyên quan điểm của mình.

Thật bất ngờ, khi tôi nghe anh nói anh sẽ gọi điện thoại cho NXB Văn Mới tại Cali, giúp tôi xuất bản sách tại Mỹ. "Anh thấy sách của em in ở Việt Nam có bày bán bên này. TCS là bạn của anh, và anh muốn những cuốn sách nghiêm túc viết về bạn của mình được phổ biến rộng rãi cho người Việt đọc". Năm 2010, chỉ trong vòng 4 tháng tập sách đã tái bản ở Mỹ, một điều mà tôi không dám nghĩ đến. Với tôi, đó là một ân tình tôi không bao giờ quên.

Lần đầu tiên gặp anh ở Huế, nhân dịp khai mạc phòng tranh họa sĩ Đinh Cường tại Nguyễn Trường Tộ ngôi nhà ngày xưa của Trịnh Công Sơn, anh từ tốn, chân tình và rất chu đáo. Tôi thật may mắn có được những người bạn như các anh, những người bạn lớn hơn tôi mấy thế hệ mà tôi kính trọng, bên họ tôi luôn có cảm giác an toàn, ấm áp.

*

Với họa sĩ Đinh Cường lại là một cơ duyên khi tôi tái bản tập sách TCS ở Mỹ, anh Lữ Quỳnh kết nối tôi liên lạc anh Đinh Cường, anh đã tặng tôi nhiều hình ảnh về TCS trong phần phụ lục, anh nói TCS là bạn của anh, tôi viết về TCS nên xem tôi như bạn. Và anh mời tôi tham dự triển lãm phòng tranh khi anh về Việt Nam tổ chức bày tranh ở Đà Lạt vào năm 2011. Ngày đó có anh Bửu Ý ở Huế bay vào, anh chị Lữ Kiều, anh chị Nguyên Minh chủ biên Quán Văn, anh chị Trương Văn Dân từ Sài Gòn lên… và nhiều bạn bè của anh. Đó là một ngày thật vui, anh Đinh Cường hiền lành, ít nói, trong các cuộc đàm luận anh thường ngồi lắng nghe và thỉnh thoảng mỉm cười, sau chuyến đi anh tặng tôi bức tranh vẽ cảnh Đà Lạt với hồ Xuân Hương sắc xanh thăm thẳm.

Lần gặp sau là năm 2013 tại triển lãm phòng tranh ở Huế, lần đó có chị Siphani từ Paris về dự, chị là bạn của TCS và các anh thời tuổi trẻ. Với "bữa cơm vắt muối vừng" ngon tuyệt nhà anh Bửu Ý đãi. Đó là những ngày Huế mưa rả rích, lạnh nhưng ấm tình bạn bè. Rồi anh Đinh Cường hẹn sẽ về triển lãm tranh vào tháng 2.2016 tại Đà Nẵng, nhưng anh đã ra đi bất ngờ trước đó một tháng. Cái chết của anh gây nỗi buồn lớn, thương tiếc cho những người bạn của anh, và các anh chị trong tập san Quán Văn ở Việt Nam. Một thế hệ vàng tài hoa rồi cũng lần lượt ra đi, đó là một thế hệ tài giỏi nhưng vô cùng khiêm cung, và luôn cầu thị. Tôi e rằng nền văn học nghệ thuật Việt Nam sau này khó tìm được những thế hệ vàng như vậy.

*

Nhưng có lẽ gây thảng thốt nhất là cái chết bất ngờ của nhà văn Phùng Nguyễn khi còn khỏe mạnh, anh trong BBT trang web damau, chủ một blog trên Voatiengviet. Mấy ngày trước tôi còn nhận email của anh mời viết bài trên blog của anh, anh em còn đang trao đổi, vài hôm sau nghe tin nhà văn Phùng Nguyễn đột tử tôi choáng. Tôi còn nợ anh một bài chưa viết, dù anh hào phóng gửi nhuận bút trước cho tôi khi nhà thơ Lê Bi về nước trao một tháng trước ngày anh mất.

*

16 năm qua, tôi may mắn học hỏi được nhiều điều ở các nhà văn tài giỏi của những tờ báo uy tín mà tôi cộng tác, họ cho tôi cảm giác tôn trọng, sự nhiệt tình trách nhiệm trong công việc.

Giờ đây, các anh đều đã đi xa, và sẽ lần lượt từng người một, thời gian không chừa một ai, một thế hệ vàng từ từ biến mất, nhưng tác phẩm của họ sẽ còn lại với thời gian.

Càng lớn, tôi càng thấy tình bạn quý giá vô cùng, tìm một người bạn chơi được đã khó, kiếm được người hiểu mình càng khó hơn.

Có lẽ những người làm nghệ thuật, là những người thường cô đơn nhất, mặc dù bạn bè của họ lúc nào cũng vây quanh.

Trong tập thơ "Sinh nhật của một người không còn trẻ" anh Lữ Quỳnh từng viết:

Những ngọn nến thắp
Là hồi ức buồn...

...

Một ly mình. Và một ly không
Quán hoa giấy chiều nay lãng đãng
Uống ngụm nắng tàn trong chiếc ly không

Chiếc ly không là một chỗ ngồi trống vắng, là bóng dáng của một người bạn đã đi xa.

Bây giờ tôi mới hiểu vì sao ngày xưa, Trịnh Công Sơn đã viết tình bạn quý hơn tình yêu: "May thay trong đời vừa có tình yêu vừa có tình bạn. Tình bạn thường có khuôn mặt thật hơn tình yêu. Sự bội bạc trong tình bạn cũng có, nhưng không nhiều. Tôi thấy tình bạn quý hơn tình yêu vì tình bạn có khả năng làm hồi sinh một cơn hôn mê và làm phục sinh một cuộc đời tưởng rằng không còn tái tạo được nữa."

Tôi biết, những người bạn thế hệ các anh đã từng sống như vậy. Và tôi cũng tin "một tình bạn quý có khả năng làm hồi sinh một cơn hôn mê và làm phục sinh một cuộc đời tưởng rằng không còn tái tạo được".

Ban Mai
Quy Nhơn, 5/7/2014, hiệu đính lại 4.2021

(*) Bài viết cách đây 7 năm, giờ nhiều anh không còn nữa, tưởng niệm những người anh lớn, các bậc trưởng bối của tôi.

nằm đọc mươi trang sách
khác hẳn xem tivi
bên tĩnh, chuyển sang động
bên động, tĩnh bớt đi

lhoán.

Trăng Thơm

TRẦN THỊ NGUYỆT MAI

(Gửi chị Khánh Minh)

Ai nói gì qua lá
Mà khuya đầy trăng thơm
(trăng gần trăng xa - thơ nt khánh minh)

Lá thở từ muôn kiếp
Đếm sao trời ngàn năm
Cho đêm hoài thơm trăng

Trăng thơm trong giấc ngủ
Cứ như gần như xa
Em bềnh bồng mộng ảo

Đẹp tuyệt vời là đêm
Trăng óng ả ướp mật
Như câu chuyện thần tiên

Và ước mơ bình yên
Người thương người vô biên
Thôi chiến tranh, muộn phiền

Đêm thơm cùng với trăng
Nguyện cầu cho thế giới
Vằng vặc một tâm rằm... ∎

Trang Thơ
PHẠM CAO HOÀNG

Âm Vang Ảo Ảnh

Tôi đùa với bóng tôi
Trong chiều nghiêng nắng quái
Tôi nhại lại tiếng mình
Vang vọng ngày hấp hối
Chập choạng giữa u minh
Quyện hình sương bóng khói
Dưới vực thẳm chênh vênh
Nghe tiếng mình chới với
Thấy bóng mình lênh đênh.

Rồi Một Hôm Chim Bay Về Núi Cũ

rồi một hôm chim bay về núi cũ
đậu trên triền vách đá cheo leo
nhìn xuống dưới: một trần gian khốn khổ
chìm trong cơn đại dịch tiêu điều

nhìn xuống dưới: những con đường vắng ngắt
những căn nhà cửa đóng then cài
những tiếng thở dài trong đêm bão rớt
những phận người không biết được ngày mai

và đâu đó có tiếng ai than khóc
những cuộc chia tay không kịp giã từ
những nấm mồ mọc lên vội vã
những phận người như lá mùa thu

rồi một hôm chim bay về núi cũ
đậu trên triền vách đá cheo leo
nhìn xuống dưới thì thầm cầu nguyện
từ nơi xa vọng lại tiếng chuông chiều ∎

Virginia, tháng 9.2021

Có Một Loài Hoa
TRẦN ĐÌNH SƠN CƯỚC

Có một loài hoa
Rất lạ
Hoa không sắc
Hoa không hương

Hoa nở về đêm
Hoa nở đầu ngày
Nở trên trang giấy
Nở từ lòng YÊU THƯƠNG

Đóa hoa bình thường
Gọi tên
Mà không hiện thực
Không sắc
Mà
Đặc sắc
Không hương
Mà
Ngát hương

Có phải
Cây VÔ THƯỜNG
Nở
HOA TRẦM TƯỞNG [1]

(Chicago 9/21)

(1): Thi phẩm của nhà thơ CAO THU CÚC vừa mới được nhà xuất bản NHÂN ẢNH
in và phát hành đầu năm 2021.

Sài Gòn Việt Nam Các Tháng 7, 8 - 2021
TRẦN VẤN LỆ

Chim không nhìn thấy người, chúng buồn không xuống đậu. Lề đường không có dấu chân dép giày sau mưa...

Những nhành cây lưa thưa / có lẽ mưa xếp lá. Không con chim nào cả. Thành phố đã vắng hoe!

Không phải chỉ hôm nay / mà nhiều hôm, bữa trước. Dịch đuổi người đi núp / chắc phía sau, trong nhà?

Không cách nào nghĩ ra / để thành phố vui lại. Không lẽ như vầy mãi? Áy náy lắm lòng người!

Sài Gòn thành phố tôi. Thành phố của anh chị. Khi không nó ngã quy... sau dịch cúm Bắc Giang!

Nhiều bịch vải thiều vàng / người ta ném thùng rác, muốn dịch trở lại Bắc không thì cũng được chôn!

Hai tháng dài, Sài Gòn, chim buồn không hạ cánh. Mưa nhiều khi rất lạnh những vệ đường trống trơn...

Thành phố người lang thang / tự nhiên chừ mất tích! Không ai lòng phản nghịch, Đất Nước... muốn rung rinh!

Thành phố Hồ Chí Minh... linh đình đèn xanh đỏ. Đêm về, những con ngõ / buồn hun hút vô biên... ∎

Mùa Thu Chết
THỤC UYÊN

Từng chiếc lá úa bên đời cỏ mục
Rã rời trong bóng tối dọi âm thầm
Từng chiếc bóng soi bên đời khuất tịch
Vết tàn thu tím ngắt mảng tri âm

Từng cánh gió lao lung ngày biển động
Lăn lóc đời những ngọn gió lưu vong
Lay lắt tím, ngất hương hồn thạch thảo
Vạt nắng chiều xô giạt những bão giông

Em bước tới đời đã mùa hoang phế
Làn tóc buồn bạt cánh, vết thiên di
Đã võ vàng chút dung nhan đó
Trái tim đau, bớt nhịp đập kiêu kỳ

Mây vẫn phiêu bồng miền cố xứ
Nhánh sông gầy, tan tác chảy bốn phương
Thu hoang dại bùng lên sắc tím
Thạch thảo buồn nhuộm nát ánh tà dương. ∎

Áo Mới
LÊ CHIỀU GIANG

Đêm, gần như thức trắng
Lần đầu. Ta
Niệm kinh
Có Phật. Hay
Không Phật?
Lòng ta nhẹ,
như đêm

May một tà áo xám
Kim lượn như cánh chim
Áo không vừa
Cũng bởi
Lòng Trần, vẫn:
y nguyên

Thôi,
ta may áo đỏ
Lúng liếng khoe xuyến vàng
Chờ sang mùa trăng mới
Ta bước
cùng
Nhân duyên.

Cuối đường.
Ta trở lại

Phố cũ?
tan như sương
Nhà xưa?
bay theo gió

Ta núp
Vào...
bóng Chuông. ∎

Dượng Đơn*
CHU VƯƠNG MIỆN

"Dượng Đơn vĩ tiểu vĩ đại hơn Cô Đơn"

Thơ Đầu Điển
Thuộc vào loại cổ lỗ sĩ
Thời cụ Bành Tổ còn "ở chuồng" tắm nước mưa
Như vầy:
"Chỗ bỉ nhân thượng tọa bây chừ
Ngày trước đã có con dã nhơn ngồi rồi
Và sau này bỉ nhân ngỏm cù đeo
Sẽ có hậu duệ của con dã gạo ngồi kế tiếp

oOo

Thơ Cổ Điển
Thời Trung Cổ nhà Đại Đường phổi đường phèn
Có thi nhân 10 xu Trần Tử Ngang
Mần như sau:
Người trước không biết ta là con ma nào
Vì khi ta sanh ra
Các vị tiền bối bạc bối đều đã quy tiên
Khi ta mần thơ thì loạn An Lộc Sơn
Đốt phá Tràng An dân số chết hết một nửa
Không ai ở không để đọc thơ ta
Mà khi ta giở chứng chết đi
Cũng chả có con ma nào biết tới mà khóc "lóc"

oOo

Thơ Túc Điển
Tức thơ Hậu Hiện Đại thời Tiểu Đường Cái
Có nghĩa là các vị đẻ ra cái thời bây giờ
Thời hiện đại "tức là thời hại điện"
Không cần đọc và cũng không cần biết
Những kẻ đã chết làm cái quái gì
"chết cũng ngang như chó chết, hết chuiện"
Ôi dượng đơn
Dượng đơn.

* *chữ của Đồng Môn Đồng Khoai Nguyễn Hoàng Phan văn Băng người xứ Đông Hà.*

Phủi Tâm Rớt Hạt Bụi Trần
PHƯƠNG TẤN

1.
Và trong bụi đất vô minh
Tiếng chuông trầm lụy vọng kinh vô thường

Thương thương. Ghét ghét. Thương thương
Còn đây. Mất đó. Nghe dường rỗng không.

2.
Đừng trông mong. Đừng đợi mong
Lội sông vớt bóng vướng dòng phù vân

Phủi tâm rớt hạt bụi trần
Lấm lem khổ lụy dậy mầm phân ly.

3.
Ô kìa ánh chớp từ bi
Gửi trong vô lượng xanh rì nguyên sơ

Ô kìa tiếng khóc trẻ thơ
Thế gian chìm đắm bên bờ tử sinh.

4.

Tay lần hạt. Lật trang kinh
Sắc không. Không sắc. Giật mình. Mình ư?

Lật trang kinh. Tìm chân như…
Phật ơi, đời loạn! Trầm tư, kiếp người!

5.

Ác ma giả khóc giả cười
Níu chân phiền não giả người thiện tâm

Thiện căn trổ nhụy xanh mầm
Pháp thân tọa giữa chân tâm cõi đời.

6.

Chúng sinh nằm gác vai đời
Tiếng chuông rụng xuống đất trời sầu bi

Ô kìa ánh chớp từ bi
Gửi trong vô lượng xanh rì nguyên sơ.

(Chùa Bà Đen, Tây Ninh 1965.
Chuỗi ngày sống cùng thi sĩ Hoàng Tư Thiện tác giả tập thơ Trăng Khuyết, mất ngày
16-3-2004 tại Đà Nẵng)

Hai Phía Chiều Mưa Nắng

HÙNG NGUYỄN

Chiều qua, xứ nẫu quá tay
Nắng treo dưới gót, chim bay trên đầu
Qua ngồi, qua nhớ hồi lâu
cái phen em bỏ đi đâu mà buồn.

Chiều em, cố thổ mưa nguồn
xuống dăm ba hột đủ chuồn chuồn sa
Em ngồi, em gỡ buồn ra
Thả trôi theo nước mặc qua rù rì.

Chiều qua, say chẳng ra gì
Chưa say phải nắng lại đi say người
Qua ngồi, qua uống lả lơi
Hồn ong phách bướm buồn cười chi đâu.

Chiều em, bông búp trên lầu
Bông tàn dưới trệt, lũ sâu ra hè
Em ngồi, em dứ lăm le
Nhiều duyên ít nợ hằm hè qua chi?

Chiều qua, gãy ngọn thố ty
Lòng sao tầm gửi một đi mấy về
Qua ngồi, qua khóc tỉ tê
Thương nhau sao đứng bên lề đời nhau.

Chiều em, sông cũ mưa mau
Giọt neo giọt chảy nông sâu mặc tình
Em ngồi, em gạt lục bình
Tím đâu không tím chực rình tím... qua. ∎

Cây Điệp Vàng
ĐẶNG HIỀN

Cây điệp vàng hoa trồng góc nhớ
Gió mùa lên nhẹ xót xa chiều
Nghe tiếng sóng ngày anh về lại
Hoàng hôn nào hiu hắt cô liêu
*

Bờ Nôm đó đưa tình đi mãi
Tình càng xa từ buổi xa người
Ta ngồi đếm tháng Mười mấy bận
Mùa dịch lan ngày em đính hôn
*

Đêm giãn cách hát lời điên dại
Hạnh phúc nhiều em nhớ chi anh
Bài sang ngang nín cười đêm lặng
Em lấy chàng vì ảnh giống anh
*

Đến một hôm tiếc cành lan cũ
Dã quỳ mưa sầu vướng không cùng
Thiền quan sương lối về hư ảo
Ta với tình vỡ nhịp trăng sao
*

Cây điệp vàng hoa trồng góc nhớ
Lời kinh đêm nguyện đến cho người
Hạnh phúc em những năm trước mặt
Chuyện của mình chỉ hạt sương tan… ∎

Tháng 10-03-2021

Nằm Nhà Nghĩ Tới Nghĩ Lui

NGUYỄN VĂN GIA

Khi con vi-rút Vũ Hán mất dạy quét qua
Mới sực nhớ lời người xưa đã dạy -
yên ổn hôm nay đừng quên bất trắc ngày mai
Cái thói tùy tiện ngắn dài
chẳng thể nào làm ra thước tấc
Bao sự thật hiển nhiên trở thành trật lất
Và rồi ngu ngơ
không phân biệt được đúng - sai

Bài toán giản đơn
một với một là bao nhiêu
Nghĩ tới nghĩ lui
vẫn chưa tìm ra lời giải
Chú ngựa thồ
vừa nhìn nhúm cỏ phía đằng xa...
Vừa run rẩy sợ
những lằn roi ngược đãi

(Con vi-rút vốn vô ảnh vô hình
như ma quỷ đó thôi
Nó chẳng sợ gì súng đạn gươm đao
và trùng trùng binh mã
Làm sao chống dịch như chống giặc
cho được hả trời!
Lý luận với nó ư?
- Vi-rút chỉ biết há miệng cười
Con vi-rút ghê gớm kia chỉ sợ
nhà bác học lặng lẽ trong phòng thí nghiệm
và thầy thuốc xông pha ở những tuyến đầu)

Cả thế gian như bị lột truồng ra
Khi đại dịch quét qua
Cái chết đến dễ dàng
và miếng ăn như tận cùng đau khổ
Quanh quẩn trong nhà thiệt lâu
không điên đã là quá giỏi

Có thể nào tôi lại không yêu cuộc đời này
Cuộc trần ai tình cờ bày ra
mới hay trên đời còn quá nhiều người tốt
Trời vẫn xanh gió vẫn lành chim vẫn hót
Tôi nhủ mình dẫu thế nào
cũng không được buông tay

"Tiền nhiều để làm gì?" - câu hỏi cà chớn thế mà hay
Có tiền - có rất nhiều tiền gặp trận dịch cũng phải bó tay
Không mua được mạng sống đã đành
Bao thứ tưởng giản đơn
dẫu có tiền cũng không phải muốn gì mua được nấy

Cảm ơn -
phải ngàn lần cảm ơn con vi-rút Vũ Hán mất dạy này
Bao người không có duyên đi tu -
chính con vi-rút đã khiến cái tâm mình tỉnh lại
Bao nhiêu sách vở kể cả tây tàu đã đọc qua
mình vẫn chưa ngộ
Con vi-rút tình cờ dạy mình một điều đã cũ:
- Tất cả là phù du và chẳng có chi vĩnh viễn trên đời này! ∎

Bóng Mẹ

QUẢNG THIỆN (BEN OH)

Thương quá chừng trời đã vào đông
Đàn chim rời tổ mẹ đau lòng
Cây bơ vơ đứng nhìn giá lạnh
Gió rì rào khe khẽ bên sông

Từng đêm dài gối đầu cánh tay
Rồi thời gian chóng vội qua ngày
Nỗi đau nào vẫn còn lưu luyến
Đếm thời gian có được từ đây

Mẹ nhìn con đứng tựa bên thềm
Con nhớ mẹ canh cánh từng đêm
Tìm đâu có lại những ngày đó
Giấc ngủ nào vơi bớt nỗi niềm

Ly biệt rồi đau đáu trong tim
Từng giọt lệ rơi xuống chẳng chìm
Bên con suối hay là dốc núi
Một kiếp người mãi mãi lặng im

Từng đêm dài nghi ngút khói bay
Vai của Mẹ giờ đã hao gầy
Cầu mong sao trời đất bừng sáng
Năm canh dài thương nhớ đong đầy. ■

Điều Einstein Chưa Biết

NHƯ KHÔNG

Trước Công Lý và Thượng Đế
Tất cả mọi người đều đứng hàng ngang
Đen đỏ trắng vàng
Đó là điều tuyệt đối đầu tiên
Mà Einstein đã biết

Khi Thượng Đế vắng mặt
Con người tự thiết kế Công Lý
Đổi hàng ngang thành hàng dọc và quyền ưu tiên
Đã có sự mất quân bình rất không tự nhiên
Giữa hạnh phúc và đau khổ
Giữa đói và no
Giữa sự sống và cả cái chết
Đó có thể là điều tuyệt đối sau cùng
Mà Einstein chưa biết ∎

Tuyết Rơi Đêm Cuối Năm

CAO NGUYÊN

Tuyết rơi
trên đường phố

Tuyết rơi
giữa hai người
không quen

Tuyết rơi
trên tượng đá

Tuyết rơi
trong trí nhớ
của người hay quên

Tuyết rơi
vô màu trắng

Tuyết rơi
trên làn da
cổ không khăn

Tuyết rơi
đêm cuối năm ■

Khi Ngồi Lại Mới Hay Đời Mỏi Mệt
NGUYỄN VĂN ĐIỀU

Khi siêu thị đã chào hàng giảm giá
Người xôn xao mùa lễ hội đến gần
Trên đường phố hàng cây đang rụng lá
Tôi nghe lòng như sống lại tình thân

Mới ngày nào đón Xuân giờ sắp Tết
Một năm đi sao mà lẹ không ngờ
Khi ngồi lại mới hay đời mỏi mệt
Chút lòng xưa còn biết gởi vào thơ

Nhớ quê cha hơn nửa vòng trái đất
Buổi ra đi hò hẹn sẽ quay về
Vậy mà vẫn sau bao năm tất bật
Vẫn chưa hề tắm lại bến sông quê

Nên còn đó ngổn ngang bao nhiêu chuyện
Mà tháng ngày vẫn thế cứ trôi nhanh
Bao nhiêu năm giữa muôn trùng dâu biển
Còn lại gì khi tóc đã thôi xanh

Là thế đó tuổi đời thương mến hỡi
Tôi nhìn tôi giữa phố chợ quê người
Đời sống vẫn lạnh lùng qua đi vội
Giữa lùng bùng còn bao chuyện chưa vui... ∎

12 Bài Thơ 4 Câu
NGUYỄN HÀN CHUNG

Líp Ba Ga*
Uống say nhớ quá nốt ruồi
bờ vai bốn chín bắp đùi năm ba
bởi không tỏ tánh đờn bà
xe không chở líp ba ga cơn rầu

Mỗi
Mỗi ngày em mỗi xinh tươi
mỗi khuya khoắt mỗi ngậm ngùi mỗi riêng
mỗi trăng lên mỗi ưu phiền
mỗi năm mỗi tháng mỗi biền biệt tăm

Tất Nhiên
Nhà thơ không ai có óc
đời họ chỉ có trái tim
rướm máu, làm ta cười khóc
còn họ phàm thường. Tất nhiên

Tù Túng
Ở nhà đấu khẩu hoài đâm nản
mà tới em nào cũng chẳng dung
nương tử mù tăm chừ đã chán
không tin quân thiếp sẽ tương phùng

Ngõ Hạnh
Cảm ơn em biết bao nhiêu
tôi không thả một lời yêu buông tuồng
tôi cầm con chữ không buông
yêu em tôi cất trong buồng khóa trong

Nhìn Xa
Nhìn phụ nữ bọn đàn ông chúng ta
đừng nhìn sát rạt như nhìn đàn bà
nhìn thế có khi làm hại họ
thà gánh chịu một đời nhìn xa!

Yêu Là Phải Tự Tin
Biết em nản nhưng xin đừng vật vã
trườn hay bò đáy chảo vẫn trong nhau
khi giả bộ vờ lăng loàn cợt nhả
là thiệt tình chung thủy tới cao sâu

Vẫn Mà!
anh yêu dai như đỉa
(nói kiểu sến): đời đời
nhớ em anh đi tỉa
yêu, vẫn mình em thôi

Ăn Hiếp Chồng
Nàng tréo chân ăn hiếp tôi
quát to: Chỉ có ông trời cứu ông
mặt mo không xứng làm chồng
bắt ai chờ đợi vân mồng** bao đêm!

Nhớ Phàm Phu
Một cô bớt đỏ mờ sau ót
một o vết sẹo mổ ruột thừa
nhớ quấn theo hoài không chịu ngớt
nhớ như chiều hạ nhớ khuya mưa

Sinh Sự Sự Sinh
sự sinh sinh sự sinh ra
sự tình sinh sự sinh là sự sinh
sự sinh sinh sự sự tình
sự tình sinh sự sự sinh sự là…

Ăn Sương
góc đường em bán sầu riêng
không ai trong đám thanh niên mua sầu
tôi không còn tuổi mua đâu
mua sầu chia bớt riêng sầu em thôi

* *"Líp ba ga" là từ gốc Pháp phiên âm ra tiếng Việt. "Libre" có nghĩa là tự do. "Bagage" có nghĩa là hàng hóa, hành lý.*

** *Vân mồng: Từ cổ có nghĩa là tin tức, manh mối (Tự điển Hồ Ngọc Đức)*

Tái Sanh Duyên
CHÂU YẾN LOAN

Lịch sử không thường lặp lại, nhưng khi đã lặp lại thì có nhiều chuyện kỳ thú khiến ta không thể không lưu tâm.

Đầu thế kỷ XI, thời nhà Lý, lịch sử Việt Nam đã từng có một cuộc tình thơ mộng giữa vì vua đang ngự trị với một cô thôn nữ hái dâu, nuôi tằm, dệt lụa, đó là Lý Thánh Tông với Ỷ Lan. Sáu trăm năm sau lịch sử Việt Nam lại ghi tiếp một mối tình khác cũng thơ mộng không kém giữa chàng công tử con nhà Chúa: Nguyễn Phúc Lan với cô thôn nữ cũng theo nghề hái dâu, ươm tơ, dệt lụa: Đoàn thị Ngọc vào đầu thế kỷ XVII, dưới thời chúa Sãi Nguyễn Phúc Nguyên.

Đối chiếu cuộc đời của họ, nói theo ngôn ngữ hiện đại ta có thể nói như một bản sao còn người xưa thì nói đó là duyên tái sinh.

Lý Thánh Tông tên thật là Nhật Tôn lên ngôi năm 1054, đến 40 tuổi vẫn chưa có con nối dõi, một hôm vua đi cầu tự, qua làng Thổ Lội (sau đổi là Siêu Loại rồi lại đổi là Thuận Quang), người đi xem đứng đầy đường, có một người con gái hái dâu, thấy xe nhà vua đi cứ đứng tựa vào cây lan chứ không ra xem. Vua thấy thế lấy làm lạ, truyền gọi đem vào cung, phong là Ỷ Lan phu nhân. Bà có thai sinh ra Hoàng tử Càn Đức (vua Lý Nhân Tông) được tấn phong là Nguyên phi. (Trần Trọng Kim, Việt Nam sử lược, Q1, tr 107, NXB TP Hồ Chí Minh)

Lý Thánh Tông và Thần Tông Nguyễn Phúc Lan xem ra có nhiều điểm tương đồng:

- Về dòng tộc:

Nhà Lý **9** đời vua   Họ Nguyễn **9** đời chúa

1) Thái tổ Lý Công Uẩn   1) Thái tổ Nguyễn Hoàng

2) Thái Tông Phật Mã   2) Hy Tông Nguyễn Phúc Nguyên

3) Thánh Tông Nhật Tôn   3) Thần Tông Nguyễn Phúc Lan

4) Nhân Tông Càn Đức   4) Thái Tông Nguyễn Phúc Tần

5) Thần Tông Dương Hoán   5) Anh Tông Nguyễn Phúc Thái

6) Anh Tông Thiên Tộ   6) Hiển Tông Nguyễn Phúc Chu

7) Cao Tông Long Trát   7) Túc Tông Nguyễn Phúc Thụ

8) Huệ Tông Sam   8) Thế Tông Nguyễn Phúc Khoát

9) Chiêu Hoàng   9) Duệ Tông Nguyễn Phúc Thuần

Nhà Lý từ khi Lý Thái Tổ lên ngôi năm 1010 đến khi Lý Chiêu Hoàng nhường ngôi cho Trần Cảnh năm 1225, trị vì được **216** năm.

Họ Nguyễn từ khi Nguyễn Hoàng vào trấn thủ Thuận Hóa năm 1558 đến khi Phú Xuân thất thủ Duệ Tông phải chạy vào Quảng Nam rồi vào Gia Định năm 1774, cũng cai quản Đàng Trong được **216** năm.

- Thánh Tông và Phúc Lan đều thuộc về thế hệ thứ ba:

Lý Thái Tổ - Lý Thái Tông - Lý Thánh Tông

Nguyễn Hoàng - Nguyễn Phúc Nguyên - Nguyễn Phúc Lan.

Cha Thánh Tông là Thái Tông vừa lên ngôi đã bị các em là Đông Chính Vương, Dực Thánh Vương và Vũ Đức Vương nổi loạn tranh ngôi, nhờ có Lê Phụng Hiểu dẹp tan.

Cha của Phúc Lan là Phúc Nguyên ở ngôi chưa được bao lâu thì bị hai em là Nguyễn Phúc Hiệp và Nguyễn Phúc Trạch mưu hại, nhờ có Nguyễn Phúc Tuyên trừ được.

- Ở ngôi không được lâu:

Lý Thánh Tông trị vì 17 năm, Nguyễn Phúc Lan ở ngôi chúa 13 năm.

- Cùng chết đột ngột:

Lý Thánh Tông băng ở điện Hội Tiên, khi mới 50 tuổi, Nguyễn Phúc Lan chiến thắng quân Trịnh trở về đến phá Tam Giang thì đột ngột qua đời trong tiếng trống khải hoàn lúc 48 tuổi.

- Cùng mất vào năm Tý:

Lý Thánh Tông mất năm Nhâm Tý 1072, Nguyễn Phúc Lan chết năm Mậu Tý 1648, tổng số của hai năm mất đó đều là 19 (vi diệu là do hai cách cộng khác nhau (10+7+2) và (1+6+4+8)

- Có chung một chữ Thần Võ:

Lý Thánh Tông sau khi thắng vua Chiêm là Chế Củ lấy được ba châu Bố Chính, Địa Lý, Ma Linh liền cải hiệu là **Thần Võ**.

Nguyễn Phúc Lan sau khi mất được con là Nguyễn Phúc Tần tôn thụy là Đại Nguyên soái thống suất Thuận Hóa Quảng Nam đẳng xứ chưởng quốc chính Uy Đoán **Thần Võ** Nhân Chiêu Vương.

- Cùng chú trọng văn học:

Năm Canh Tuất 1070 Lý Thánh Tông bắt đầu lập Văn miếu, đắp tượng Khổng Tử, Chu Công và Tứ Phối (Nhan Tử, Tăng Tử, Tử Tư, Mạnh Tử, bốn học trò của Khổng Tử được thờ phụ ở bên Khổng Tử), vẽ tượng Thất thập nhị hiền (bảy mươi hai người học trò giỏi của Khổng Tử), bốn mùa cúng tế, Hoàng thái tử đến đấy học để đề cao việc học.

Năm Đinh Hợi 1647 Nguyễn Phúc Lan bắt đầu mở khoa thi Chính đồ và Hoa Văn ở Đàng Trong, lấy được 7 người trúng cách về Chính đồ, 24 người trúng cách về Hoa Văn, tất cả đều được bổ dụng.

- Cùng có chiến công về phía Bắc:

Năm Kỷ Hợi 1059, Lý Thánh Tông đánh nhà Tống đến Khâm Châu rồi trở về, năm Canh Thìn 1640 Nguyễn Phúc Lan lấy được Châu Bắc Bố Chính rồi trả lại cho họ Trịnh.

- Cùng có công với đất phương Nam:

Năm Ất Dậu 1069, Lý Thánh Tông đem quân đánh Chiêm Thành bắt được vua Chiêm là Chế Củ cùng năm vạn người Chiêm. Chế Củ muốn được tiếp tục làm vua nên xin dâng ba châu Bố Chính, Địa Lý và Ma Linh để chuộc tội.

Năm Mậu Tý 1648, sau khi chiến thắng quân Trịnh bắt được ba vạn tàn quân, chúa Thượng Nguyễn Phúc Lan bàn với các tướng đem số tàn binh bắt được giải vào Nam, chia ra từng nhóm 50 người làm một ấp, cấp lương thực, trâu bò để họ khai khẩn ruộng hoang tính kế lâu dài. Từ đó, từ Điện Bàn, Thăng Bình đến Phú Yên làng mạc liền nhau, dân cư không còn thưa thớt như trước.

- Cả hai đều là người nhân từ:

Mùa đông năm Ất Mùi 1055, trời rét lắm, Lý Thánh Tông bảo các quan tả hữu rằng: "Trẫm ở trong cung nào lò sưởi ngự, nào áo lót cầu còn rét như thế này, nghĩ đến người tù giam trong ngục, khổ sở về gông cùm, chưa biết rõ ngay gian, mà ăn không no bụng, áo không kín mình, gió rét khổ thân, hoặc có kẻ chết không đáng tội, trẫm rất thương xót. Vậy hạ lệnh cho Hữu ty phát chăn chiếu và mỗi ngày hai lần phát cơm." (Đại Việt sử ký toàn thư, T1, NXB Văn hóa Thông tin, tr. 318)

Nguyễn Phúc Lan thì cùng các tướng tá bàn cách khu xử những tàn quân Trịnh bị bắt. Có người cho rằng quân giặc tráo trở để đấy thì sợ sinh biến, không bằng đưa họ đi ở chỗ núi sâu hay nơi hải đảo để khỏi lo về sau; lại có người cho rằng giết tướng hiệu đi còn quân thì thả về miền Bắc. Chúa nói: "Hiện nay từ miền Thăng (phủ Thăng Bình) Điện (phủ Điện Bàn) trở vào Nam đều là đất cũ của người Chàm, dân cư thưa thớt, nếu đem chúng an tháp vào đất ấy, cấp cho canh ngưu điền khí, chia ra từng bộ từng xóm, tính nhân khẩu cấp cho lương ăn để chúng khai khẩn ruộng hoang, thời trong khoảng mấy năm, thuế má thu được có thể giúp quốc dụng, và sau hai mươi năm, sinh sản ngày nhiều, có thể thêm vào quân số, có gì mà lo về sau!"

Bèn tha các tướng Gia, Lý và bọn tỳ tướng hơn 60 người về Bắc, rồi chia tan số binh ra cho ở các nơi, cứ 50 người làm một ấp, đều cấp cho lương ăn nửa năm (Đại Nam thực lục, T1, NXB Giáo Dục, tr. 59)

- Về phương diện tình ái, cả hai đều gặp người yêu trên đường đi vãng cảnh, họ đều là người thôn dã, cùng một nghề hái dâu nuôi tằm, và tất nhiên đều có sắc đẹp mỹ miều khiến họ phải say mê, cả hai không chỉ yêu vì sắc mà còn cảm vì tài, hai cô thôn nữ đều đối đáp thông minh sắc sảo, đầy bản lĩnh.

Có điều khác biệt là Thánh Tông gặp Nguyên phi Ỷ Lan quá trễ, thời gian chăn gối không nhiều chỉ độ mười năm, thật là ngắn ngủi. Sáu trăm năm sau như để bù đắp lại cuộc tình dang dở vì hạn giới thời gian nghiệt ngã của Lý Thánh Tông với Ỷ Lan, Nguyễn Phúc Lan đã may mắn gặp Hiếu Chiêu Hoàng Hậu rất sớm ở tuổi đương thì, họ đã chung hưởng hạnh phúc dài lâu mà không hoài phí tuổi thanh xuân.

Bà Ỷ Lan chỉ là thứ phi của Lý Thánh Tông, với bà Hiếu Chiêu Hoàng Hậu việc này đã được điều chỉnh. Bà trở thành chính phi từ lúc tóc còn xanh.

Về việc tiếp cận đối tượng buộc họ phải chú ý đến mình, cả hai bà đều là những tay kiệt xuất. Bà Ỷ Lan thì chọn cách tĩnh, bà đứng yên giữa dòng người như đang bôn ba không ngừng chen lấn, một mình tựa gốc Lan, giai nhân càng thêm yểu điệu, vừa như hững hờ, vừa như bất cần. Phong cách của bà đã làm cho lòng tự tôn của bậc vương giả kinh ngạc và thế là việc gì phải đến đã đến.

Bà Hiếu Chiêu thì có cách tiếp cận khác, không như Ỷ Lan bà dùng tiếng hát khua động đêm trăng tĩnh mịch, giữa bãi dâu ngút ngàn, bên con sông lặng lẽ, chờ đón thuyền rồng của chàng công tử đương tơ mà bà biết sẽ đi qua (cách Dinh Chiêm vài dặm, ai lại chẳng kháo nhau thuyền Chúa sẽ du hành, nhất là trên thuyền còn có cả một chàng vương tôn thiếu niên anh tuấn, giấc mơ của các cô gái đương thì). Thuyền rồng lững lờ trôi lại, cô thôn nữ Chiêm Sơn mơ màng cất tiếng hát:

Tai nghe chúa ngự thuyền rồng
Cảm thương phận thiếp má hồng nắng mưa.

Làm sao không xao xuyến khi nghe giọng hát mượt mà vang động cả dòng sông, làm sao có thể thờ ơ trước cảnh cô đơn của một người vẫn ra sức miệt mài lao động giữa đêm khuya khoắt, nhất là người đó lại là một thiếu nữ trẻ trung như tiếng hát của nàng. Câu hát vừa dứt thì tiếng hát của nàng lại tiếp tục ngân vang càng làm trái tim chàng thiếu niên công tử nôn nao:

Thuyền rồng, gác phượng đâu đâu
Thiếp thương phận thiếp hái dâu một mình.

Tiếng hát hòa theo tiếng sóng vỗ vào mạn thuyền, con thuyền lắc lư theo sóng nước, lòng chàng công tử cũng dâng tràn nỗi xót xa, phải chăng chàng có lỗi khi đang tựa lưng nơi thuyền rồng tận hưởng cảnh xa hoa quyền quý, để cho ai đó phải lầm lũi hái dâu một mình. Tiếng hát véo von từ xa vọng lại vừa trong, vừa ngọt, vừa chua chát, như than, như trách, như oán, như hờn. Công tử Nguyễn Phúc Lan hoàn toàn bị tiếng hát của cô thôn nữ bên gành Điện Châu thu hút, chàng không thể không đi tìm gặp nàng, thuyền rồng cập bến Điện Châu, dưới bóng dâu xanh tràn ngập ánh trăng vàng, công tử Nguyễn Phúc Lan đã diện kiến cô thôn nữ họ Đoàn. Không trông thấy mặt thì thôi, thấy rồi làm sao ngăn cản hai trái tim cùng chung nhịp đập.

- Cả hai đều mắc phải lỗi lầm trong cuộc đời:

Lý Thánh Tông đã nhọc sức dân để xây tháp Báo Thiên, phí của dân để làm cung Dâm Đàm; còn Nguyễn Phúc Lan cầm quyền được mấy năm thì sa lưới Tống Thị (vợ của người anh cả là Nguyễn Phúc Kỳ mới vừa quá cố). Được chúa thương tình cho phép ra vào cung phủ, Tống Thị luôn vận dụng khả năng quyến rũ của người phụ nữ đang ở vào độ tuổi sung mãn, hấp dẫn nhất để làm cho chúa không thể cầm lòng đâm ra say đắm, xao nhãng việc triều chính, chỉ lo yến tiệc vui chơi bất chấp dư luận đàm tiếu. Chúa lại còn muốn xây lầu cao để hưởng lạc cùng Tống Thị, bắt dân lên rừng tìm gỗ quý dâng nạp. Các bậc công khanh can gián nhưng chúa không nghe, duy chỉ có Vân Hiên hầu dám nói thẳng mối hiểm họa, chúa mới đình chỉ việc xây lầu.

Ở trên đã nói cuộc đời của Lý Thánh Tông với Ỷ Lan và cuộc tình của Nguyễn Phúc Lan với Hiếu Chiêu như một bản sao, cách nói đó chỉ là gợi mở, một cách nhìn tổng quát còn đi sâu vào thì không có cuộc đời nào lại giống y chang cuộc đời nào. Ở họ có những điểm tương đồng nhưng cũng có những khác biệt rất lớn, họ như vừa là một nhưng không phải một, họ như vừa là hai nhưng không hẳn là hai. Cuộc đời họ hình như là một sự lặp lại nhưng lặp lại trong khác biệt, sự lặp lại như vừa tiếp nối vừa bổ sung, vừa điều chỉnh, giống như bản thân ta trong suốt cuộc đời là ta nhưng không hẳn là ta trong từng thời điểm.

Lý Thánh Tông gặp Ỷ Lan quá muộn màng ở tuổi 40 lại chỉ sống với nhau không trọn mười năm. Cuộc tình muộn và vắn đó hẳn đã để lại cho họ nhiều hối tiếc. Họ chỉ có tình già mà không có tình non trẻ, họ chỉ sống ở xứ Đàng Ngoài mà không có được xứ Đàng Trong. Nguyễn Phúc Lan và Hiếu Chiêu dường như sinh ra để bổ túc cho những gì họ ước ao mà chưa trọn vẹn. Phúc Lan và Hiếu Chiêu chỉ sống ở Đàng Trong để nối dài cho Đàng Ngoài của Thánh Tông và Ỷ Lan. Đó là sự nối tiếp chứ không nối lặp vì Lý Thánh Tông đã mở nước đến Bố Chính, Địa Lý, Ma Linh thì Phúc Lan đi tiếp từ Thuận Hóa đến Quảng Nam, Phú Yên chưa kể thời đó một số dân của ta đã vào khai thác miền Nam theo chân Công nương Ngọc Vạn, cho nên đã có lần Phúc Lan đánh chiếm được Bắc Bố Chính rồi cũng trả lại cho họ Trịnh.

Lý Thánh Tông thiếu mất đoạn tình ở trước tuổi 40, Phúc Lan đã bổ túc cuộc tình ở lứa tuổi thanh xuân, sôi nổi, mãnh liệt, nhưng chỉ đến tuổi 39 thì thôi. Đến tuổi này Phúc Lan đã rẽ ngang, ông không còn say mê chung thủy với Hiếu Chiêu, cuộc tình của ông đã có bước ngoặt.

Tống Thị đã bước vào đời Phúc Lan với xâu chuỗi bách hoa trăm sắc trăm hương nồng nàn quyến rũ làm cho Phúc Lan như si như dại, hẳn bà Thượng Dương ở dưới tuyền đài cũng hả dạ, Tống Thị đã giành được cái gì bà đã mất. Nhưng lần này Hiếu Chiêu Hoàng Hậu, con người đoan trang hiền thục đã không phạm sai lầm như Ỷ Lan. Hình như có một sự điều chỉnh, bà chỉ sống âm thầm trong cung cấm không để cho quyền lực cám dỗ, bà để Tống Thị tự do. Hiếu Chiêu không sát hại Tống Thị thảm khốc như Ỷ Lan đã nhẫn tâm ra tay với Thượng Dương Hoàng Thái Hậu.

Châu Yến Loan

nội dung sách hay dở
tùy hứng đọc một phần
sách trở thành của nợ
lãnh việc bình thật tâm

lhoán

101

Mùa Săn

NGÔ NGUYÊN DŨNG

(Chuyển ngữ từ nguyên bản tiếng Đức "Jagdzeit", cùng tác giả.)

Anh đến nơi khi chiều muộn. Anh bước ra xe và nhìn đồng hồ. 16 giờ 35. Chiều thứ sáu. Cuối tháng mười. Anh đưa mắt ngắm nhìn quang cảnh ngôi nhà, mảnh vườn. Không thấy nhiều thay đổi sau ngần ấy thập niên. Nắng thu rắc ánh sáng đục lờ lên khu vườn hoang. Bãi cỏ lâu không người cắt. Những trái táo chín rữa nằm vương vãi quanh gốc. Những bụi thược dược héo úa. Cỏ dại um tùm khắp nơi.

Anh bước vào. Những bước chân lê nặng ký ức và thở dài phiền muộn trên lối đi ngập xác lá. Bất chợt một tràng tiếng chim oang oác xé rách cõi không gian lặng lẽ. Anh ngước mắt tìm và thoáng thấy những nhịp đập hối hả của một cánh chim vút bay từ tán lá rậm.

Anh đảo mắt quanh quất. Tia nhìn dừng lại giây lát nơi khung kính cửa sổ nhà hàng xóm. Nơi đấy, anh vừa thoáng thấy bóng ai ẩn sau lớp kính phản chiếu lớp lớp mây trời.

Bất chợt tấm rèm cửa được kéo lại vội vã.

"Theo bản di chúc, ông là người, đúng quy tắc và độc nhất, thừa kế ngôi nhà và số tiền của người quá cố để lại trong ngân hàng", ông chưởng khế giải thích thêm, sau khi xướng giọng đơn điệu đọc tờ di cảo, và nhìn thẳng vào mắt anh. "Ông sẽ nhận được ngay một bản phóng ảnh tờ di chúc. Bây giờ tôi xin được phép trao ông chìa khóa nhà và xin ông vui lòng ký tên vào hồ sơ này."

Anh hoàn tất mọi thủ tục hành chánh và kiếu từ ra về, không hỏi han gì thêm. Niềm xúc cảm nhè nhẹ dâng lên và anh cảm nhận được nỗi rung động dằn vặt y như một tuần trước đó, khi anh nhận được thư báo của văn phòng chưởng khế. Thư đến bất ngờ. Cùng lúc là những hoài niệm tưởng đã yên lặng từ lâu. Càng suy ngẫm lâu về những chuyện cũ, càng nhiều nghi vấn trỗi dậy trong anh. Những nghi vấn không câu trả lời. Anh cũng không rõ, ai sẽ là người có thể giải thích giùm anh những thắc mắc ấy. Cho tới khi vào ngồi trong xe và lấy lại bình tĩnh, anh tìm cách nhớ lại.

Thuở ấy anh thường xuyên tới nhà dì Ulla vào những dịp nghỉ thu. Dì sống cô quạnh trong một ngôi nhà nhỏ tại làng quê kế cận nhà cha mẹ anh. Anh thích tới thăm và ở lại nhà dì. Tại đó anh được dì chiều chuộng và đáp ứng mọi trò vui, mà ở nhà anh không được phép làm. Dì nấu ăn ngon và nướng bánh khéo. Dì chơi đùa cùng anh. Mỗi tối anh được phép xem truyền hình lâu hơn và không bị buộc phải đi ngủ lúc chín giờ. Thỉnh thoảng lại có mặt Oliver, đứa bạn hàng xóm cùng tuổi. Và lần đầu tiên trong đời, anh đã trải qua nhiều trải nghiệm thú vị. Vào mùa thu và cũng là mùa săn bắn. Với Oliver. Trên tháp canh trong rừng.

Anh mở cửa và lê bước vào nhà. Thận trọng và dè dặt như sợ khuấy động những món đồ vật đang chìm sâu trong giấc ngủ và phá vỡ thời quá vãng cùng hơi người lẫn mùi nấu ăn.

Anh tìm lên phòng ngủ của anh thuở ấu thời ở tầng một. Anh không tin ở mắt mình. Cách bày trí căn phòng vẫn y nguyên như bốn mươi năm trước. Mọi thứ đều sạch sẽ và gọn gàng. Như thể thời gian đã ngừng chuyển động. Như thể ẩn náu đâu đấy, lẩn khuất trong gian phòng này, linh hồn ấu thơ đã mất của anh vẫn trông đợi ngày anh trở lại. Anh ngồi xuống giường. Bàn tay anh lướt chậm lên lớp khăn bọc tấm chăn, mà anh hằng yêu thích, in hình con linh mã một sừng. Chăn, áo gối thơm tho như mới vừa giặt giũ. Gần như miễn nhiễm. Nhưng đựng đầy hương thơm những kỷ niệm thời thơ ấu và những hương liệu năm tháng hoa niên khó quên của anh. Chúng khơi dậy trong anh nỗi mê đắm hoan lạc và buộc anh cởi áo khoác. Rồi tháo giày. Sau đó trút bỏ quần áo. Anh ngồi bó gối như con rối sau màn trình diễn, và khép mắt lại. Anh bắt được thanh âm quá khứ vang vắng. Tiếng gọi của mùa săn và cơn dục vọng bắn giết. Rõ mồn một. Như mới hôm qua. Anh có cảm tưởng như thể sắp sửa có người tới cạnh bên và đắp chăn cho anh. Người ấy sẽ cúi xuống, thì thầm chúc anh ngon giấc và khẽ đặt lên trán anh nụ hôn dịu dàng. Của dì Ulla. Và còn nữa. Một ve vuốt.

Lên thân xác trai tơ. Không phải chỉ xuất phát từ hai bàn tay anh, mà của cả Oliver. Anh cảm nhận lại hơi thở bạn cháy bỏng lên thân anh trần truồng và vòng ôm ấm áp kích thích của đứa con trai. Anh nghe lại tiếng nấc nghẹn đè nén cơn khoái cảm vô bờ.

Khoảnh khắc ấy, anh ngỡ mình nghe ra tiếng chân bước, như thể có ai đang đến cùng anh. Ai đó đang đứng trước cửa phòng, nhưng ngại ngần, không dám gõ. Đỗi sau, tiếng chân người xa dần. Nỗi vắng lặng trở về cùng mùa thu nhịp sống anh. Cùng lúc là mùa săn thủa thanh xuân.

Tháp canh nằm trong khoảng rừng trống bên hồ nước lau sậy um tùm. Từ tháp canh người ta có thể theo dõi mọi diễn biến chung quanh. Thời khắc trước khi mặt trời lặn là lúc thật sự sống động, khi lũ chim trời trở lại và tới đấy tìm nước uống. Vịt và ngỗng trời, gà rừng và chim trĩ tìm về từng bầy. Gần như cùng lúc. Để cử hành nghi lễ thường nhật. Chúng tắm táp, uống nước, cãi cọ và gây hấn nhau. Một tuồng hát thiên nhiên phát ra những thanh âm đầy kịch tính, một thứ tạp âm của hân hoan, bỡn cợt và tranh cãi. Thỉnh thoảng lại thấy lũ hươu nai đến tụ bầy.

"Lũ hươu thường có mặt ở đây vào mùa thu", chú của Oliver cất giọng kể, "mùa chúng rượn tình."

"Rượn tình là gì vậy chú?", anh thắc mắc.

"Mùa thú cáp đôi", chú đáp cùng lúc ra dấu bằng tay, "lúc ấy những con hươu cái phát tín hiệu cho con đực bằng cách phát lên tiếng kêu, cho biết chúng đã sẵn sàng."

"Chú không bắn giết chúng khi đó chứ?" Anh sững sờ nhìn ông.

"Làm gì có! Cháu đừng lo! Chú chỉ để ý tới lũ chim trời mà thôi!", ông chú cười. "Chú thấy chuyện săn bắn những mục tiêu chuyển động thú vị hơn nhiều. Tin chú đi, đó là cả một thử thách, một nghệ thuật, một cách thỏa mãn thân xác", ông nói thêm bằng giọng say mê.

"Bây giờ hai đứa bây khe khẽ thôi", ông chú dặn dò. "Nhớ giữ im lặng tuyệt đối khi theo dõi, hiểu không? Nếu gặp may, chúng ta sẽ chứng kiến cảnh hươu cáp độ nhau!"

Cả ba người đều mặc áo khoác cảnh cáo và mang ủng nhựa màu vàng chói. Chú của Oliver dẫn theo con chó săn giống Labrador

Retriever lông đen tuyền, vai quàng súng trường hai nòng, đi trước mở lối. Lúc cả ba đến tháp canh, nắng ngày đã ngả vàng sẫm.

Anh và Oliver leo lên tháp canh và theo dõi sự việc qua ô trống hẹp, trong khi ông chú và con chó săn đứng rình dưới khoảnh rừng thưa. Bóng chiều nghiêng dài. Những tia mặt trời len lách qua vòm cây và trải thảm loang lổ vàng mật ong lên đất. Màu trời những khoảng trống trông như nhuốm máu tươi. Không gian thinh lặng. Lâu lâu lại vang lên tiếng xào xạc của gió lay động cành lá.

Thoạt tiên khẽ thôi. Âm vang léo réo. Oliver thúc nhẹ khuỷu tay vào người anh. Bên dưới, chú của cậu giơ tay ra dấu đã sẵn sàng. Tiếp theo là tiếng động khô khốc. Cây súng săn đã được nạp, lảy nòng và sẵn sàng nã đạn.

Thanh âm léo réo dần dần rõ ràng và vang dậy. Chỉ một thoáng sau, dội lên chuỗi tiếng động inh ỏi. Đinh tai. Hoan hỉ. Hỗn loạn. Trên không, anh thấy từng đàn chim trời kéo về sau một ngày tìm mồi và ngơi nghỉ chốc lát bên hồ lau sậy.

Bằng nhịp tim đập vội, anh ngắm nhìn bầy chim đáp xuống hồ nước. Con này tới con khác. Tựa như mũi tên bắn nước tung tóe. Trong khắc giây ấy, vang lên tiếng súng đầu tiên. Một tiếng khác nối theo. Lũ chim túa bay tứ tán. Chúng tung cánh chới với, hối hả vút lên, kéo theo từng vệt nước lê thê, nhuốm nắng chiều hoen máu vỡ vụn sáng lóe. Trong khung cảnh hoảng loạn của chuỗi cánh đập vẩy nước tung tóe và tràng tiếng kêu hãi hùng của lũ chim trời, chú của Oliver nạp đạn cây súng săn, nhanh nhẹn và thành thạo, không ngớt và lia nòng, mắt đăm đăm đỉnh nhắm, người xoay theo hướng chim bay. Tràng tiếng súng lại vang lên. Lắp đạn. Lên nòng. Và bóp cò. Vài con trúng đạn, rớt xuống thẳng băng như những đồ vật rơi rụng. Ông chú dường như lâm cơn lạc thú. Ông lảy cò cho tới khi không còn bóng chim nào trên mái trời đỏ bầm.

Trong khoảnh khắc ấy anh sực nhận ra, anh còn thở. Mọi việc xảy đến khiến anh không những phấn khích, mà còn sợ hãi. Cùng lúc là nỗi gì lạ kỳ. Một thứ cảm xúc không thể định nghĩa, tựa như cơn chấn động thể xác. Anh quay nhìn Oliver. Hai người nhìn nhau đỗi lâu. Khi Oliver nhận biết anh đang xúc động, cậu vội vàng năm lấy tay anh, siết lại. Anh cảm thấy tay mình run bật trong tay Oliver.

Anh nghe rõ tim mình đập rối và bên dưới, chú của Oliver đang lớn tiếng ra lệnh:

"Balu, chạy tìm! Mau!"

Con thú vẫy đuôi chạy vội. Trong phút chốc con thú bị màn sương chiều vừa dâng nuốt chửng.

Mọi người cùng lượt ngẩng mặt nhìn anh tò mò, lúc anh bước vào. Quán rượu làng đông khách và ồn ào. Không gian váng vất hơi người và mùi rượu. Anh tiến lại quầy, ngồi xuống và gọi một ly bia.

"Ông chủ có bán thức ăn không?", anh hỏi người chủ quán có đôi má ửng đỏ.

"Chúng tôi có thịt bằm vò viên chiên và xúc xích luộc", ông đáp thờ ơ, "và khoai tây trộn sốt sữa chua, nhà làm."

"Cho tôi một cái xúc xích với nhiều mù tạt và một lát bánh mì", anh gọi thức ăn và không để ý có người đang lại gần.

"Có phải bạn đó không, Jojo?", người lạ cất giọng rụt rè.

Anh quay nhìn. Nụ cười tươi trên khuôn mặt hớn hở. Bộ râu ba ngày lún phún.

"Đúng rồi, …", anh trả lời, tia mắt dọ hỏi.

"Bạn không nhận ra tôi sao?"

Anh ngắm nghía gương mặt người đàn ông đứng đối diện kỹ hơn. Anh ta có nhiều nét thân quen. Mái tóc bồng bềnh. Màu mắt hổ phách trong vắt. Khóe cười. Anh hồi tưởng vội vàng những gương mặt đã lướt qua đời sống anh.

"Oli… Oliver?"

Người đàn ông gật đầu cười, nụ cười ngượng ngập nhưng ấm áp thuở nào. Hai mắt Oliver rực lên. Sau giây khắc ngại ngần, hai người ôm chầm lấy nhau.

"Bao lâu rồi nhỉ?", anh xúc động hỏi và bất chợt bối rối, khi nhận ra thân thể Oliver toát ra mùi hương khác. Nồng nàn hơn. Nam tính hơn. Như hương tháng Mười. Như mùi lá khô chết. Thứ mùi hương khơi động khát vọng bắn giết.

"Tôi có thấy bạn về thăm chiều nay", Oliver nói.

Anh lặng lẽ nhớ tới chiếc bóng đứng bên cửa sổ lúc bước ra xe.

Anh và Oliver trở lại tháp canh ven rừng nhiều lần sau đó. Không phải chỉ trong những hôm đẹp trời, mà ngay cả những lúc mưa dầm. Ở chơi cho tới khi trời sẩm tối và quang cảnh mờ khuất trong sương khói. Chỉ vậy thôi, như thể cả hai muốn nhai lại những trải nghiệm săn bắn sôi nổi trước đó. Và, do Oliver kích động, anh còn học được cách khám phá thân xác mình. Nhiều khi đôi bạn nán lại nơi đó cho tới khi hoàng hôn buông, chờ xem lũ chim trời bay về tổ.

Trong quang cảnh huy hoàng lúc chim muông trở về tổ, Oliver bày cho anh cách tự thỏa mãn thân xác bằng tay của chính anh. Và của cả Oliver. Trong chuỗi động tác kích dục này thường xuyên hiện ra trong dòng hồi tưởng anh hình ảnh lũ chim trúng đạn. Đẫm sắc và rõ nét. Hòa cùng tràng tiếng kêu rối loạn và đau đớn. Như thể cái chết và lạc thú thân xác là hai cảm nghiệm không thể tách rời.

Kể từ hôm bầy chim bị chú của Oliver săn đuổi và bắn hạ, chúng tránh xa hồ nước lau sậy và đi tìm nơi khác. Một khoảng thời gian dài, anh thường xuyên nhung nhớ quang cảnh săn bắn chứng kiến lúc ban đầu. Anh có cảm tưởng như chú của Oliver hành xử không phải vì thích thú chuyện săn bắn mà vì tính sát thú.

Những mùa săn và trò chơi dục cảm giữa anh và Oliver cứ vậy tái diễn vào mỗi mùa thu. Cho tới ngày anh cùng cha mẹ dọn về thành phố. Nơi đó anh tìm ra nơi trú ẩn cho những mùa giông bão của cảm xúc mình. Anh, như một con thiêu thân lóa mắt trước hào quang sân khấu rực rỡ, lao tìm những cuộc phiêu lưu dục lạc nơi phố thị nặc danh. Oliver chỉ còn là một cái tên như những tên gọi khác, là một gương ảnh vụn vỡ trong cuồng lưu của dòng sông hồi ức anh.

"Bạn có thấy hạnh phúc và hài lòng với đời sống mình?", Oliver hỏi anh trên đường về nhà.

"Chuyện ấy… khó… trả lời quá!", anh ngập ngừng. "Để mình thử giải thích xem sao! Có vài sự việc xảy tới buộc mình phải chấp nhận. Hạnh phúc không à? Đôi lúc thôi. Còn bạn?"

"Mình đã kết hôn, tìm được việc làm yêu thích, và những bổn phận gia đình", Oliver đáp nhanh như thể tự thú. "Vậy thôi."

"Còn tôi không có ý định lập gia đình."

"Tại sao không?"

"Tôi nghĩ là…", anh ngưng ngang, lát sau mới tiếp lời. "Tôi nghĩ mình không thích hợp."

Oliver dừng chân, đưa mắt nhìn anh dọ dẫm. Đèn đường ném ánh sáng vàng úa lên gương mặt anh trải đời dày dạn. Oliver dọ dẫm tìm lại những dấu vết thân quen của những mùa thu và mùa săn thuở nào. Không còn thấy.

"Tháp canh ven rừng của chúng ta không còn đó nữa", Oliver kể. "Hồ nước đã khô cạn từ lâu. Cánh rừng đã trở thành vùng đất thiên nhiên cần được bảo vệ. Chuyện săn bắn bị cấm. Qua rồi những mùa săn. Đôi khi mình lại tự hỏi, ngay cả mùa thu không biết sẽ còn tồn tại tới bao giờ? Vậy thì hãy hưởng thụ đi. Chúng ta hãy thụ hưởng mùa thu. Khi nào nó còn đó. Giống như người ta thường ví von, mỗi người chỉ có một cuộc đời để sống", Oliver ngưng lời, nhếch môi cười.

Anh có nghe ra trong giọng nói Oliver nỗi khắc khoải và khao khát điều gì đã mất. Anh không có điều gì để thêm thắt. Mọi việc dường như chẳng còn nghĩa lý nào nữa. Để than vãn. Để buộc tội. Để biện minh.

Tới nhà, cả hai siết lấy nhau trước khi chia tay. Chặt. Say đắm. Trong bóng tối đồng lõa của đêm, Oliver lướt tìm môi anh.

"Mình vào nhà với bạn một lát được không?", Oliver cất giọng hụt hơi.

Anh đưa mắt thoáng nhìn khung cửa sổ ban chiều lấp ló bóng dáng Oliver đứng sau rèm. Đèn còn thắp sáng.

"Mình mệt", anh nói và nới lỏng vòng tay. "Mình còn nán lại đây vài hôm để lo việc bán nhà. Có lẽ chúng mình sẽ còn gặp nhau. Chúc bạn một đêm an giấc."

Ngô Nguyên Dũng
(29.05.2021)

Tháo Rời Khung Dĩ Vãng
HOÀNG CHÍNH

Một buổi sáng, người đàn ông lái xe ra ngoại ô. Dọc đường tay cầm lái, mắt dáo dác dọc ngang. Anh cho xe chạy tới chạy lui những quãng đường xa xa có ao hồ loang bóng nắng. Con đường viền bởi cánh đồng hai bên dài đến hút tầm mắt. Trời trong, xanh biếc trên cao và ruộng bắp chập chùng thẫm xanh bên dưới. Chợt người đàn ông đạp thắng, và cho xe lùi lại. Anh vừa phát hiện một con đường đất nhỏ mọc tách ra từ đường lớn, len lỏi giữa những thân cây um tùm lá phong. Anh cho xe chạy vào cái lối mòn ấy.

Xe chạy ì ạch trên con đường đất gồ ghề. Hai mắt người đàn ông đảo quanh. Mặt trời đã lên cao. Nắng đổ xuống chói chang, làm sáng lên cái biếc xanh của bầu trời. Anh cho xe chạy chậm lại khi thấy một bờ nước loang loang phía sau những lùm cây rậm. Anh đậu xe sát lề, nhanh nhẹn bước xuống. Cỏ dại êm như tấm thảm dày dưới chân. Anh nghển cổ nhìn. Trước mặt anh là một cái ao rộng thênh thang, lấp lánh ánh nắng.

Anh mở cửa xe lấy ra một cái hộp giấy bồi vuông vức. Anh mở hé nắp hộp. Một con rùa màu xám ngỏng cao cổ. Con vật thụt ngay đầu vào trong cái mai dày khi ánh nắng ùa vào trong hộp.

Người đàn ông ghé sát miệng vào cái hộp mở hé nắp, thì thầm, "Lisa! Tao phóng sinh cho mày đây, con gái ơi."

Cầm chắc cái hộp bằng cả hai tay, anh bước xuống bờ nước. Anh đặt cái hộp xuống đất, hai tay đỡ hai bên mai rùa, nhẹ nhàng thả con vật xuống nước. Mặt nước xao động. Khung trời xanh nhăn nhúm thành những vòng tròn đan rối vào nhau. Anh đứng nhìn con vật chìm dần xuống làn nước trong, lẫn vào những nhánh cỏ và rong biếc xanh.

Con rùa uể oải quơ quào bốn cái chân sần sùi như thể vừa giật mình thức giấc. Rồi con vật trồi lên, nghển cao đầu lên trên mặt nước. Và nó bơi vòng lại phía bờ chỗ anh đứng, cái đầu vẫn nghển cao, rồi thụt xuống. Rồi lại nghển cao như thể cố hít thở thứ không khí đồng quê trong lành. Trong cái bể cá chật hẹp ở nhà, anh chưa bao giờ thấy con rùa chuồi cái cổ ra dài đến như thế. Anh chăm chú nhìn. Rồi anh móc túi lấy điện thoại di động ra. Anh muốn quay một khúc phim để kỷ niệm, nhưng chợt nghĩ đến thằng em trai. Nó phát hiện ra thì nhất định là lớn chuyện.

Anh cất điện thoại vào túi, và anh nói cho một mình anh nghe, "Hãy sống cho hết đời mình!" Mắt anh đăm đắm nhìn con rùa đang ngóc cao đầu phía trên mặt nước. Những vòng tròn lăn tăn lan rộng trên mặt ao. Bầu trời xanh gẫy khúc, nhàu nhò trong tấm gương lung linh của nước.

"Còn lưu luyến gì nữa hở Lisa?" anh lẩm bẩm.

Những buổi chiều trống trải, không biết làm gì, anh ngồi nhìn con rùa o ép trong cái bể thủy tinh hẹp. Con rùa thường thả trôi lờ đờ sát vách kính, lơ láo hai con mắt. Anh không biết nó nhìn anh hay nhìn cái gì, hoặc nó có thực sự đang nhìn thấy anh không. Những lúc ấy, thằng em trai đi qua, thường ngoái cổ lại, nói, "Lisa nói chuyện với anh đấy."

Em trai anh đặt cho con rùa cái tên mỹ miều của một cô gái. Có lần anh hỏi, "Sao mày biết nó là con gái?" thằng em không trả lời thẳng vào câu hỏi mà chỉ quả quyết, "Trai hay gái gì cũng là con cưng của tôi. Nhưng tôi thích con gái hơn nên đặt tên cho nó là Lisa là hợp lý." Rồi chỉ vào con rùa dường như đang chăm chú nhìn anh từ phía trong hồ nước thủy tinh, "Nó hỏi chuyện anh đó."

Một lần kia anh hỏi lại, "Nó hỏi cái gì?"

Thằng em nhanh nhảu - như thể nó chỉ chờ anh buông ra câu hỏi ấy, "Nó hỏi anh làm gì mà lúc nào cũng ủ rũ như thế."

Và thằng em sà đến bên anh, ghé sát mặt vào cái hồ nước thủy tinh, nói với con rùa, "Anh ấy bị tâm thần. Hội chứng hậu chấn thương đấy. Trước khi qua đây anh ấy ở tù. Phòng biệt giam. Cái phòng nhỏ hơn cái hồ nước của mày đấy Lisa ơi."

Thằng em mua hay tìm ở đâu đó được con rùa này từ khi nó chỉ to hơn đồng hai mươi lăm xu một tí. Nó nuôi con vật trong cái hồ cá nhỏ. Ban đầu con rùa còn bơi tới bơi lui được, bây giờ nó to gấp hai chục lần lúc mới mua về và thân hình nó chiếm đầy cái hồ. Nó chỉ còn có thể nổi lên, chìm xuống chứ nhích tới là chạm cái đầu, nhích lui là chạm khúc đuôi cái mai vào vách kính. Con rùa trở thành tên tù chung thân trong phòng biệt giam, giống hệt như anh.

Anh tần ngần đứng bên bờ ao nhìn con rùa thả nổi trên mặt nước.

"Trả tự do cho mày đấy!" Anh nói. Câu nói quen thuộc. Lúc trả tự do cho anh, người ta cũng nói cái câu giống như thế. Chỉ khác mỗi một chữ tạm, "Trả tự do tạm cho mày đấy!"

Cái cổ vẫn vươn dài, con rùa bập bềnh cạnh bờ nước, vẽ lên những vòng sóng nhỏ, lan tỏa khắp mặt ao làm cái nền biếc xanh của bầu trời nhăn nhúm.

"Mày không muốn đi à?" Anh hỏi con rùa. "Trả tự do thật chứ không có tạm đâu!"

Cái đầu con vật vẫn nhấp nhô trên mặt nước.

Trên bờ, anh cũng gật gù, "Tao hiểu. Ở tù lâu quá, đâm ra quen, mình thành con ốc, phòng giam thành cái vỏ an toàn. Lúc chúng nó trả tự do, mình như con ốc bị lột vỏ, mình không muốn ra. Tao hiểu."

Anh nói ra cái điều lẩn quẩn trong đầu anh từ lúc ra tù đến giờ. Lúc chúng nó trả tự do cho anh, anh cũng có chút gì đó lưu luyến với cái phòng giam nhỏ như chiếc hộp, như chiếc quan tài chật chội đã giam cầm anh mấy năm trời.

Nhiều lần anh hỏi thằng em, "Mày giam giữ nó như vậy để làm gì?"

Thằng em gân cổ cãi, "Ai cũng cần một con thú cưng. Nuôi con rùa có chết ai đâu."

Anh cằn nhằn, "Trời sinh ra nó, cho nó bơi lội tự do trong ao hồ, mày lại nhét nó vào cái hộp như cái quan tài…"

"Anh bị hội chứng hậu chấn thương rồi," thằng em ngắt lời anh. "Phải đi bác sĩ tâm lý sớm thôi."

Một hôm trong lúc chở mẹ đi chùa, anh đem chuyện con rùa ra nói với mẹ, bà bảo, "Kệ nó đi, để mẹ đi mua chim về phóng sinh thay cho con rùa, chứ em mày nó yêu con rùa ấy như con, bắt nó thả đi đời nào nó chịu."

Anh suy nghĩ mãi. Nhiều đêm ngủ không được vì hình ảnh con Lisa nhích tới đụng vách kính, nhích lui cũng đụng vách kính cứ hiện ra rõ nét trong đầu. Cuối cùng, anh quyết định một mình. Sáng sớm anh lấy xe đi công chuyện, nhưng quay về khi nhà không có ai. Và anh bắt con rùa, bỏ vào cái hộp giấy, lái xe ra ngoại ô, tìm chỗ nào có sông rạch.

Anh nhìn quanh. Trời trong. Nắng ấm. Gió dịu dàng mơn man trên cổ, trên mặt. Gió như những ngón tay một người con gái. Mùa xuân tràn đầy không gian. Con rùa được phóng sinh đúng mùa xuân. Về với sông nước nó sẽ sống lâu hơn. Mà cho dù không sống lâu đi nữa thì nó cũng vẫn còn được nhấm nháp mùi vị tự do.

Con rùa vẫn nổi bập bềnh. Cái đầu nhấp nhô, hai lỗ mũi nhỏ như hai cái chấm thập thò trên mặt nước. Chắc cái không khí tự do đang làm nó ngỡ ngàng. Bị giam cầm từ lúc vừa nở ra từ trứng, lớn hơn đồng hai mươi lăm xu một tí. Và cũng nặng hơn đồng hai mươi lăm xu một tí. Bây giờ to như cái đĩa và nặng trĩu cả hai cánh tay người nào cầm nó. Nó đưa mũi lên trên mặt nước để hít thở cái bầu không khí lạ lẫm ấy. Thằng em bảo mua nó về khi nó còn nhỏ xíu, thả vào bể nước nó còn đủ chỗ để bơi đảo qua đảo lại. Chắc bị giam lâu trong cái bể chật ấy, hít thở bầu không khí bưng bít ấy đã quen, bây giờ thế giới mở ra mênh mông đất trời, nó bỡ ngỡ, ngại ngần.

“Cứ đi đi, Lisa, rồi sẽ quen. Thế giới của mày là ở dưới ấy, con ạ. Không phải trong cái bể nước mà mỗi ngày thằng người quăng vào cho một ít đồ ăn nhạt thếch ấy đâu. Đó là trại giam. Không ai được phép giam cầm ai. Ai cũng có quyền tự do bởi trời sinh ra là như vậy.”

Anh lẩm bẩm một mình. Ra tù ít lâu, được bảo lãnh qua xứ sở tự do, cuộc sống không đến nỗi chật vật nhưng anh lại bị cái tật nói một mình. Cái tật nhiều khi làm mẹ anh giật mình. Những lập luận sắc bén mà đêm nào nằm co trong phòng biệt giam anh đều lặp đi lặp lại cho mình nghe. Anh đã từng dự tính sẽ đọc cho bọn chúng nó nghe cái ngày chúng nó đem anh ra tòa để xử.

“Bơi đi, sông nước là thế giới của mày, Lisa ạ.”

Anh bước lại sát bờ ao. Mũi giày chạm xuống mặt nước. Anh chỉ cần cúi xuống, đưa tay ra trước là anh có thể chạm vào mai con rùa. Anh ngồi nhìn nó. Nó cũng nhìn anh. Anh biết chắc chắn nó đang nhìn anh. Bởi cái đầu nhỏ bé của nó bập bềnh nhưng bất động. Chắc hẳn Lisa đang chăm chú nhìn gã khổng lồ đã đem nó thả xuống đây. Gã khổng lồ mà tướng tá che khuất hẳn một phần bầu trời trên đầu nó. Gã khổng lồ mà mỗi chiều vẫn ngồi nhìn nó ngọ ngoạy trong cái lồng kính chật hẹp.

"Bơi đi đi. Đừng lẩn quẩn gần bờ, chúng nó sẽ bắt mày nữa đấy." Anh nói.

Con rùa lắng nghe. Anh nghĩ vậy. Bởi anh thấy cái đầu nó nhấp nhô như thể đang gật gù tán đồng.

Những vòng tròn lan tỏa sau mỗi cử động nhấp nhô của cái đầu con vật.

"Lisa, đi được rồi đấy, bơi ra xa đi."

Con vật vẫn lềnh bềnh một chỗ, cái đầu ngóc lên trên mặt nước.

"Lisa!" Anh gọi lớn tên nó. Thằng em vẫn bảo con rùa nghe được và biết nhận ra tên gọi của nó. Anh không tin nhưng thằng em quả quyết như thế. Có thể thằng em nói đúng vì nó đã nuôi con rùa từ khi con rùa còn bé tí. Lisa là thú cưng của nó. Nhưng nó chỉ có mỗi một việc là mỗi ngày ném cho con rùa một ít thức ăn mua sẵn ở tiệm bán thú vật và lâu lâu thay nước hồ. Còn anh, anh có thể ngồi hàng giờ ngắm con rùa lờ đờ nổi lên, chìm xuống trong cái bể cá chật hẹp. Thằng em của anh quả quyết nó không thương thứ gì trên thế gian bằng thương con Lisa. Nhưng thương đến đâu mà giam cầm người ta như thế thì cũng là không được. Anh tin chắc như thế.

Anh băn khoăn. Hay là con rùa không muốn được thả. Đó cũng là quyền tự do của người ta - hay của bất kỳ sinh vật nào. Trong phòng biệt giam anh đã cãi cọ với chính anh như thế. Anh chia đầu anh ra làm hai phần. Mỗi bên bám chặt vào một lập trường và cương quyết dùng mọi lý lẽ để đánh bại lập trường của bên kia. Những cuộc tranh luận sôi nổi giữa anh và một đứa không phải là anh - dù vẫn là anh - hào hứng tới mức nhiều lần bọn cai tù động thình thình vào cánh cửa sắt và mở hé cái lỗ nhỏ tuốt trên cao, nhòm vào xem có phải anh đang nổi cơn điên lên không.

"Có phải mày không muốn đi không hở Lisa?" Anh hỏi vu vơ. Và anh nghĩ đến nỗi gian nan khi phải lén đem Lisa về, trả nó vào cái phòng biệt giam chật hẹp của nó.

"Có phải mày muốn sống trong cái bể cá chật hẹp ấy không?"

Không ai trả lời anh. Ngay cả cái đứa hay góp ý lôi thôi trong đầu anh cũng lặng thinh.

"Trả tự do cho mày đấy!" anh lặp lại cái câu một thời anh khao khát được nghe người ta nói với anh. Chợt anh ngần ngừ. Trán anh nhăn nhúm. Câu ấy người ta nói với anh hồi nào anh không còn nhớ nữa. Nhưng chắc chắn người ta đã nói như thế. Trả tự do tạm cho mày đấy. Cái câu bùa phép. Phải nghe được câu nói ấy rồi thì anh mới ra về tự do được, dẫu là tự do tạm.

"Trả tự do cho mày đấy!" anh hét lên. Tiếng hét vang vọng trong cái quạnh vắng của vùng ngoại ô, xô vào những tàn cây rậm lá - át tiếng con chim nào đó đang hót véo von - và vọng về tai anh, nghe xa xôi huyền hoặc. "Bơi ra xa đi. Hay là mày bị hội chứng hậu chấn thương nữa rồi?"

Con rùa vẫn bập bềnh trên mặt nước ao. Anh thọc tay xuống nước, đẩy nhẹ vào cái mai sần sùi của con vật. Cảm giác mát lạnh lan tỏa trên da. Con rùa chìm xuống rồi nổi lên. Đầu ngỏng lên cao. Và nó nhanh chóng xoay người bốn chân chèo chống đều nhịp. Con rùa lặn vào làn nước trong, lẫn vào những lau lách, rêu xanh và tan biến vào khối màu xanh xám của những nhánh mềm mại của loài thủy sinh.

Anh thở phào. Thì ra con vật chờ một cái chạm nhẹ vào lưng nó, như con người chờ một vòng tay ôm, một câu dặn dò mà kẻ đưa tiễn thường thì thầm bên tai kẻ lên đường, "Nhớ cẩn thận!"

Đó là giây phút kỳ diệu nhất anh có được kể từ ngày chia tay một cuộc tình mấy năm về trước.

Sau mấy giây đê mê, chìm đắm trong hoan lạc, anh bừng tỉnh, anh hét vang, "Đừng để lọt vào tay chúng nó nữa!"

Và anh chợt nhớ câu dặn dò ấy, cũng từ ai đó nói với anh, lúc anh được phóng thích.

Trên đường về, lòng anh hân hoan như thể vừa mới làm xong một điều gì đó lớn lao cho nhân loại. Anh bóp kèn, vẫy tay với những chiếc xe chạy ngược chiều. Và anh cười với mọi người.

Về đến nhà, vừa bước chân lên bậc thềm, anh đã nghe tiếng thằng em la lối ầm ĩ. Và tiếng mẹ anh nhỏ nhẹ như dỗ dành.

Bước vào nhà, anh cố hỏi bằng giọng tự nhiên, "Chuyện gì vậy?"

"Con Lisa bỏ đi mất rồi." Giọng hằn học của thằng em.

"Bỏ…" Tim đập loạn lên trong lồng ngực, anh ngập ngừng, "bỏ… đi đâu mà mất?"

Thằng em bò lê dưới sàn nhà, nghiêng đầu nhìn vào những xó kẹt dưới gầm cái ghế dài trong phòng khách. Anh nhìn quanh. Bàn cà phê, hai chiếc ghế nhỏ bị dời chỗ. Bộ tủ chè bị kéo lệch ra khỏi vách tường.

Mẹ anh xớn xác, "Con Lisa lại bỏ đi nữa rồi."

Anh lắp bắp, "Làm cách nào… bỏ đi… cách nào?"

"Ai mà biết," mẹ anh nói.

"Đứa con gái hư hỏng. Nó đã bò ra ngoài hai lần rồi." Thằng em trai đang hì hạch bò lê trên nền nhà, vểnh cổ lên nói. Anh chợt thấy lòng lắng xuống. Và anh mỉm cười, nói chuyện về con rùa mà nó làm như đang nói về một đứa con gái đua đòi hư hỏng. Lisa đã làm cách nào đó mà thoát ra khỏi cái hồ cá chật hẹp ấy những hai lần. Vậy là nó cũng đâu muốn bị giam cầm. Rõ ràng là không con vật nào trên mặt đất này - dù bay lượn trên không, ngược xuôi trên mặt đất hay lượn lờ dưới nước - chịu sống trong cái lồng chật hẹp. Trong đầu anh, hiện rõ hình ảnh con Lisa tung tăng bơi lội trong làn nước trong xanh, giữa những rong rêu uốn éo và cây lá biếc xanh. Anh mỉm cười với hình ảnh ấy, và anh buột miệng nói nhỏ với con Lisa, "Đừng để chúng nó bắt lại."

"Anh nói cái gì?" Thằng em nghển cổ lên hỏi.

Anh vội vã lắc đầu.

"Đừng nói chuyện một mình nữa!" Mẹ anh nhắc.

Lúc đi qua cái hồ cá trống trơn, anh cố giấu một nụ cười. Trả tự do được cho con Lisa, anh cảm giác như sợi dây buộc chặt anh vào khung dĩ vãng âm u vừa được tháo rời. Từ nay hai anh em chả còn phải cãi cọ về chuyện tự do và nô lệ, và thằng em cũng không có lý do gì để hối thúc anh tìm bác sĩ tâm lý để chữa hội chứng hậu chấn thương nữa.

Hoàng Chính

Thân Tình Nương Náu
HOÀI ZIANG DUY

Mr. Johson đã mất đi hai năm. Tin ông rời xa cuộc thế, làm tôi bùi ngùi nhớ lại năm tháng đầu tiên. Mới đó mà đã ba mươi năm, kể từ mùa thu năm 1991.

Tôi không nghĩ một ngày tôi đến đất nước này và quen ông. Ông nhỏ con, nói năng từ tốn như cách đi đứng chậm rãi, làm tôi có chút ngạc nhiên. Những người Mỹ trước đây tôi gặp, có thể họ là người trong quân ngũ, nên đa phần đều lớn con, nhanh nhẹn, vóc dáng mạnh khỏe. Chúng tôi ngồi gần nhau, qua nhiệm vụ mỗi người, ở trung tâm hành quân. Rồi khi chiến tranh chấm dứt, tất cả lùi vào quá khứ. Không còn ai nhớ ai, không một tình cảm riêng tư nào để lưu dấu với người bạn Mỹ, bởi họ thay đổi người thường xuyên trong tháng, trong năm. Sau đó tôi có thêm nhiều bạn với bè, chung đụng trong giai đoạn khổ ải, cùng một phận cho cả nước. Tình bạn ở đây nó thấm thía, khi đứng về một phía, trong cùng một hoàn cảnh gần gũi, như anh em cùng đơn vị ở chiến trường trước kia.

Tôi đến đây, với tâm trạng như bao người khác đặt chân lên một đất nước quen tên, nhưng khác đi tấm lòng dân tộc. An ủi chăng là tự do mong tìm, đến gần, quên đi thân phận ở năm tháng cũ quê nhà. Một đời sống mới bắt đầu làm lại, cho cuộc sống gia đình, như một thời tuổi trẻ ngày nào. Khác chăng là tuổi đời, và kinh nghiệm sống mang theo, không có gì nhiều bằng đau thương tủi nhục.

Ngôi nhà chúng tôi mướn đầu tiên là căn *townhouse* hai phòng ngủ, ở khu phố thị. Con gái tôi đi làm *part-time* ở tiệm *fast food*, như bao học sinh khác ở sinh hoạt hè. Mấy lần, cháu nói đến Mr. Johnson, người khách quen thuộc của tiệm hay bắt chuyện qua lại. Nhưng một hôm đi làm về nó hỏi ý kiến tôi. Ông Johnson muốn đến nhà mình gặp ba. (Vị trí tiệm ăn ở đầu đường gần nhà). Tôi hỏi chi vậy. Cháu kể, ông bị bệnh *prostate*, cần giải phẫu nên nhiều lo lắng. Con nói với ông ta, bệnh này có thấy ba trị qua rồi. Ông hỏi con: Ba qua Mỹ bao lâu rồi? Con trả lời mới đây thôi. Ông nói nếu ba mới qua thì tin được. Chứ nếu qua lâu rồi thì không dám tin. Vậy rồi ông ta muốn tìm ba trị bệnh.

Niềm tin của ông nhận định về người da màu không phải là người Mỹ, và hơn hết ông đang nói về người Việt Nam. Chính điều này làm tôi thấy có một điều gì không ổn ở thực tại này. Tôi và ông chưa từng quen biết, tại sao ông dám tin ở tôi, hay đơn giản bởi tôi là người tị nạn mới tới không lâu như ông nghĩ. Mười năm sau ngày ở tù về. Tôi sống bằng nghề châm cứu trị bệnh với thuốc men Âu dược. Chỉ một nghề duy nhất. Cũng nhờ ơn trên và cơ duyên đưa đẩy, tiếng lành đồn xa từ địa phương, qua các tỉnh lân cận. Nhờ vậy kinh tế gia đình tương đối ổn định trong suốt mười năm nhẫn nhục chờ ngày ra đi. Sang xứ người tôi nghĩ duyên phần đã dứt. Trước ngày ra đi tôi quyết định bỏ ý tiếp tục trên phần đất mới. Tôi thấy là đã đủ, bao năm bận rộn với đầu óc, mệt mỏi tâm trí lo toan bệnh nhân. Giờ tôi muốn có một đời sống thoải mái, làm những việc theo ý mình. Mười năm qua, từ bỏ viết lách, không đọc một tác phẩm văn học nào trong nước, ngoài những sách về y học, bệnh lý, thuốc men Âu dược ở thị trường tự do. Cho nên bây giờ nhận lời gặp Mr. Johnson, tôi có chút đắn đo. Đồ nghề máy móc gọn nhẹ mua sắm trước đây, tôi có mang theo, chỉ để làm kỷ niệm, theo như cách nói, người không phụ ta, thì ta cũng không phụ người. Trên đất nước này, tôi tự hỏi mình cuộc sống bắt đầu từ đâu? Tôi phải làm gì thích nghi với xã hội này, khi mình đến đây, đã ở tuổi trung niên, muộn màng.

Vài hôm sau Mr. Johnson đến tìm tôi thật. Trong căn phòng còn trống trải đồ đạc, chúng tôi ngồi đối diện nhau. Qua những lời trao đổi đơn giản thăm hỏi bệnh tình, đo lường trình độ hiểu biết về y khoa, châm cứu. Tôi nói tôi không có ý định đeo đuổi công việc này, việc trị liệu chỉ nhằm giúp ông trong khả năng của mình. Ông nói ông tin ở tôi, ở người mới tới định cư. Còn tôi, tôi cũng không biết nhiều gì về ông, ngoài hình ảnh một người bệnh trước mặt. Tuổi tác của ông độ chừng hơn tôi khoảng mười tuổi. Thiện cảm ban đầu làm cuộc tiếp xúc cởi mở, chân thật. Ông cho biết đã nghỉ hưu sớm, vui với việc làm công tác thiện nguyện xã hội. Vợ ông dạy học, ở trường nhà thờ Công giáo. Buổi đầu biết nhau chỉ vậy. Nghĩ cũng lạ, cuộc đời có những bất ngờ ngoài tiên liệu. Ông đến tìm tôi như một cơ duyên sắp đặt, những gì đến sẽ đến?

Sau năm lần trị liệu cho ông mỗi ngày, với căn bệnh phì đại tuyến tiền liệt (*prostate*). Ông trở lại nhà khoảng ba tuần sau đó, báo tin vui bệnh đã ổn, không cần phải mổ. Ông mừng. Tôi cũng vui lây. Ông đưa cho tôi tấm check. Tôi không nhận, coi như giúp ông ở buổi đầu gặp gỡ. Trong thâm tâm tôi nghĩ, ở đây không phải là nơi chốn hành nghề, nhận tiền bệnh nhân như trước kia, thêm nữa lòng tôi đã quyết, nên sự từ chối này ở tôi lý do là vậy. Từ đó ông đến nhà tôi khi chạy xe ngang, tiện thể ghé vào, khi thấy xe tôi. Tôi thì vừa đi học, vừa làm *part-time*, trước khi có việc làm thường xuyên. Ông nói ông có ý định đến nhà để giúp gia đình tôi học Anh văn. Cách dạy ở ông không có bài bản sách vở gì cả. Ông chỉ tiếp chuyện với mình, chủ yếu là bắt tôi kể chuyện, muốn nói gì cứ nói, khi ông chặn lại là lúc ông cần sửa cách phát âm cho đúng giọng Mỹ. Việc tôi làm thì cứ đi làm. Ông còn tập lái xe cho con gái tôi, thỉnh thoảng ông nhét cái check vài trăm vào cửa, giúp cháu tiền sách vở học hành. Ông tới lui nhà tôi nhiều năm như vậy, thân tình từ đó cũng thêm lên. Chúng tôi cũng đến nhà thăm gia đình ông bà. Bản thân tôi cũng thấy quý trọng ông, khi có lần ông chở đến nhà tôi hai cháu gái người Miên và Phi, hai cô bé mà ông nhận bảo trợ. Ông có nhiều cảm tình, giao du với người da màu. Dù mỗi năm đến mùa lễ, ông thường rủ gia đình tôi đi giúp hội gây quỹ cho nhà thờ bằng buổi ăn *spaghetti,* ông chưa bao giờ ngỏ ý bảo tôi theo đạo ông, như các người mà tôi quen biết, gặp gỡ sau này.

Tôi biết ông có nhiều áy náy, cần làm một điều gì đó để trả ơn tôi. Ông cứ đòi đưa tôi đi khám răng, hay cần làm gì đó, bởi ông biết chúng tôi chỉ có *medicare* khám bệnh, chứ không có bảo hiểm về nha khoa (chính phủ chỉ giúp sáu tháng theo quy chế chương trình HO). Sau nhiều lần thoái thác không được, một hôm ông chở tôi ra Washington DC, gặp nha sĩ người Mỹ trắng, quen biết với ông. Tôi còn nhớ sau khi chụp hình, khám, *clean* răng. Bà nha sĩ này hỏi tôi một câu, "Trước đây mặt ông có bị sưng nhức không?" Câu hỏi đột ngột làm tôi thấy thán phục bà ta. Tôi nhớ lại ba tháng đầu tiên, đặt chân lên tiểu bang miền đông bắc này. Tôi đã đau khổ gần tháng trời từ cái răng trên bị nhức, mặt bị sưng. Tôi đáp có. Bà nha sĩ hỏi, "Ông làm gì hết? Trị bệnh ở đâu?" Tôi nói không đi đâu trị hết. Tôi tự uống thuốc vớ vẩn ở nhà. Bà ta lắc đầu, ngừng tay miệng nói, "Tôi không tin, ông bị bệnh sỉ mủ, nó ăn lên óc. Bệnh này là bệnh chết, chỉ có trời cứu." Nghe bà nói tôi thấy đầu mình lâng lâng, vương vấn một lời giải đáp nào khác.

Trở về nhà tôi nghĩ, có thật tôi đã trải qua chứng trạng nặng vậy sao? Làm gì hết? Câu hỏi của bà nha sĩ còn bên tai. Nhớ lại, lúc đó không biết sao ngoài việc uống trụ sinh mang theo, tôi thích ăn trái apple mỗi ngày. Có phải là nhai, nuốt xác trái cây này, cùng với tuyến nước bọt tiết ra là chất liệu giúp trị bệnh? Cũng không chắc. Nhưng nếu phải tin mỗi ngày ăn một trái apple để khỏi cần gặp bác sĩ, thì tôi không tin như vậy. (Tôi đã ăn loại trái cây này, mỗi ngày thường xuyên về sau, vẫn phải đều đều gặp bác sĩ!). Còn nói nếu chỉ có trời mới cứu, bệnh này là bệnh chết, thì thôi cứ tin ơn trên cứu giúp vậy.

Thêm một câu chuyện nhỏ. Một hôm ông đến nhà, đem theo giấy tờ, thư trả lời từ Bộ Cựu chiến binh đưa cho tôi. Cái gì vậy? Mở ra, thì ra câu chuyện cũ tôi kể ông nghe, (rất nhiều chuyện, vì cứ phải nói nhiều theo ý ông). Tôi có biết gì hơn ngoài chuyện trong quân ngũ, chuyện tôi bị thương trong chiến tranh, chuyện tù cải tạo, đời sống sau ngày mất miền Nam. Trong đó tôi có kể trên chuyến bay trực thăng chỉ huy đổ quân, bị trúng hỏa tiễn tầm nhiệt SA7, máy bay bị rớt và bốc cháy giữa chiến trường. Trên đó ngoài phi hành đoàn, có Đại tá Hồ Ngọc Cẩn trung đoàn trưởng, trung tá Johnson (cố vấn Mỹ) và tôi sĩ quan hành quân, được giải cứu thoát thân. Ông nghe qua vậy, nhưng còn nhớ, tự mình bỏ thời gian đi hỏi thăm, tìm kiếm vị trung tá người Mỹ này giúp tôi. Theo thư trả lời, thì Bộ Cựu chiến binh cần biết thêm *first name*, năm sanh, đơn vị gốc của ông trung tá Mỹ. Cái này thì chịu thua, đa số cố vấn Mỹ chỉ đến thời gian ngắn qua tháng, họ thay đổi người, theo tình hình, thời gian lưu trú có tính cá nhân phục vụ ở Việt Nam. Ông có ý tốt là vậy. Tôi thấy không cần thiết, nên chỉ giữ lại mấy giấy tờ hồ sơ, cảm ơn nhiệt tình ở ông. Qua đó mới thấy ông có ý tốt giúp người.

Nhắc lại thân tình giữa ông và gia đình tôi, tôi không biết đứng ở vị trí nào, khi ông lớn tuổi hơn tôi nhiều. Chúng tôi đối xử nhau trong chừng mực tôn trọng lẫn nhau. Nó không gần gũi thân thiết như cái tình bạn Việt Nam, suồng sã tự nhiên thoải mái ở cùng ngôn ngữ, tình tự dân tộc. Ở đây hầu như có một khoảng cách. Đó là bối cảnh đằng sau bề chắn trước mặt. Chúng tôi hoàn toàn không biết nhiều về nhau. Còn nếu nói sơ giao cũng không đúng. Thôi thì cứ nghĩ duyên lành gặp gỡ, có thêm người thân quen, cũng tốt.

Qua lại mấy năm liên tiếp như vậy. Rồi một buổi ông đột ngột cho hay, gia đình ông sẽ dời đi, di chuyển về tiểu bang Tennessee, gần gũi với con cái. Ông ở thành phố Arlington đã lâu, ra đi thấy cũng bùi ngùi. Gia đình tôi cũng cảm thấy buồn chung với ông. Hoàn cảnh, tình cảm gia đình, là chỗ riêng tư theo tinh thần người Mỹ ở đây. Tôi không tiện hỏi, nên chỉ biết có vậy. Phải nói thực lòng, ông có rủ gia đình tôi đi theo luôn, sẽ ở cùng chung một *apartment* với ông, (hình như *building* của con ông?), nhưng tôi ngại chuyện dời đổi, con cái học hành đã yên chỗ, nên thôi.

Dù ở khác tiểu bang nhau, ông vẫn thường lái xe trở về thăm chốn cũ, tâm trạng chung của người rời đi, làm sao không quấn quýt chốn xưa, nơi có nhiều kỷ niệm bạn bè, cảnh vật thân quen. Mỗi lần về lại, ông ghé qua gia đình tôi. Chúng tôi vẫn giữ điện thoại liên lạc nhau. Cho đến một ngày đó, tôi mất *job*. Trong lần nói chuyện với con gái tôi, ông hay tin tôi không có việc làm. (Thật ra chỉ khoảng một tuần sau đó thì tôi đã có việc làm mới). Đi làm về nhận được thư ông. Mở thư ra mới thấy cái check mười ngàn đô ông gởi kèm theo. Ông dặn dò cứ giữ đó, khi nào thoải mái tính sau.

Nhận được số tiền ông giúp tôi qua cơn hoạn nạn, tôi thấy không vui, lòng tôi cảm thấy áy náy, chút tự ái. Từ trước tới nay tôi không quen vay, mượn tiền ai. Tôi sợ phải mang ơn người khác, nhất là bây giờ tôi đã có việc trở lại. Tôi nghĩ mình sống được. Số tiền này không nhỏ trong thời buổi đó, tiền nhà hai phòng ngủ tại tiểu bang Virginia, năm đó hàng tháng tôi trả tám trăm đô, đi chợ mua thực phẩm hàng tuần, khoảng hai chục đô. (Ông anh tôi qua đây từ năm 1975 nói, chỉ quen biết nhau thôi, người Mỹ dám chi ra số tiền này thật hiếm thấy). Hai ngày sau tôi gởi thư cho ông kèm theo cái check gởi trả lại với lời cám ơn ông. Vợ, con tôi cũng không ý kiến. Nhận thư rồi, tôi không thấy ông nói gì thêm.

Mỗi năm như thường lệ, cánh thiệp mùa Giáng Sinh của gia đình Bob & Jean Johnson vẫn gởi đến gia đình chúng tôi. Nó không giống như cánh thiệp của bằng hữu Việt Nam mình gởi cho nhau. Ở đây với một, hai tờ giấy ông kể chuyện năm qua, của từng người con, dâu rể, các cháu nội ngoại, sinh hoạt trong năm và tương lai, kèm theo ảnh chụp copy lại trong giấy. Đọc qua để thấy cái tình gia đình gần gũi thêm hơn. Khi chúng tôi dọn về căn nhà ở vùng Annandale, trong buổi lễ đám cưới con gái tôi, cô gái nhỏ ngày nào quen ông đầu tiên, ông bà Johnson cũng từ Knoxville, tiểu bang Tennessee về tham dự, như một thành phần trong gia đình nhà gái. Một kỷ niệm khó quên.

Dù xa cách ở hai tiểu bang khác nhau, dù ông không đọc được chữ Việt, sách vở tôi xuất bản, tôi vẫn gởi tặng ông. Ông mừng lắm khoe tôi, có đem cho mấy người Việt mà ông quen biết ở tiểu bang nhà, niềm hãnh diện có người thân viết lách. Rồi năm tháng dần trôi, nhiều năm sau do tình trạng tuổi tác, sức khỏe, ông thưa dần những lần trở lại. Có một điều riêng tư, làm tôi không quên, sau nhiều năm quen biết, có lần nhìn vào tôi, ông nói, "*You* là người Việt Nam duy nhất sống không lợi dụng, mà tôi gặp".

Câu nói của ông nghe qua, chỉ là câu nói giao du thường tình. Nhưng với tôi, nó làm tôi bồi hồi xúc động. Cái cảm giác không phải được khen tặng, mà đã hằng mười mấy năm qua, nó đè nặng lên tâm tư người lính, một thời sống chết, thương tích, đổ máu vì Tổ quốc. Một thời làm người tù cải tạo. Bao nhiêu oan khiên, tủi nhục, chất chứa trong lòng. Rồi khi trở về, xã hội ngược đãi, coi như thành phần xấu xa trong đời. Nếu không phải là người tù cải tạo, đâu ai hiểu hàng tuần hàng tháng, cá nhân anh em chúng tôi phải trình diện đồn công an. Mọi sinh hoạt bị theo dõi, bạn bè cũ không được tụ họp gặp nhau. Mọi đi đứng đều bị hạn chế, Không khí sống tù túng trong chịu đựng nhịn nhục. Tất cả là sự im lặng, ươn hèn của người không được coi là công dân trong đất nước mình sinh ra, lớn lên. Chưa kể thái độ của người quen biết, thương hại có, khinh khi có. Ngày rời khỏi đất nước, không nói ra, tự mình tôi vẫn mang lấy mặc cảm này. Tôi nghĩ chỉ có những anh em trong quân ngũ, tù đày, có sống, có trải qua hoàn cảnh cùng cực khổ ải này, mới hiểu chia sẻ sự nhịn nhục, cảm thông, chua xót tận đáy lòng.

Chưa ai nói câu nào, để tôn trọng quá khứ một thời năm cũ. Chưa ai hiểu những sâu lắng mà anh em chúng tôi chịu đựng. Từ sau ngày mất nước, tủi nhục đã mang theo trên thân phận làm người. Giờ đây trên đất nước xa lắc xa lơ Việt Nam, lại có một người Mỹ chân thật, nói câu như cởi tấm lòng. Nó như đánh thức một giấc mơ xa, choàng tỉnh với thực tế. Tôi không coi mình là người Việt Nam để nhận câu nói trên. Thực tế tôi chỉ là người lính thua cuộc, người tù binh, con dân miền Nam, rời khỏi nước ra đi. Câu nói ngắn gọn trên, như khoác vào mình tôi chiếc áo mới, chiếc áo của người dân được dỗ dành, quý trọng quyền bình đẳng làm người. Cảm giác thọ nhận được hiểu theo một cách khác, làm sao Mr. Johnson biết được. Làm sao ông hiểu được khi chúng ta ở hai cảnh đời, hai đất nước khác nhau, từ ngôn ngữ, phong tục, tập quán. Cái khoảng cách tuy gần ở đối diện, nhưng thật xa trong nhận nghĩ và chính giữa, một bảng chắn vô hình cách ngăn.

Qua bao thăng trầm hiểm nguy, cơ cực. Nghĩ lại, cá nhân tôi ở mỗi khúc gẫy của cuộc đời, hình như lúc nào cũng có bàn tay vô hình, chực hờ cứu giúp. Ngày tôi ra tù trở về làm phó thường dân dưới sự quản thúc của công an địa phương, công an khu vực. Tôi gặp lại Hạ sĩ nhất Phước (Phước ròm) trước kia ở trung đội 3 vũ khí nặng của đại đội 1, lúc tôi là sĩ quan trung đội trưởng mới ra trường, rồi Đại đội trưởng đại đội 1. Cho đến khi tôi rời đi, nhận nhiệm vụ mới. Xa cách lâu rồi, giờ đây gặp lại, với nỗi buồn vui sống còn sau cuộc chiến. Phước bây giờ đã có cuộc sống mới. Phước đề nghị giúp tôi hai cây vàng, và hướng dẫn tôi đi làm ăn chung. Làm gì? Cho bạn hàng đi buôn vay vàng, tiền, đổi hàng biên giới, xuống sạp. Lấy tiền lời trong ngày. Tôi cám ơn cái tình thằng em, còn nhớ tình lính năm xưa. Thật ra tôi còn quá xa lạ, chân ướt chân ráo với cuộc sống này. Tôi cũng chưa từng biết bán buôn, miệng lưỡi, và hoàn cảnh chúng tôi đâu có bay nhảy tự do, độc lập, hạnh phúc làm người. Nên thôi.

Cho nên nếu nói về giao tình dài lâu với Mr. Johnson, hiểu nhau hơn, chắc chỉ ngần có ấy. Tôi không nghĩ, biết thêm gì khác. Có mấy lần ông hỏi tôi về người Việt, có tiếng tăm cùng tiểu bang, phạm pháp do báo chí Mỹ đăng tải. Tôi mới biết ông có quan tâm, hiểu biết về cộng đồng. Ông mới biết bây giờ hay biết từ trước, tôi cũng không rõ. Trong thâm tâm, tôi vẫn coi ông như một người anh hiền lành trong gia đình. Một con người ngoan đạo hay làm việc thiện, thể hiện qua hành động trong cuộc sống. Giao tình với nhau trước sau vẫn vậy, mỗi người tự trọng lấy mình và tôn trọng lẫn nhau. Phải chăng chính điều này là sự bền vững lâu dài.

Câu chuyện tôi viết ra đây, thật ra chỉ là chuyện bình thường trong đời sống, trong chữ nghĩa. Thực tế không phải là vàng son nhung lụa sung sướng, cởi mở trên đất nước tự do này. Nó muôn hình vạn trạng, tai nghe mắt thấy, có sống cùng chung, mới biết nó không hiền hòa, giản dị trong ý nghĩ của người Việt ở làng quê thôn xóm, ruộng đồng. Một dân tộc có quá nhiều sắc dân chủng tộc. Một đất nước bao la rộng lớn, trộn lẫn giữa tội ác và trừng phạt. Ở đó không phải là không có kỳ thị chủng tộc. Dù bị cấm đoán theo luật pháp, nhưng nó vẫn ngầm hiển hiện trong công việc, đời sống tiếp xúc. Hưởng lấy tự do, thì cũng phải trả cho cái giá tự do thụ hưởng. Làm sao không có những phiền muộn riêng tư cho nghịch cảnh. Cuộc đời không phải là những đãi ngộ như mong muốn. Mỗi người tự nó có một phận đời riêng. Muốn có, chắc gì được. Không muốn cũng không xong. Dù nói gần xa, muốn hay không cũng phải chấp nhận, đất nước đã cưu mang chúng tôi cho đến cuối đời này. Nó vẫn hơn trong ý tưởng, trong thực tế anh em hằng mơ ước. Riêng tôi vẫn nhớ đến Mr. Johnson, hình ảnh một người Mỹ tốt bụng, sống với tinh thần người Mỹ hay cứu giúp các dân tộc nghèo khó, nạn nhân thiên tai, chiến tranh, cưu mang các trẻ mồ côi.

Ba mươi năm qua nhìn lại. Tôi vẫn sống, vẫn tưởng như ngày nào còn xa lạ trên đất nước này. Nếu nhìn về quê hương khốn khó, vẫn nhớ căn nhà xưa, chốn cũ. Một thời tuổi nhỏ không quên. Còn ở đây với cuộc sống trước mặt, tôi vẫn có niềm tin. Dù ông đi rồi, đi rất xa, quá khứ vẫn sống gần, như ban đầu ông đến, ông đi. Ông đứng lại với thân tình gần gũi.

Mr. Johnson, nhớ ông có nụ cười hiền bao dung.

Hoài Ziang Duy

Thơ Nguyễn Đông Giang:
Dòng Sông Ra Biển U Trầm
THÁI TÚ HẠP

Từ khi chúng tôi đến định cư tại Los Angeles, nhìn trên bản đồ thấy có dòng sông San Gabriel, chúng tôi tưởng tượng chắc thơ mộng không kém như sông Hương, sông Đà và sông Thu Bồn của quê hương mình. Nhưng càng ngày chúng tôi khám phá ra thực tế dòng sông San Gabriel đã cạn khô từ bao giờ, đã biến thành cống rãnh thoát nước vào những mùa mưa thác lũ. Chúng tôi vốn yêu những dòng sông từ thuở ấu thơ. Sông như người tình thủy chung. Vì ở mỗi dòng sông, chúng tôi khám phá ra mọi chuyện, từ triết lý nhân sinh quan đến nguồn cảm hứng thi ca nghệ thuật tuyệt vời.

Thiếu dòng sông là thiếu tất cả.

Thuở ấu thơ bơi lội trong dòng sông quê hương, chỉ biết Thu Bồn mơ hồ qua sử liệu địa lý, ghi nhận ngọn nguồn phát xuất từ ngọn đỉnh Hòn Kẽm Đá Dừng trên dãy Trường Sơn mịt mù thăm thẳm.

Sông Hồng từ non cao ngút ngàn sơn lâm Trung Quốc. Cửu Long băng qua trùng điệp đỉnh trời Tây Tạng mù xa. Chúng ta chỉ đơn giản ôm ấp mãi trong lòng những tên núi tên sông khép kín trong lũy tre làng, có hay chăng những dòng sông đã biệt nguồn bỏ đất, họp mặt tao phùng ngoài biển khơi bát ngát từ mấy nghìn năm. Lớn lên va chạm với đời đầy nhiễu nhương hư ảo. Đôi khi thu thúc cho tâm mình tĩnh lặng, không biết mình là sông hay núi, chỉ thấy một vầng trăng quê hương ở trong tâm mình nguyên vẹn thủy chung.

Con đường lưu vong dần rồi cũng quen. Như con ngựa già gõ nhịp trên lối mòn, chẳng có gì mới lạ. Nắng chiều hắt hiu qua thềm núi mới cảm thấy mình cô đơn thèm nhớ đến vài đợt khói bay trên mái lá quê nghèo. Thèm nhớ đến dòng sông Thu Bồn thân yêu nơi cố quận.

Chợt từ một hạnh phúc bất ngờ, khi chúng tôi nhận được bản thảo tập thơ *Vô Lượng Tình Sầu* của nhà thơ đồng hương Nguyễn Đông Giang - hay Hàn Giang bên kia sông Đà Nẵng. Gần cả trăm bài thơ nhưng tâm anh vẫn quay về một hướng - như hoa hướng dương hướng về phía mặt trời - những địa danh thân yêu anh đã vực dậy từ trong tiềm thức chúng ta, những nơi chốn ruột rà thân thiết: Hà Thân, An Hải, Mỹ Khê, Đà Nẵng, Hội An, Tân Thái, Sông Hàn, ... mỗi tên gọi là vùng kỷ niệm dấu yêu của một thời mộng mơ đầy trắc ẩn ngọt ngào đắng cay.

...

Chiều cuối năm ta lên đò qua sông
Gió thổi hiu hiu nắng úa bên lòng
An Hải ơi! Xin mừng ta trở lại
Thuở ấu thời, con ngựa già long đong

Ôi đời ta, đời buồn như mùa đông
Râu tóc hắt hiu cái rụng cái còn
Già nửa đời người dạn dày lận đận
Chợt nghe hồn vừa nở những nhánh bông

Có ai đợi, ta trên con đò cuối năm
Ôi, chỉ bóng ta chao bóng nước xuôi dòng
Mặt mũi tiêu điều theo phần đời gió nổi
Cái đời buồn như nước chảy trăm năm

Thêm một mùa xuân ta già thêm một đỗi
Tim phổi héo hon theo ngày tháng vô tình
Cũng gắng quay về nằm trên đất Mẹ
Chúa đã buồn nhưng ta lại buồn hơn

Đã mấy mươi năm ta hát khúc tiêu dao
Đời còn ai là bậc anh hào
Chẳng lẽ cười khi thế sự lao đao
Ta cứ dửng dưng như không có gì

Giả bộ yêu đời như mọi khi
Dan díu đời ta những thơ cùng rượu
Còn nắng còn mưa nên chẳng thiết gì
Nghĩ quẩn nghĩ quanh thêm buồn đời thi sĩ

Hương khói nhà ai chạnh nhớ quê nhà
Thôi chào em, chào con đò năm cũ
Trôi vào xuân - ta, lòng rụng xót xa

(Ngày về, qua đò cuối năm)

Anh mơ về thăm quê hương, bằng trí tưởng và cảm thấy lòng mình cũng vừa chùng xuống với bao nỗi xao xuyến hạnh phúc trong phút giây.

Câu thơ *"Hương khói nhà ai chạnh nhớ quê nhà"* của Nguyễn Đông Giang làm cho chúng tôi liên tưởng đến hai câu cuối bài thơ *Hoàng Hạc Lâu* của thi hào Thôi Hiệu,

..

Nhật mộ hương quan hà xứ khứ
Yên ba giang thượng sử nhân sầu...

..

Quê hương khuất bóng hoàng hôn
Trên sông khói sóng cho buồn lòng ai...

(Tản Đà dịch)

Hơn cả ngàn năm trước, bài thơ *Hoàng Hạc Lâu*, bây giờ đọc lại vẫn còn mới lạ, chẳng khác như chúng ta về nỗi nhớ nhà của tâm trạng người viễn xứ tha phương.

Trước năm 1975, tên tuổi Nguyễn Đông Giang thực sự không xa lạ trong giới sinh hoạt văn học nghệ thuật, qua những tác phẩm của anh được chọn đăng trên các tạp chí Văn Học xuất bản ở Sài Gòn.

Thơ của Nguyễn Đông Giang bàng bạc những nét hào sảng, ngang tàng nhưng không kém chân thật của bản chất người Quảng Nam, vẫn nguyên vẹn thủy chung, có sức truyền cảm khá mạnh mẽ:

Anh về buổi ấy không ai đón
Thân tàn danh liệt bước phân vân
Đường cũng lạ lùng - cây lá ngỡ
Tay vịn giậu xưa - bỗng ngại ngần

Anh về thân đã tàn quá đỗi
Con hổ trúng tên giãy giụa bên đời
Em đừng khóc - đừng buồn chi vội
Cho đời mình lúc cạn lúc vơi

Vẫn em đó - của anh thuở đó
Đã già hơn từ buổi xa chồng
Đã son sắt với người lao lý
Em đẹp nhiều nhờ buổi long đong

Vì giết giặc, có ngày giặc giết
Buổi đất trời gió bụi hiển nhiên
Buổi gạo tàn bắt tay oan nghiệt
Có gì đâu - em phải ưu phiền

Gạo em nấu mồ hôi nước mắt
Anh nhai cơm từng hạt thủy chung
Rượu đâu uống lòng đà say ngất
Tình đã quen hơi ấy vô cùng

Gắng hạnh phúc như ngày xưa ấy
Anh vẫn làm thơ để tặng em
Thơ sẽ như nôi ru em ngủ
Anh sẽ như thơ vào hồn em

Em đừng ngại lo xa chi mệt
Dẫu có chi cũng đã cùng đường
Đừng nhớ lại cùm gông tra tấn
Sẽ nhạt nhòa ngày tháng yêu thương

Em cứ tin - ngày mai phải đến
Anh của em - của cả mọi người
Còn cánh tay - anh còn đóng góp
Chút hơi tàn - cùng với trái tim

(Cho Em Từ Ngày Về)

...
Theo gió bay ngang dọc địa cầu
Nhớ Chu Pao đỉnh đồi gió hú
Hồn về Tân Cảnh hay về đâu?
Bay về đâu những hồn tử sĩ
Tấm lòng Thục Đế khóc núi sông
Những kẻ sinh ra thời máu lửa
Đời đã cưu mang chữ tang bồng
Kontum bốc hơi mùi tử biệt
Máu đỏ ngầu trên dòng Dapta
Xác ta - xác địch bên sông lạnh
Kinh Kha một đi chẳng hẹn về
Không về là hết đời ngang dọc
Hào khí bừng lên hồng sử ca
Khăn tang quấn trắng trời đô thị
Tang tóc lòng ai - giữa quan hà
Tang tóc lòng ai nơi chiến địa
Lẽ nào hảo hán bỏ ta đi
Chiến tranh! Ừ nhỉ - vô tình quá
Để lại nhân gian những nỗi sầu...

Đã có một thời anh đã lên đường chinh chiến và dâng hiến cho Tổ Quốc một bàn tay thân yêu. Trong cuộc chiến lúc nào Nguyễn Đông Giang cũng nêu cao hào khí của quân trường Võ Bị Đà Lạt, lúc nào cũng ôm ấp trong lòng giấc mộng tang bồng hồ thỉ. Nhưng thực tế chỉ có ước mơ bình thường không bao giờ toại nguyện - Đất nước thanh bình tự do thực sự - để anh trở về sum họp gia đình, xây dựng lại quê hương trong điêu tàn đổ nát:

Ngày nào đó cuộc tương tàn chấm dứt
Làng hoang vu người trở lại dựng nhà
Tôi mặc áo nâu trở về làm ruộng
Tôi trở về làm lại kiếp người ta

Ngày nào đó không còn nghe tiếng súng
Tôi trở về thay vợ giữ con
Nắm hạnh phúc trong bàn tay còn lại
Chan yêu thương cho tất cả tâm hồn

Ngày nào đó hương thơm từng nắm mộ
Tôi bùi ngùi giẫy cỏ nhớ thương
Người đã chết xin muôn đời hãy sống
Trong lòng người trong lòng đất quê hương

Ngày nào đó em thôi chạy giặc
Mẹ hết già trong nỗi âu lo
Em đi chợ nhớ mua bông bí nụ
Mẹ chải đầu nhớ từng sợi tóc thơm tho

Ngày nào đó lũ chim về lót ổ
Trong vườn cây đầy trái ngọt xanh tươi
Tôi hôn khẽ lên bàn tay còn lại
Bâng khuâng nghe như có giọng ai cười

(Cho Tương Lai Bắt Gặp)

Thi tập Vô Lượng Tình Sầu, nhà thơ Nguyễn Đông Giang chia ra làm ba thời điểm sáng tác: Thơ Viết Ở Quê Nhà Sau 1975. Thơ Viết Trên Đường Lưu Lạc. Và Thơ Viết Trên Đường Tạm Dung. Mỗi chặng đường sáng tạo là mỗi dấu tích ngậm ngùi, xót xa thân phận của kẻ ly hương lạc loài nơi đất khách.

Từ thuở mới bước chân vào ngưỡng cửa trung học, chúng ta đều hiểu, cho dù phải lên đoạn đầu đài, nhà bác học Galileo vẫn không thay đổi quyết định tuyên bố: Quả đất tròn. Điều đó đã chứng minh khi chúng ta vượt qua đại dương định mệnh, thả trôi như chiếc lá giữa mênh mông đầy rẫy bao nhiêu hiểm nguy kinh hoàng, đầy giông bão, đầy máu và nước mắt để mong được đến bến bờ tự do - Sự sống quả thật là một nhiệm mầu không thể lý giải được. Để rồi chúng ta trùng phùng nơi xứ sở an bình như một phép lạ không thể nào tưởng tượng. Ngay khi chúng ta cùng chung trên quê hương trong thời chinh chiến, gặp nhau không phải là chuyện mong ước dễ dàng.

Nhưng đi chỉ là thân xác, còn tâm thì cứ mãi hướng về nơi đất Mẹ. Không có nơi nào đẹp bằng quê hương, vì ở đó, có mồ mả cha ông, có kỷ niệm một thời không phai nhạt, như vốn liếng ngọc ngà cất giấu, một đời trong tâm trí.

Nghe tin quê nhà Hiền Giằng, Thượng Đức nước lũ cuốn trôi. Nghe bão giông tàn phá xóm nghèo Bàng Thạch, An Hải, Trung Phước... nghìn trùng cũng xót xa lòng dạ.

An Tiêm có chập chùng biển sóng rồi cũng nhớ về. Thi hào Hạ Tri Chương có bạc đầu cũng về nương cố quốc. Aleksandr Solzhenitsyn cho dù có tôn vinh Nobel lẫy lừng trong thiên hạ, rồi cũng buông bỏ trở về dựng xây đất nước khi khí hậu chính trị đổi thay.

Ước mơ chung của chúng ta trở về Việt Nam khi có Tự Do Thanh Bình thực sự vì quê hương là thứ tình cảm thiêng liêng không thể phân tích được. Quê hương là nơi chốn trở về, như chiếc nôi êm thời thơ ấu. Nơi lưu dấu những hình ảnh thân thương một đời thơ mộng nhất. Cánh hoa vàng bên hàng giậu, những con đom đóm bên bờ ao. Tiếng chim cu gù trên khóm tre già nghiêng ngả vào những buổi chiều nắng vàng hiu hắt bên sông. Không có ngôn ngữ nào diễn tả cho hết được cái vi diệu tuyệt vời đó. Nên cho dù người có thù hận dài lâu, chúng ta vẫn bao dung trở về vì ruột rà cốt tủy dấu yêu, như tâm trạng của Nguyễn Đông Giang:

Ta về sông núi có hay?
Người xưa trở lại - sau ngày biển dâu
Ta về tóc bạc mái đầu
Cúi hôn miếng đất chôn nhau của mình
Vô tình - trời đất lặng thinh
Như chim hoàng hạc - nghĩ mình mà đau
Ta về biết còn có nhau
Vầng trăng cổ lụy - ngả màu tháng năm
Chiến tranh lót ổ ai nằm
Mà người năm cũ xa xăm vô cùng
Ta về mây vẫn trắng bay
Còn ta chưa hết - những ngày lưu vong

...

Ta về - Tổ quốc còn đau
Nước non vẫn vậy - vẫn màu tang thương
Em ơi! Đời vốn đoạn trường
Lối xưa đã rụng - vấn vương thêm buồn
Ta về - ngựa cũ qua truông

Xoải chân thổ mộ - bước buồn trăm năm
Quê hương! Mảnh đất - mẹ nằm
Tha hương! Nhớ quá về thăm cho cùng
Ta về - gom hết - nhớ nhung
Đem san sẻ lại cho từng nỗi đau

(Em Ơi! Đời Vốn Đoạn Trường)

Không về thì nhớ nhung quay quắt, mà về thì xa xót từng nỗi đau. Có bao giờ chúng ta vừa lòng với cuộc sống và có bao giờ chúng ta toại nguyện với hàng triệu cây trong rừng phải thẳng lối như hàng cau. Và cứ thế chúng ta cứ quần quanh khổ đau, triền miên bất mãn, vì không thể thay đổi thế gian để cho nó thích ứng ý muốn của chúng ta với hy vọng có thể biến cải tâm trí trong ý hướng mưu tìm hạnh phúc. Nếu có, chỉ khi nào chúng ta phải vượt qua thống khổ để thực hiện những nghĩa cử từ ái tha nhân, tâm của chúng ta mới thực sự an lạc. Nhà thơ Nguyễn Đông Giang đã thẩm thấu cái vi diệu của triết lý Đông Phương:

...

Tự nhiên ta thấy hiền như Phật
Thiên hạ đua chen nghĩ mà thương
Nô lệ - Tự do đời gió thoảng
Mang mang trăng rụng cõi vô thường

Ta yêu tha thiết nỗi bình yên
Giơ tay từ giã cuộc ưu phiền
Ai hát vi vu bên bờ mộng
Hả miệng cười ngao cuộc ngửa nghiêng

(Vô cùng)

Tiếng cười sảng khoái của Nguyễn Đông Giang làm cho chúng ta chạnh nhớ đến tiếng kêu dài lạnh đến hư vô của thiền sư Không Lộ:

Trạch đắc lòng xà địa khả cư
Dã tình chung nhật lạc vô dư
Hữu thời trực thượng vô phong đỉnh
Trường khiếu nhất thanh hàn thái hư

...

(Chọn nơi địa thế đẹp sông hồ
Vui thú tình quê quên sớm trưa
Có lúc trèo lên đầu chót núi
Kêu dài một tiếng lạnh hư vô.)

Khi đã lên tới đỉnh cao với tay đùa với mây trời là lúc tâm đã hòa nhập cùng đất trời huyền nhiệm, thì nỗi sầu vô lượng của nhân thế cũng đã tan vào hư không. Từ đó thi nhân đã nhận ra bản chất ngôn ngữ là hiện tượng sinh diệt vô thường. Thơ đã thăng hoa, đã thoát ra khỏi biên giới của bản ngã và cảnh sống hạn hẹp nơi trần thế đầy khổ lụy. Tuy nhiên, tất cả đều không phải vậy! Tiếng vọng từ cuộc *Vô Lượng Tình Sầu* của nhà thơ Nguyễn Đông Giang vẫn còn vương vấn trong tiềm thức chúng ta, những âm hưởng tuyệt vời, như tiếng gọi đò quen thương từ bên kia bờ sông An Hải, một ngày đầu Xuân trở lại quê nhà!

Ngôn ngữ và không gian thơ Nguyễn Đông Giang quá mênh mông sâu sắc, những suy tư tỉnh thức của người nghệ sĩ lạc loài nơi viễn xứ. Tâm lúc nào cũng hướng về một nơi chốn thân thương - như dòng sông tương tư một vầng trăng nơi cố quận - chúng ta đã tìm thấy đích thực những xúc động của Nguyễn Đông Giang phát tiết nên bởi những ngôn ngữ từ máu huyết, từ cốt tủy, từ nước mắt, mà anh đã cảm nhận trên những chặng đường đi tìm ý nghĩa chân lý của Tự Do.

Thái Tú Hạp

truyện là kể tỉ mỉ
tâm thân cuộc sống người
thơ là kể hoa mỹ
dán thêm mây lên trời

lhoán

Thoáng Hương Mùa Cũ
HOÀNG QUÂN

Mùa lễ Phục Sinh, đám con nít gặp nhau vui mừng tở mở. Đêm nào chúng cũng thức khuya lắc, khuya lơ. Sáng dậy trưa trật, trưa trờ. Mở mắt, mở miệng, như bầy tằm ăn rỗi. Chúng lau chau một hồi là tủ lạnh láng o. Chúng sục sạo tủ này, tủ kia, hỏi, chúng trả lời: "Kiếm cái chi tào lao ăn cho đỡ buồn miệng". Nhà bếp bày biện nấu nướng linh đình, hết bánh cuốn, bánh canh đến cơm chiên, mì xào. Khi nghe nhà bếp tuyên bố, hôm nay mời món bún ốc, đám trẻ uể oải: "Thôi, con nhịn đói", "Con ăn chips cho no cũng được". Bỗng đâu, giọng oanh vàng thỏ thẻ:

- Lâu lắm rồi mình chưa đi ăn nhà hàng.

Thế là có ngay dàn hợp xướng:

- Đúng rồi! Bữa nay người lớn đãi con nít ăn nhà hàng Mỹ.

Nhà hàng sang trọng đây là tiệm ăn của cháu chắt mấy đời ông Mạc Đĩnh Chi: ông Mỹ Mạc-Đô-Nô. Trong nhà, ai nấy bận rộn. Chỉ có Quỳnh Tương bị "ế độ" thôi. Bởi vậy, mọi người nhanh chóng có ngay quyết định. Người lớn Quỳnh Tương sẽ dẫn bầy cháu ra McDonald's để chúng chạy ngoài trời cho giãn gân, giãn cốt. Rồi vào tiệm nạp năng lượng với những big mac, hamburger, những shake này, shake kia.

Cho mấy đứa nhỏ tìm bàn ngồi, nàng dắt hai đứa lớn lại quầy để đặt đồ ăn. Chỉ việc biểu mấy đứa nhỏ điều chỉnh âm thanh vừa đủ nghe là đã khản cả tiếng. Năm người, mười ý, tụi nhỏ ưa lộn xộn đó thôi. Tiệm McDonald's đâu phải đại tửu quán có hàng chục món điểm sấm, cả trăm món xào, chiên. Nàng phải lên giọng đe dọa: "Tụi bây rắc rối quá là dì xù. Dì dắt cả đám về nhà, bắt mỗi đứa ăn một trái táo".

Bầy nhỏ nghe đến táo, mặt mày đổi qua xanh lè như màu táo Granny Smith. Hai đứa lớn, bộ tịch nghiêm chỉnh, nhanh chân nối đuôi vào hàng ở quầy, đặt thức ăn luôn cho cả nhóm.

Quỳnh Tương chẳng hiểu tại sao những tiệm McDonald's luôn đông khách. Khoai tây chiên xìu xìu, chẳng bù với khoai chiên giòn tan ở các sạp bán xúc xích nướng. Mấy loại bánh mì kẹp thịt hâm hẩm, chẳng có mùi vị gì đặc biệt. Dọc đường đói bụng, ăn cái bánh mì Döner của Thổ Nhĩ Kỳ, nồng nàn vị sốt tỏi, đậm đà hơn nhiều. Mắt nàng lơ đễnh nhìn các hình quảng cáo, mặc cho hai đứa nhỏ lựa chọn. Lát nữa, nàng chỉ cần hoàn thành sứ mệnh danh dự là trả tiền và giữ trật tự, trong khi đám con nít vừa ăn, vừa chọc ghẹo nhau.

- Hallo Ihr Kleine, bitte schön! Nào, các cháu bé thích món gì đây!

Cu Tí và Bê Bê cùng liến thoắng:

- Vier happy meals, zwei mc rib, eine Apfeltasche… bitte! Cho chúng cháu xin bốn phần này, hai phần kia, một phần bánh táo…

Đột nhiên, Quỳnh Tương sững sờ, nhìn người đang đứng ở quầy vừa nhắc lại lời đặt hàng vừa bấm máy tính tiền. Trời ơi, Hiển, đúng là Hiển rồi. Lúc đó, Hiển cũng vừa nhận ra Quỳnh Tương. Hiển lúng túng, cố giữ giọng tự nhiên, hỏi hai đứa nhỏ:

- Noch einen Wunsch? Còn đặt món gì nữa không các cháu?

Hai đứa nhanh nhảu:

- Nein, das war´s. Dankeschön. Dạ thôi, đủ rồi. Cám ơn.

Hiển lách cách bấm máy, cười gượng gạo:

- Lâu ghê, mới gặp lại Quỳnh Tương. Quỳnh Tương ở gần đây hả?

Quỳnh Tương không giấu nổi bối rối:

- Ờ, ờ, gần đây. À, à, chào Hiển, Hiển khỏe không?

- Cám ơn Quỳnh Tương. Hiển cũng thường. Ồ, quên, phải tính tiền nữa chứ.

Hiển đổi qua tiếng Đức:

- Dreiunddreißig… Ba mươi ba đồng.

Bê Bê láu táu:

- Dì Út quen với chú này hả?

Cu Tí lên giọng ta đây:

- Không phải là chú đâu, là bác, vì bác này già hơn dì Út mà.

Bất giác, nàng nhận ra Hiển già đi nhiều. Mới có gần mười năm, mà Hiển chẳng còn chút dáng dấp thư sinh. Trả tiền xong, nàng lí nhí đôi lời, nửa Việt, nửa Đức:

- Cám ơn Hiển. Vielen Dank. Tschüß.

Mặc cho bầy nhóc lao nhao tranh giành ăn uống. Trí Quỳnh Tương đang lùi những bước thật dài, thật nhanh về quá khứ, thời trung học ở một làng bé tí, miền trung nước Đức.

Trong trường dành cho những học sinh ngoại quốc lỡ thì, quá lứa, đa số là "hàn nho" Việt Nam. Lèo tèo vài ba học sinh từ Tanzania, Kenya, Kurdistan, Pakistan. Mỗi tầng lầu của ký túc xá cho khoảng 20 học trò chỉ có một nhà bếp lớn. Bởi thế, vào giờ cao điểm, những giao tranh nho nhỏ của dao thớt nồi niêu chẳng thể nào tránh khỏi. Chuyện gia vị, chén bát đi lạc cũng là chuyện hàng ngày. Đăng, một đầu bếp trứ danh của nhóm nam, lục lọi tủ đồ ăn, la oang oang:

- Hiển, Hiển. Tương đâu?

Nhân đang đứng gần đó, quay sang nhìn Quỳnh Tương, đủng đỉnh:

- Tương đây nè. Làm gì mà phải hỏi thằng Hiển.

Quỳnh Tương bực ghê. Đang chiên chả giò, nàng không dám dằn mạnh đũa chiên, vì sợ lỡ dầu văng trúng, phỏng thì oan mạng. Tên Quỳnh Tương văn hoa như vậy, mà mấy ông "cốt đột" này lại đem ra so với nước tương maggi hiệu cô đầu bếp cười toe. Đăng không để ý câu đùa của Nhân, chỉ lầm bầm:

- Ông nội Hiển nấu ăn dở như hạch mà cũng bày đặt trổ tài. Nấu xong rồi dọn dẹp lộn xộn, xáo trộn hết trật tự của người ta.

Khi Hiển chạy ra bếp, Đăng nhăn nhó:

- Ông làm ơn lấy đồ đạc ở đâu, thì để lại đó. Mà thôi, nhất nghệ tinh, nhất thân vinh, ông ơi. Ông cứ lo rửa dọn. Còn chuyện bếp núc để tui với thằng Nam tính.

Hiển hiền lành:

- Hôm qua, mấy ông miệng than đói, mà mắt dính cứng ti-vi coi đá banh. Tui phải tìm nấu quấy quá kiếm chút bỏ bụng.

Thật ra, chẳng phải Hiển bất tài nơi chốn này. Ngày mới lập nhóm, Hiển lừng lẫy với món gan xào thơm. Danh vọng lên cao đến độ Hiển mang luôn cái tên hấp dẫn mà kỳ cục: Hiển gan xào. Nhiều đứa bạn lười lĩnh, chỉ gọi Hiển bằng hai chữ Gan Xào. Ban đầu, Hiển rất rầu vì cái tên có vẻ dĩ vãng khơi niềm đau. Dần dà, Hiển cũng quen và cảm thấy cần thiết để phân biệt với Hiển quắn lầu 1. Ngày ấy, Hiển và mấy người bạn họp nhau nấu ăn chung. Luân phiên, mỗi người nấu một ngày. Ai nấy hể hả. Bao nhiêu là của ngon, vật lạ. Hiển tung ra món gan xào thơm. Trong nhóm mỗi người một lời, thi nhau khen. Khiến Hiển có cảm tưởng mình là đầu bếp thứ thiệt, tài năng đang lên như diều gặp gió. Thành xuýt xoa:

- Ngon, ngon không thể tưởng. Không thua gì món rựa mận ở đường Thoại Ngọc Hầu.

Thục hỏi vặn:

- Lúc ở Việt Nam, chú mày nhậu thịt chó dữ lắm sao?

Thành giả lả:

- Nhà tui ở đường đó mà! Đi ngang thấy họ để bảng quảng cáo nào là nhứt mực nhì vàng, nào là sống ở đời ăn miếng dồi chó, chết xuống âm phủ biết có hay không.

Nam sốt ruột cắt ngang:

- Biết rồi, biết rồi. Quan trọng là ông đã ăn thịt cầy chưa?

Thành nhẩn nha:

-Thong thả. Chuyện gì cũng phải có đầu đuôi ngọn ngành chứ. Hồi đó, bà già tui cấm ăn thịt chó. Bà đe dữ lắm, cấm tiệt. Nhưng tui đi học ngày nào cũng đi ngang qua hàng thịt cầy. Vừa thấy hình chú nai đồng quê, vừa ngửi mùi. Thì coi như đã ăn rồi. Ăn... hàm thụ.

Nhưng không lâu sau, thấy Hiển cứ bổn cũ soạn lại, cả nhóm đồng lòng thăng chức Hiển thành "phi công lái dĩa bay" và xóa tên vĩnh viễn món gan xào thơm ra khỏi thực đơn của nhóm.

Nhà bếp rộng rãi, nhưng vẫn đủ để cho mọi người cùng hiểu chuyện nhau. Quỳnh Tương cũng như Hiển, nghề chính là rửa chén bát. Hôm nay ngoại lệ, mấy chị đã gói xong chả giò, nàng chỉ mỗi việc chăm lo nồi dầu chiên. Thỉnh thoảng, nàng thử "khám phá tài năng" mình, bữa thì mặn điếng, lúc thì nhạt thếch. Có lần, nàng tính nấu bún mọc, hầm xương không để ý, nước sôi sùng sục, đục ngầu. Vậy là nàng quyết định đổi thành bún bò, mặc dù không có thịt bò gân, giò heo và sả. Nàng xào bột ớt Paprika với dầu, nước đo đỏ ở trên mặt, coi như êm. Đến lúc dọn ra, nàng đã no vì nếm lui, nếm tới quá nhiều. Mấy chị làm ra vẻ khảnh ăn, khèo khèo vài cọng bún, húp vài muỗng nước, rồi buông đũa, vì trí tưởng tượng không đủ phong phú để nhận ra món nàng nấu là món ăn Việt hẳn hoi. Quỳnh Tương hay gặp "đồng nghiệp" Hiển trong những lúc thi hành công tác. Không hẹn mà Hiển và Quỳnh Tương thường trùng "ca" lao động. Chén bát của chị em nàng gọn gàng, khoắng một tí là xong. Nàng chỉ ngán đám nồi niêu to lớn, dềnh dàng. Thấy nàng loay hoay với mấy xoong chảo dầu mỡ, Hiển hào hiệp ra tay cứu nhân độ thế. Nàng chỉ lẩn quẩn đứng trò chuyện. Tự lúc nào, những giờ giấc tinh tú quay cuồng với mớ chén bát, nồi niêu là thời gian Hiển và Quỳnh Tương chuyện trò tâm đầu ý hợp. Những câu chuyện lan man có thể đối với người khác vớ vẩn, ấm ớ. Nhưng đối với cả hai là những trao đổi thật thú vị. Chuyện ông thầy Anh văn giận đám học trò không sành ăn. Ông thầy nghỉ hè, lên tận Bắc Âu câu cá. Rồi đem thành quả đi hun khói. Với cả tấm lòng, ông đem biếu cho đám học trò để tụi nó ăn bánh mì. Nhưng đám học trò Việt Nam không hảo những khoanh cá hoi hoi màu cam đỏ, đặt lên miếng bánh mì đen thui. Thế là một cô trong nhóm nhanh nhấu thắng nước màu, xịt nước mắm, rắc tiêu, thêm vài trái ớt và biến thành món cá kho. Chỉ thiếu cái tộ là thành món ngon Việt Nam. Ông thầy thất vọng não nề, mặt chằm vằm một đống. Nếu ông thầy rành tiếng Việt, chắc ông sẽ buông thõng một câu, ôi bầu dục mà chấm mắm cáy. Chuyện cô giáo Hóa học tình cờ ngang qua phòng ăn, khi học trò đang xì xụp món bún riêu. Học trò diễn tả rằng, món này giống như súp trứng, tha thiết mời cô dùng bữa. Rồi cho đúng điệu sành ăn, một bạn múc một muỗng mắm ruốc đậm tình quê hương cho vào tô của cô. Tội nghiệp cô, phải ngậm đắng nuốt cay mà xơi món hải vị đặc biệt này. Cứ vậy, hai đứa ngày ngày cùng vui trong công việc chẳng mấy ai ưa chuộng.

Thường đầu tháng, mới lãnh học bổng, nhóm bạn của Hiển kéo nhau ra quán ăn gà nướng. Nhà bếp vẫn có những người khác ra vào, nấu nướng rửa chén, mà những ngày không có Hiển trong bếp, nàng thấy văng vắng, thiêu thiếu điều gì. Nàng rửa chén thật lẹ rồi rút về phòng. Nghỉ hè, mấy chị em Quỳnh Tương về nhà. Hiển cùng vài bạn khác, những người một thân, một mình ở Đức, rủ nhau đi chơi loanh quanh thám hiểm nước Đức. Quỳnh Tương còn nhớ cảm giác man mác buồn vào mỗi mùa nghỉ. Trở về trường, cả hai lại có những giờ phút chuyện trò vui vẻ bên bồn rửa chén. Gần ba năm ở mái trường trung học này, xuất hiện nhiều đôi bạn. Nhân, từ khi cặp với Nguyệt Nga trở thành Vân Tiên. Dũng, cao lêu khêu, tự động bị đổi tên là Chú Lùn sau khi thành người yêu của Bạch Tuyết. Trong những sinh hoạt chung của ký túc xá, Quỳnh Tương và Hiển luôn có mặt. Cứ hai tuần một lần, tối thứ Sáu, cô Finke viết thật to trên tấm bảng trước văn phòng: Heute Abend! Disco! Tối nay có nhảy nhót. Học trò Việt Nam đông nhất, giành lấy việc để nhạc "tua" cho đầy đủ điệu nhảy Pasodoble, Tango, Chachacha... Nào là Dừng bước giang hồ, Mộng ban đầu, Nắng chiều... Học trò các sắc dân khác đến chơi vài lần, nghe "rơ" nhạc Việt Nam là dội, nhường hẳn đêm Disco cho học trò Việt Nam. Thấy bạn bè khiêu vũ, Quỳnh Tương rất thích. Nhưng cả nàng và Hiển không biết nhảy. Các "kép" khác xem Quỳnh Tương là "của" Hiển. Cho nên, chẳng ai mời nàng nhảy các điệu tình tứ. Chỉ khi "ông bầu" để những bài vui nhộn như Sáu mươi năm cuộc đời, Hot Stuff, Let's Twist Again... Thực rủ hết mọi người ra sàn nhảy, Hiển và Quỳnh Tương mới theo các bạn lúc lắc. Cho đến ngày rời trường, những gặp gỡ "riêng hai đứa mình" của Quỳnh Tương và Hiển vẫn chỉ là những buổi chuyện vãn trong nhà bếp.

Sau mấy năm mài đũng quần ở trường làng, ai nấy giờ đây đã thành cô tú, cậu tú. Mấy nhóm cùng tầng lầu rủ nhau làm buổi tiệc chia tay. Nhóm nào cũng trình làng những món ăn tâm đắc của mình. Gánh nặng bài vở đã nhẹ, mọi người thơ thới, chuyện trò vui như tết. Họp mặt phải có hát hò mới vui trọn vẹn. Bởi vậy, màn văn nghệ bỏ túi được mọi người hưởng ứng nồng nhiệt. Ai cũng góp phần. Nhưng Quỳnh Tương nhớ nhất phần trình diễn của Hiển. Hiển đọc bài thơ Hoa học trò của thi sĩ Nhất Tuấn. *Rưng rưng phượng đỏ trên đầu/Tìm em, anh biết tìm đâu bây giờ/ Bao nhiêu kỷ niệm ngày xưa/ Gửi vào đây một bài thơ cuối cùng.* Quỳnh Tương lắng nghe, xao xuyến. Hiển nâng đàn hát, đến đoạn *Bây giờ còn nhớ hay không?* Nhiều người không hẹn, mà cùng ca theo *Bây giờ còn nhớ hay không?** Nàng hơi cúi đầu, vờ đưa tay nhón miếng trái cây, giấu sự cảm động. Nàng hơi tiếc, đã không nhìn Hiển. Biết đâu, ánh mắt của nàng sẽ gặp ánh mắt của Hiển. Cuối buổi, Đăng làm ra vẻ trịnh trọng:

- Mời Nam đại diện cho nhóm đọc bài thơ "Cuộc tình chén bát"
để tặng cho...

Đăng bỏ lửng câu nói. Mọi người ồ lên thích thú:

- Cho ai vậy ta?

Đăng làm ra vẻ bí mật:

- Các bạn kiên nhẫn nhe. Chờ nghe xong bài thơ biết cũng không muộn.

Nam cất giọng:

Em lẩn quẩn trong gian nhà bếp
Anh thẹn thùng chén bát run tay
Lim dim mắt bên em trời buông nắng
Chữ nghĩa thầy giờ bỗng thoáng bay đi

Chén bát đầy hình bóng em lẩn quẩn
Cả hồn này bối rối hỏi vu vơ
Nở nụ cười em buông lời thỏ thẻ
"Rửa chén rồi mình tính chuyện mai sau"

Nghe em nói cả hồn anh chất ngất
Đống chén đầy mờ mắt ngỡ trầu cau
Người yêu nhau trao tim lời hứa hẹn
Mình yêu nhau chén bát giữ làm tin.

Nam vừa dứt lời, mọi người vỗ tay rào rào:

- Rõ rồi, biết rồi.

Thành đưa cao hai tờ giấy chép bài thơ, vờ hỏi:

- Ai là người nhận huy chương nhỉ?

Mọi người đồng thanh:

- Quỳnh Tương và Hiển!

Quỳnh Tương ngượng chín cả người, chưa biết phản ứng thế nào.
Nàng len lén nhìn hai chị cầu cứu. Tiếng Hiển chậm rãi:

- Cám ơn các bạn đã tặng bài thơ cho mấy phi công lái dĩa bay.
Hiển rất vui đã có thể đóng góp bát sạch để có được những bữa ngon
cơm cho cả nhà. Hiển cũng cám ơn Quỳnh Tương về những buổi rửa
chén bát thật thú vị.

Chị Quỳnh Chi, chị của nàng góp lời:

- Chi thay mặt bé Út của tụi này, cám ơn bài thơ của các thi sĩ vườn nhà. Cám ơn Hiển hay phụ giúp bé Út nha. Hôm nay, tụi này sẽ đảm trách chuyện rửa chén. Cho Hiển và Quỳnh Tương được nghỉ phép.

Quỳnh Tương chẳng vui mừng vì được nghỉ phép. Chỉ thấy tiếc, mất một buổi mạn đàm của "hai đứa mình".

Suốt thời gian trung học, Hiển và Quỳnh Tương là láng giềng, cùng ở chung tầng lầu trong ký túc xá. Nhưng hai đứa chẳng bao giờ chung bước đến trường. Mà cũng chẳng bao giờ cùng sớm hôm lo sách đèn. Hiển là "ngôi sao" toán lý, nức tiếng mấy lớp. Bởi vậy, mấy đứa bạn học vùng Trung Đông cứ xin tôn Hiển làm sư phụ. Thế mà, kết quả của bằng tú tài không như Hiển mong đợi, vì điểm thi vấn đáp quá thấp. Trường hợp của Hiển giống vài học sinh Việt khác: đọc và viết giỏi, nhưng nghe và nói lại gặp vấn đề. Có những giám khảo người Đức, họ ít dịp nghe người ngoại quốc, nhất là người Á châu nói tiếng Đức. Cho nên, nhấn giọng, phát âm không chính xác, giám khảo không hiểu, không chấm điểm được.

Rời trường, bịn rịn chia tay, bạn bè trao đổi nhau địa chỉ, hẹn nhau mỗi năm hội ngộ một lần. Tính vậy thôi, đâu ai thực hiện được. Ai nấy còn bao nhiêu nỗi âu lo, trăn trở trước ngưỡng cửa đại học. Những năm thập niên 80, chưa có điện thoại di động, chưa có internet. Những ai sống với gia đình thì còn có điện thoại bàn. Những người tứ cố vô thân như Hiển, chỉ mượn tạm địa chỉ của người quen. Xin được chỗ học ở tỉnh nào, mới đến đấy tìm nơi ăn ngủ. Quỳnh Tương và hai người chị học cùng trường với Nhân ở Frankfurt, miền Trung nước Đức, nhưng khác ngành. Được thời gian ngắn, hai chị lập gia đình, theo chồng, đổi đi học ở tỉnh khác. Thỉnh thoảng, muốn gặp Nhân, nàng phải hẹn năm lần bảy lượt. Nhân kể, Hiển lận đận trong chuyện học hành. Do thiếu điểm, Hiển không được chọn đúng trường, đúng môn mình muốn học. Hiển lưu lạc về tận Konstanz, một tỉnh cực nam nước Đức, sát biên giới Thụy Sĩ. Nghe Nhân bảo, Hiển gởi lời thăm Quỳnh Tương, lòng nàng xôn xao nhớ những ngày tháng êm đềm nơi trường làng. Nàng nhờ Nhân chuyển lời hỏi thăm đến Hiển. Thời gian sau, mỗi người có những bận rộn riêng. Có lần Nhân gọi, nàng vắng nhà. Nhân nhắn tin. Nàng gọi lại Nhân. Không gặp Nhân. Nàng cũng gởi lời nhắn. Mà chẳng thấy Nhân gọi lại. Từ đấy, nàng mất luôn liên lạc với Nhân và cũng chẳng còn tin tức gì về Hiển. Nàng có bạn bè mới. Vào những dịp lễ cũng có tụ tập, ăn uống. Nhưng không còn không khí vô tư như thuở học trò. Lật cuốn Album có mấy tấm hình thuở trường làng, lòng Quỳnh Tương bâng khuâng nhớ những ngày xưa. Nhìn những tấm hình chụp chung với nhiều người, nàng đưa mắt dò tìm những khuôn mặt bạn bè. Trong hình, Hiển và Quỳnh Tương thường là người ở đàng đông, người ở đàng tây. Chắc tại vì, hồi đó, hai đứa có tịch, nên rục rịch, không dám đứng gần.

Bê Bê đã đến bên Quỳnh Tương tự lúc nào, khèo khèo vai áo nàng:

- Dì Út, bây giờ mình phải về. Chút nữa con đi dự sinh nhật của bạn con.

Cu Tí tường thuật:

- Bê Bê nó ăn cái bánh táo của dì Út rồi. Hồi nãy nó hỏi xin dì. Mà không nghe dì nói gì hết. Vậy là dì cho nó rồi. Bánh này phải ăn nóng mới ngon. Bây giờ bánh vô bụng nó rồi.

Nàng chần chừ, muốn lại xếp hàng, mua đại một món gì, rồi tiện dịp, đưa số điện thoại để Hiển liên lạc. Nàng nhìn về phía quầy, Hiển vẫn bận rộn với dãy khách hàng đang đứng chờ.

Quỳnh Tương nhẹ nhàng bảo mấy đứa cháu:

- Không sao. Bây giờ mình về nhà nhe.

Nàng băn khoăn, không biết Hiển có kịp ngước lên, thấy nàng và đám cháu đang rời tiệm. Giữa tiếng lao xao cười nói của bầy trẻ, nàng bồi hồi đọc khẽ câu thơ: *chút ngày xưa gặp tình cờ/ thoáng hương mùa cũ như vừa đâu đây.*

Hoàng Quân

Tháng Chín 2021

Những Sợi Vắn, Sợi Dài
Trong Truyện Hoàng Quân
LÊ HỮU

"Ký ức biết chọn lọc, chỉ giữ lại những màu hồng mà thôi."

Tôi nhớ đã đọc câu ấy trong truyện ngắn nào của Hoàng Quân, dường như nhân vật nào ở trong truyện đã thốt lên như vậy. Tôi không chắc có phải tác giả đã để nhân vật nói thay cho mình nhưng tôi thích câu nói ấy; hơn thế nữa, tôi tin là ký ức của tác giả cũng chỉ muốn giữ lại màu hồng và những truyện của Hoàng Quân mà tôi từng đọc cũng là được ghi chép lại từ một ký ức tươi hồng.

Màu hồng phơn phớt ấy có thể nhìn thấy được qua các truyện ngắn trong tập truyện *Sợi Vắn, Sợi Dài* này, qua mối tình nhẹ nhàng, phất phơ như cánh cò bay lả bay la trong truyện *Ca dao,* qua chút tình mơ màng, lãng đãng như chuyện liêu trai trong truyện *Người trong mộng,* qua những "hoa bướm ngày xưa" nơi sân trường kỷ niệm trong truyện *Thầy trò một thuở…* và nhiều truyện khác nữa.

Kể từ *Bông Hoa Trên Phim* (2015), tập truyện đầu tay đẹp như "đóa hoa đời xinh xinh" có thể xem như "mối tình đầu" của tác giả với sinh hoạt văn chương ở hải ngoại, cho đến tác phẩm mới nhất này, nhà văn Hoàng Quân đã có tới năm tuyển tập truyện ngắn cho thấy một sức viết thật khỏe khoắn. Không lâu sau ngày đặt những bước chân đầu tiên lên sân chơi chữ nghĩa như một cuộc dạo chơi thong thả, đến nay tác giả những tập truyện ngắn ấy đã trở thành cái tên quen thuộc và được người đọc yêu mến qua các thể loại truyện ngắn, bút ký hay tự truyện.

Những truyện ngắn ấy được người đọc yêu thích ở những điểm nào, có lúc tôi đã tự hỏi như vậy và không khó để tìm ra câu trả lời. Hẳn là ở lối văn trong sáng, nhẹ nhàng, ở lối dẫn dắt câu chuyện thật tự nhiên mà lôi cuốn như người kể chuyện có duyên trong một bàn tiệc khiến người đọc đã trót đọc những dòng đầu là phải đọc cho đến dòng cuối để biết câu chuyện diễn tiến và kết thúc như thế nào. Hẳn là ở giọng văn đầy nữ tính, ở tài quan sát, nét tinh tế và nhất là nét dí dỏm, nghịch nghịch nấp sau những dòng chữ ấy khiến người đọc có lúc cười thầm, có khi bật cười thành tiếng.

Cứ thế, dòng văn chương của Hoàng Quân xuôi chảy như dòng suối trong trẻo, róc rách, từ lối dẫn truyện thật linh hoạt đến những tình tiết bất ngờ và thú vị, từ chuyện này thoắt nhảy sang chuyện khác như chú sóc nhỏ chuyền cành.

Người đọc là tôi cũng hiểu được vì sao truyện Hoàng Quân vẫn được yêu chuộng khi đọc *Khoảng cách vô hình*, truyện đầu tiên tôi chọn đọc trong tập truyện này chỉ vì cái tên truyện. Đúng ra, chỉ vì muốn biết cái "khoảng cách" ấy là khoảng cách gì, dài ngắn, xa gần, rộng hẹp thế nào và vì sao lại gọi là "vô hình".

Hóa ra đây là một truyện có tính thời sự, trong bối cảnh mùa đại dịch. "Khoảng cách" ở đây là khoảng cách giữa hai vợ chồng dưới một mái ấm gia đình có đôi lúc không được "ấm" cho lắm. Một khoảng cách mơ hồ, bàng bạc nên gọi là "khoảng cách vô hình" cũng đúng thôi.

Đọc, có lúc tôi bỗng giật mình thấy mình có vẻ giông giống nhân vật ông chồng ở trong câu chuyện, thấy mình cũng là "tác nhân" tạo nên "khoảng cách vô hình" trong mái ấm của chính mình như kẻ gây nên tội. Đọc thử một đoạn để thấy cái "khoảng cách" trong truyện như thế nào.

Cả hai như có thỏa thuận ngầm, lúc nào cảm thấy quá sức chịu đựng thì tự bấm nút "hai không": không nghe, không thấy, mà sao bây giờ anh lại phá lệ. Cơn bướng trong chị trỗi dậy. Chị vào phòng lấy cái điện thoại, mở vội một chương trình nhạc và gắn headset vào tai. Chị dọn cà phê, bánh ra bàn, nói lạt lẽo:

- Anh uống cà phê ăn bánh.

Chị biết, ngồi hai người bên bàn ăn mà mang headset rất khó coi, rất bất lịch sự. Nhưng chị muốn cho anh biết, chị thực sự cảm thấy bị xúc phạm. Chị cố giữ vẻ bình tĩnh, uống cà phê, ăn bánh ngọt. Cả cà phê lẫn bánh ngọt đắng nghét.

Theo lời kêu gọi của "bà mẹ" Merkel, bà thủ tướng Đức, khoảng cách quy định nơi công cộng là hai mét. Khoảng cách trong nhà chị tuy vô hình, không đo được, nhưng dường như rộng lắm.

Đọc, cũng để thấy giãn cách xã hội dù sao vẫn dễ chịu hơn là "giãn cách gia đình".

Câu nói lạt lẽo của cô vợ, thái độ lạnh lùng của anh chồng gợi nhớ câu nói của nhà văn, nhà viết kịch W. Somerset Maugham, "Thảm kịch của tình yêu không phải là cái chết hay nỗi chia lìa, mà là sự dửng dưng."

Những ngày dài "stay home" dễ làm con người trở nên bực bội, quạu cọ khi phải tự nhốt mình trong một không gian kín và khi hai vợ chồng không còn biết làm gì hơn là ngồi... nhìn nhau. Truyện còn là lời cảnh báo mọi người phải lo "bảo quản" không khí trong lành trong ngôi nhà của mình kẻo không khéo lại chết vì thiếu dưỡng khí trước khi con virus quỷ quái ấy kịp ghé thăm.

Những nỗi nhàm chán, dửng dưng trong tình yêu vợ chồng cũng dựng lên bức tường ngăn cách vô hình làm mất đi ít nhiều hạnh phúc trong cuộc sống lứa đôi.

Đọc thêm ít truyện như *Sợi vắn, sợi dài*, như *Dọn nhà, dọn lòng*, như *Vãn chuyện cố nhân*... vẫn như thấy có mình trong đó. *Vãn chuyện cố nhân* chẳng hạn, một truyện cười ra nước mắt, người đọc có lúc thấy ông chồng trong truyện giông giống ông chồng mình hoặc cô vợ trong truyện giông giống cô vợ mình.

Khi mà người đọc phải khó chịu vì cô bạn gái vô duyên của ông chồng hoặc bực mình vì ông chồng "dại gái", cũng tựa như ghét cay ghét đắng nhân vật "phản diện" trong cuốn phim nào, thì xem như tác giả đã thành công. Những anh chàng, những cô nàng thật "vô tư", những vị khách không mời mà đến ấy ta vẫn gặp đâu đó trong đời này, ở đâu bỗng nhảy xổ vào cuộc sống êm đềm của chúng ta mà không thèm hỏi qua ý kiến ai cả.

Người đọc thích đọc truyện Hoàng Quân một phần cũng vì tìm thấy mình, tìm thấy những chuyện dở khóc dở cười, những cảnh ngộ trái ngang mà ai cũng có lần đụng phải, rơi vào. Điều này cho thấy ở Hoàng Quân cái sở trường về lối văn kể chuyện, từ những chuyện thường ngày của "gia đình tôi", "chồng con tôi", "chàng (hay nàng) của tôi"… đến những mẩu chuyện buồn vui gần gũi đời thường.

Không chỉ là những truyện vui vui, truyện ngắn của Hoàng Quân đôi lúc vẫn có cái buồn buồn nhẹ nhàng tựa những cơn mưa bóng mây. *Con đường mùa xuân* chẳng hạn, là câu chuyện về những tình bạn ấm áp và cảm động, có vui có buồn với một kết thúc... có hậu.

Tôi nhớ, có lần nói với tác giả nửa đùa nửa thật, "Văn Hoàng Quân như 'liều thuốc bổ' giúp tăng cường sinh lực, mang đến sự trẻ trung, vui tươi cho người đọc." Nói thế là có lý do, vì có câu "Tiếng cười là liều thuốc bổ". Đặc biệt, truyện Hoàng Quân còn là món ăn tinh thần hợp khẩu vị giúp người đọc tạm quên đi phần nào những âu lo và làm dịu bớt không khí nặng nề, ngột ngạt trong mùa dịch dai dẳng này.

Nhiều truyện trong tập truyện này có vẻ là truyện thật hoặc tạo cho độc giả cảm tưởng là những câu chuyện thật, nếu không là bút ký hay tự truyện của tác giả thì cũng là viết xuống từ những chuyện "người thật, việc thật". Có bao nhiêu phần trăm sự thật trong những truyện ấy thì chỉ tác giả mới biết được. Dù thế nào đấy vẫn là những truyện khá thuyết phục và khiến người đọc thêm yêu mến, gần gũi với người viết. Đó cũng lại là sở trường trong lối viết và kỹ thuật dựng truyện của tác giả.

Trong chương trình nhạc Văn Phụng, ca sĩ Châu Hà, với mái tóc ngắn, bà bảo Suối Tóc ngày xưa là nguồn cảm hứng để ông viết nhạc tặng bà, bây giờ đã thành suối cạn…

Nàng không hề mơ chàng viết nhạc, viết thơ tặng nàng. Nàng chỉ ước ao, ngày nào khi suối cạn, nàng vẫn còn nhận được ánh mắt đằm thắm của chàng, dẫu hấp háy qua làn kính lão.

Đoạn văn ấy ở trong truyện *Sợi vắn, sợi dài*. Câu trên là chuyện có thật, những câu dưới là mượn ý từ mẩu chuyện có thật để bày tỏ nỗi "ước ao" của nhân vật về một tình yêu bền chặt.

Tên truyện cũng là tên của tuyển tập truyện ngắn này. Liệu truyện ấy có là truyện ưng ý nhất của nhà văn trong số 15 truyện của tuyển tập? Nếu không phải vậy hẳn tác giả chọn ngẫu nhiên, hoặc vì lý do thầm kín nào đó… chỉ tác giả biết mà thôi.

Và người đọc, hoặc sẽ chọn ra được trong tập truyện này truyện nào mình thích nhất, hoặc cũng khó mà nói được mình thích nhất truyện nào vì mỗi truyện mỗi khác cũng tựa như những lọn tóc mai vẫn có… sợi vắn, sợi dài.

Lê Hữu
(Seattle, WA Tháng Tám 2021)

đọc sách trước khi ngủ
chữ sáng như ngọn đèn
giấc đẹp tôi bị đẩy
nhanh chóng ra khỏi chăn

lhoán

Xóm Bờ Đê

THÁI NC

Đồng hồ điểm đúng 12 giờ khuya rồi nhưng Cương không thể dỗ được giấc ngủ. Nó nằm trằn trọc nghĩ đến việc xảy ra hồi chiều mà cảm thấy ấm ức, than thầm *"Trời ơi! nhục ơi là nhục."*

Chuyện xảy ra như vầy:

Chiều nay, như mọi ngày, Cương đi học về đến đầu xóm. Đang bước đi trên con đường quen thuộc, bỗng nó phải dừng bước vì hai thằng nhóc cũng trạc tuổi chặn trước mặt. Một thằng hất đầu nói:

- Ê, đứng lại biểu.

Cương nhận biết cả hai. Chúng nó là hai anh em. Thằng anh tên là Đen. Không biết có phải là tên thiệt của nó hay không, chỉ nghe tụi con nít trong xóm gọi như vậy vì thằng này luôn luôn cởi trần. Toàn thân nó từ đầu đến chân, trừ chiếc quần xà lỏn rộng thùng thình ra, là một khối đen sì rám nắng. Thằng em nhỏ hơn một tuổi, gọi là Trắng. Kể cũng lạ. Anh em mà thằng này khác thằng kia xa lắc. Thằng Trắng cũng cởi trần chạy rông suốt ngày nhưng không đen như anh nó; trái lại là khác. Nó trắng bệch gần giống như người ở trong nhà mấy năm chưa ra đường. Anh em cu Đen cu Trắng là trùm bọn nhóc của xóm Bờ Đê.

Xóm Bờ Đê ở ngay bên ngoài khu cư xá nhà Cương. Tính từ cái cầu Trương Minh Giảng đi xuống về hướng Gia Định khoảng một cây số là tới ngã tư đầu tiên có cây xăng con sò. Quẹo phải là đường *Trần Quang Diệu* chạy thẳng về Phú Nhuận. Còn quẹo trái lại thêm hai chữ nối dài, thành đường *Trần Quang Diệu nối dài.* Đây là một con đường cụt. Từ đầu đường Trương Minh Giảng đi vào nửa đoạn đường đầu, nhà cửa còn khang trang tử tế. Càng vào sâu nữa, đoạn đường sau, hầu hết là nhà sàn vì nó bắc ngang qua dòng sông Củ Kiệu nổi tiếng với dòng nước đen kịt đầy rác rến và mùi hôi.

Qua khỏi xóm Bờ Đê nối lại với đất liền là khu Cư Xá. Chỉ gọi là khu Cư Xá trống không vậy thôi chứ không có tên gì cả. Trước đây đó là một khu đất trống. Một nhà thầu bỏ vốn xây cất hơn hai chục căn nhà nhỏ, kiểu na ná giống nhau.

Cho nên, chỉ một đoạn đường ngắn ngủi đã có ba tầng lớp khác biệt trong xã hội. Phía ngoài cùng nửa đoạn đường đầu là khá giả hơn cả, nhà cửa biệt lập, sân trước sân sau rộng rãi. Kế đến là xóm Bờ Đê hoàn toàn trái ngược, hỗn độn chen chúc nhau trong những căn nhà chật hẹp. Trong hết là khu Cư Xá, tuy chỉ là những căn nhà nhỏ nhưng vì mới xây nên tương đối khang trang.

Vì có sự khác biệt trên nên con nít xóm nào chơi theo xóm đó. Xóm giàu ở ngoài, Cương cũng có vài đứa bạn học chung lớp, nhưng chỉ biết nhau vậy thôi chứ Cương ít khi nào thấy tụi nó la cà ngoài đường phố. Còn lại xóm Bờ Đê và khu Cư Xá cũng không thể dung hòa với nhau nổi. Không phải là con nít khu Cư Xá không muốn chơi với tụi Bờ Đê, nhưng quả tình là chơi không lại tụi nó. Cũng những trò chơi chung như bắn bi, tạt hình, bông vụ… như nhau thôi, bọn Bờ Đê chơi hay vô cùng. Lý do vì tụi nó chơi tối ngày, quanh năm suốt tháng. Chơi với tụi nó chỉ có nước nạp mạng. Đó là chưa kể tụi nó ngang như cua, thua là cãi chầy cãi cối, và thỉnh thoảng giựt tiền chạy. Tụi Cư Xá như Cương chỉ có nước đứng ngó.

Đã không chơi, tức không là bạn. Và đây là điều đau khổ cho bọn Cương.

Vì nằm ở trong cùng nên đi đâu cũng vậy, dù muốn dù không cũng phải đi ngang qua xóm Bờ Đê. Với người lớn chúng nó còn nể chút đỉnh, chứ cỡ Cương đều là nạn nhân. Đang đi đường, bỗng không bị thụi sau lưng một cái thiệt mạnh. Quay lại thấy một thằng nhóc Bờ Đê miệng cười nham nhở. Tức mấy cũng bặm môi bỏ qua chứ gây lại là có chuyện. Có khi chúng nổi hứng ngang nhiên chặn lại hỏi: *"Ê, muốn pặc-co không? Một chọi một»* v.v… Những lần như vậy bọn Cương chỉ lầm lũi né sang một bên hoặc ù té chạy một lèo mới may ra tránh được rắc rối.

Và chiều nay cảnh cũ tái diễn.

Anh em Đen Trắng đứng hai bên choán hết lối đi khiến Cương muốn tránh cũng không được.

Thằng Đen tiến tới hỏi:

- Có tiền không? Cho "mượn" vài chục coi.

Cương giật mình, À nó định *bắt địa* mình đây mà. Tự nhiên Cương đưa tay chặn túi. Thiệt là xui xẻo. Mọi hôm Cương ít khi nào có tiền. Nhưng hôm nay lại khác. Trong túi nó có mấy trăm tiền mua sách còn dư. Không khéo bị nó lấy mất.

Cương giả bộ nói:

- Tao không có tiền.

- Vậy cái gì trong túi mày đó?

Thằng Trắng tinh ý đã nhận thấy thái độ khác thường của Cương.

- Gì kệ tao. Tao không có tiền.

- Vậy hả, để tao coi.

Thằng Đen tiến tới. Đến nước này, Cương định dùng lối cũ bỏ chạy nhưng đã trễ. Thằng Đen bất thần nhào tới ôm chặt Cương và hét bảo em:

- Lục túi nó.

Cương cố sức vùng vẫy. Vô ích. Thằng Đen khỏe như vâm lại nhiều kinh nghiệm đánh đấm nên đã khóa cứng tay. Cương chỉ còn chịu trận nhìn thằng Trắng móc hết tiền từ túi.

- Ha ha tiền nhiều quá. Thằng này giàu nhe!

Cương hét lên trong tuyệt vọng:

- Không phải tiền tao. Trả lại tao.

Thằng Trắng tỉnh bơ lận mớ tiền vào lưng quần trong khi thằng Đen thả Cương ra và lùi lại nói:

- Tao "mượn" mà. Mai mốt trả.

Cương đứng chết trân nhìn anh em thằng Đen chạy khuất vào trong hẻm. Chỗ này đang lúc vắng người, kêu cũng vô ích. Và lại xóm

Bờ Đê không ai muốn đụng vào anh em nhà thằng này. Ôi đành mất toi hai trăm bạc.

" Nhục quá!"

Thằng Cương ứa nước mắt. Cương hối hận mình nhát gan không dám nhào đại đánh nhau với thằng Đen một trận. Dù sao cũng đỡ tức, mà chưa chắc bị mất tiền một cách dễ dàng như vậy. Điều làm Cương đau lòng nhứt là phải nói dối với má nó lỡ làm rớt mất tiền, không phải bị xóm Bờ Đê lấy.

Cương không quen nói dối, nhưng nó cảm thấy đây là một mối sỉ nhục. Anh em thằng Đen cũng đâu có lớn hơn gì Cương cho cam.

oOo

Câu chuyện bị chặn đường lấy tiền Cương giấu kín không kể cho ai nghe trừ một người: anh Văn, anh họ của Cương. Văn là con một, không anh em nào khác nữa nên thương Cương như em ruột. Anh tên Văn, nhưng lại… võ nghệ đầy mình. Là mẫu người "văn võ song toàn". Từ trước đến nay hình như bất cứ việc gì Cương nhờ tới, anh đều giúp nó thỏa đáng.

Sau khi nghe Cương kể xong, Văn hỏi:

- Vậy bây giờ em định làm gì?

- Em không biết. Nhưng mà tức quá. Đây không phải lần đầu.

Văn ngạc nhiên:

- Ủa, vậy em đã bị nhiều lần rồi hả? Có ai biết không?

Cương bị chạm niềm tâm sự, mếu máo:

- Trong xóm em có đứa nào mà không bị vài lần. Có điều mấy lần trước cùng lắm là mất mấy hòn đạn, hoặc vài đồng là nhiều. Chỉ lần này là em bị nặng nhứt. Bây giờ mỗi lần má em sai em đi mua đồ đều làm em lo quá. Sợ bị lấy nữa thì khốn.

- Sao không tới nhà méc ba má nó?

Cương lắc đầu ngao ngán

- Vô ích anh ơi. Có mấy đứa trong xóm em dẫn người lớn tới nói. Họ đều nói là không biết gì hết. Cuối cùng rồi cũng… huề cả làng.

- Vậy anh cũng đâu giúp gì được.

Cương buột miệng:

- Hay là anh tới gặp anh em thằng Đen đòi lại cho em.

Văn lắc đầu:

- Không được đâu. Tiền đó chắc là tụi nó ăn hết rồi. Vả lại, từ nay về sau, mỗi lần bị em đều nhờ anh hết sao?

Cương thất vọng:

- Vậy em làm sao?

- Chính em đòi lại nó mới được.

Cương lắc đầu buồn bã:

- Không xong đâu. Đời nào nó đưa lại. Không chừng còn… uýnh lộn nữa đó.

Văn vung tay:

- Uýnh thì uýnh. Bộ em sợ nó hả?

- Hơ… tụi nó tới hai thằng. Mà má em cấm em uýnh lộn.

Văn ngắt lời:

- Không phải anh xúi em cãi lời dì đi uýnh lộn, nhưng trong vài trường hợp mình phải tự vệ chứ. Tụi thằng Đen cũng chẳng có gì hơn em đâu, nhưng làm được một lần thấy em không phản ứng, chúng nó nghĩ em sợ, và sẽ tái diễn dài dài. Em chịu nổi không? Phải có một lần dứt khoát, chứng tỏ với tụi nó em không sợ, mới mong khỏi bị ăn hiếp mà thôi.

- Vậy em phải… uýnh thằng Đen hả anh?

- Đúng vậy. Nhưng bây giờ thì chưa được.

- Tại sao?

Văn nhìn Cương cười:

- Tại vì bây giờ em mà đi uýnh với tụi nó, ăn đòn là cái chắc.

Cương ủ rũ:

- Vậy em làm sao?

- Anh có cách...

- Cách gì? Cương hỏi vội vã. Nó biết ngay là anh Văn thể nào cũng có cách giúp nó.

Bỗng Cương sáng mắt lên:

- Phải rồi. Em phải học võ.

Văn gật đầu:

- Đúng vậy. Muốn khỏi bị ăn hiếp em phải một lần *"giải quyết phải quấy"* với tụi nó. Và muốn vậy em phải có võ mới mong chọi với thằng Đen nào đó. Không phải anh xúi em học võ để đi uýnh lộn, nhưng đây là trường hợp tự vệ. Chẳng lẽ em phải chịu đựng như vậy *"suốt đời"* sao? Tuần tới ở võ đường của anh mở khóa mới cho tân sinh do anh phụ trách. Anh sẽ dẫn em vào học luôn.

- Nhưng không biết má em có cho không?

Văn tự tin:

- Để anh nói với dì.

…

Kể từ hôm đó, mỗi tuần ba ngày, sau giờ học là Cương theo anh Văn tới võ đường Karaté.

Lúc đầu Cương còn ngượng nghịu và sợ sệt khi được huấn luyện dùng tay chặt vào gỗ. Nhưng dần rồi cũng quen. Cương thích thú thấy bàn tay của mình ngày càng chai lại và cứng rắn. Nhất là Cương cảm thấy nhanh nhẹn hẳn lên và tự tin hơn trước rất nhiều.

Sau nhiều tháng chuyên cần, Cương thi vượt qua đai trắng, rồi đai vàng, đai cam dễ dàng nên đã tự tin lắm rồi. Nó muốn tìm ngay thằng Đen để đòi lại "mối hận năm xưa". Tuy nhiên anh Văn chưa cho phép. Hôm đầu tiên dắt Cương tới võ đường anh bắt Cương phải hứa không được tự tiện đi kiếm thằng Đen, nên Cương đành nín. Đối với Cương, anh Văn bao giờ cũng đúng. Và nó cũng phải giữ lời hứa.

Thời gian dần trôi. Cương qua đai cam, đai xanh, và nay bắt đầu thắt đai nâu. Trong khoảng thời gian hơn cả năm trời này, mỗi ngày qua lại xóm Bờ Đê, thỉnh thoảng Cương lại bị anh em thằng Đen-Trắng và vài thằng khác nữa chặn đường sinh sự. Mỗi lần như vậy

Cương đều bỏ chạy. Chân của Cương khỏe lắm. Nó đã bỏ chạy, không đứa nào có thể theo kịp.

Cương say mê luyện tập, và là một trong những môn sinh xuất sắc của võ đường. Đã khá lâu rồi, không biết từ lúc nào, lý do để Cương học võ đã không phải để phục hận thằng Đen nữa. Cương thực ra đã quên đi vụ bị giụt mấy trăm hơn một năm trước đây. Cương siêng năng tập võ với một mục đích khác.

Mỗi ngày trong võ đường, sau giờ tập là Cương say mê nhìn những tấm hình treo quanh phòng. Đây là những tấm hình của các cuộc tranh tài Karaté ở quốc nội cũng như quốc tế. Nhìn những võ sĩ vô địch của các nước ngoài như Đại Hàn, Nhựt Bản, v.v... dưới màu cờ sắc áo của họ, Cương cảm thấy nôn nao. Nó ước mơ một ngày nào đó sẽ được đại diện Việt Nam thi đấu cùng nước khác. Dĩ nhiên Cương biết không dễ gì thực hiện được, nhưng nó vẫn nuôi giấc mơ không chút phai nhạt. Có chí thì nên, thầy của Cương vẫn dạy vậy mà. Hơn nữa chính anh Văn và các huấn luyện viên khác đều công nhận Cương rất có năng khiếu, nhất định sẽ tiến xa hơn nữa.

oOo

Một buổi sáng cuối tuần, Cương đến nhà bạn để học bài chung ở xóm bên cạnh. Nó bỗng chú ý đến một đám đông toàn những đứa trạc tuổi Cương đang bu lại ở một góc đường reo hò thích thú. Nổi tính tò mò, Cương chen vào xem.

Té ra là một trận đánh nhau. Trận đánh không công bằng cho lắm. Một bên là hai thằng đang được đám đông ủng hộ reo hò cổ vũ, áp đảo một thằng bé khác tơi bời.

Cương suýt nữa kêu lên kinh ngạc khi nhìn thấy thằng bị đánh không ai xa lạ, chính là thằng Trắng em thằng Đen ở xóm Bờ Đê. Ô hay! Thằng này đi đâu lạc sang tận đây để bị ăn đòn vậy cà? Đúng là quả báo. Hai anh em nó chuyên ăn hiếp những thằng khác, bây giờ đang bị gọi là "Gậy ông đập lưng ông" mà. Cho đáng đời. Để tụi nó biết thế nào là đau khổ bị ăn hiếp.

Đang định quay đi để mặc, Cương nghe một tiếng "hự" thật lớn của cu Trắng. Nó vừa bị thằng kia đạp vô bụng một cái thiệt nặng. Có vài vệt máu nhỏ trên đất. Thằng Trắng đuối lắm rồi, không còn đủ sức đỡ đòn nữa. Vậy mà hai thằng kia nhứt định không tha, cứ nhào tới đấm đá túi bụi.

Bỗng Cương cảm thấy không nỡ. Đành rằng trước đây anh em nhà nó từng bức hiếp Cương, nhưng chuyện đã qua, và Cương cũng đã quên. Bây giờ thằng Trắng trông thật tội nghiệp. Không khéo bọn này đánh nó chết mất.

Cương suy nghĩ một chút, rồi quyết định đẩy đám đông bước vào chặn trước mặt thằng Trắng đang ôm bụng.

- Này này, thôi chứ. Bộ tính đánh nó chết sao?

Hai thằng nhãi kia dừng lại trợn mắt hỏi:

- Mày là ai? Xóm Bờ Đê hả?

- Tui không phải xóm Bờ Đê. Nhưng hai bồ đánh thằng này dữ quá lỡ nó chết thì sao?

- Chết bỏ. Xóm Bờ Đê qua đây làm tàng tụi tao phải cho nó bài học. Mày không phải xóm Bờ Đê thì đừng có chen vô. Không là tụi tao cho ăn đòn luôn bây giờ.

Tụi này hung hăng quá. Nhưng Cương vẫn cố nhẫn nại:

- Nhưng mà tụi bồ đánh nó quá rồi. Tha cho nó đi.

Thằng kia vẫn khăng khăng:

- Không được. Tụi tao phải cho nó nhớ đời. Cả mày nữa, cho chừa cái tật xen vào chuyện người khác.

Nói xong nó vung tay đấm vào mặt Cương.

Đến nước này Cương đành phải ra tay. Là võ sinh thắt đai nâu, Cương đâu có sá gì thằng nhóc này. Chỉ một thế võ đơn giản, Cương né sang một bên, tiện thể chụp tay nó bẻ quặp về phía sau khóa lại.

Bị bất ngờ, thằng kia để Cương khóa dễ dàng, bật miệng kêu oai oái vì đau. Còn bọn nhóc chung quanh la lên:

- A, thằng này có "nghề"

- Nhào vô anh em ơi…

Cương hét lớn:

- Thằng nào nhào vô tao bẻ lọi tay thằng này.

Vừa la Cương vừa kéo tay lên làm thằng nhóc đau chịu không nổi la lớn:

- Ấy ấy… đừng. Nó bẻ gãy tay tao.

 Nghe đồng bạn kêu, cả bọn dừng lại.

- Nè, Cương dõng dạc nói… Tui cũng không muốn đánh lộn. Nãy giờ tụi bồ đánh thằng này đã đời rồi, thôi tha cho nó đi nhe. Đánh nữa nó chết cảnh sát tới bắt hết đó!

Nói xong Cương buông tay thằng nhóc, xốc thằng Trắng đứng lên và lùi lại. Thằng cu Trắng nãy giờ đã hoàn hồn chút đỉnh và nhận ra Cương. Nó không ngờ thằng cứu nó hôm nay lại là thằng nhóc trong khu cư xá mà mỗi lần anh em nó gây sự đều co vòi chạy như thỏ đế.

Không hiểu bọn nhóc ngán cái khóa tay của Cương, hay là cảm thấy nãy giờ đánh đấm thằng cu Trắng đã đủ rồi, hay là nghe Cương dọa cảnh sát… nên cả bọn chỉ đứng nhìn Cương dẫn thằng cu Trắng đi ra khỏi xóm.

***

Hai hôm sau, Cương đi học về gặp ngay thằng cu Đen đứng chờ ở đầu xóm. Nó gọi:

- Ê Cương!

Cương định bỏ chạy theo thói quen. Nhưng bỗng nhiên Cương đổi ý, tiến tới chỗ thằng Đen đang đứng. Mình mới cứu thằng em nó hôm kia, Cương thầm nghĩ, không lẽ nó lại muốn gây sự với mình hay sao? Vả lại, bây giờ mình đâu sợ gì tụi này nữa.

Cương đi tới trước mặt đối diện với thằng Đen. Thằng này hôm nay có vẻ khác lạ. Cũng vẫn cái quần soọc rộng thùng thình và cởi trần toàn thân đen nám như cái tên của nó.

Đen có vẻ ngượng ngùng:

- Tao… cảm ơn mày. Vụ thằng Trắng đó mà.

Cương thở phào. Ra là nó chỉ muốn cảm ơn mình cứu thằng em nó. Thằng này cũng "điệu" dữ!

- Có gì đâu. Tụi mình chung xóm mà. Phải bênh nhau chứ.

Thằng Đen có vẻ lúng túng, móc túi đưa Cương nắm tiền. Nó nói:

- Trả mày.

- Gì đây? Cương ngạc nhiên.

Thằng Đen bỗng lí nhí:

- Trước tao có 'mượn' mày mấy trăm, bây giờ… trả lại.

Cương cũng nhớ lại vụ bị giụt tiền dạo nọ. Chà, té ra nó vẫn còn nhớ.

Cương định đưa tay lấy, bỗng ngưng lại hỏi:

- Tiền này ở đâu mày có?

- Tao "mượn" của má tao.

Trời ơi, thằng này nói chữ " mượn" chắc chắn… rất ngoài ý muốn của nạn nhân. Má nó giờ này chắc đang đi kiếm tiền mới mất. Cương rút tay lại nói:

- Thôi khỏi, tao không lấy đâu. Chuyện này tao đã quên rồi. Mày mang tiền trả má mày đi.

Thằng Đen năn nỉ:

- Tao "nợ" mày mà.

- Thôi quên chuyện này đi mày. Từ nay mày đừng gây chuyện với tụi Cư Xá tao là được rồi.

Thằng Đen suy nghĩ một chút rồi nói:

- Được, tao hứa không gây chuyện với tụi mày nữa.

Nói xong thằng Đen quay đi. Được mấy bước, nó quay lại hỏi:

- Tao nghe thằng Trắng nói mày có "nghề" thiệt hả?

Cương lắc đầu, chối:

- Nghề gì? Đâu có.

Thằng Đen lắc đầu:

- Tao biết mày có "nghề". Nhưng sao hồi đó giờ mày toàn bỏ

chạy? Mày dư sức hạ tao mà?

Cương lắc đầu, không cần giấu nữa:

- Tao không thích đánh nhau. Mà học võ để luyện tập thân thể thôi chứ đâu phải để đánh lộn?

Đen ngạc nhiên:

- Kỳ he! Học võ mà không đánh nhau thì học làm gì?

Cương chưa kịp trả lời, thằng Đen hỏi tiếp:

- Này Cương, mày đói không?

- Đói. Cương buột miệng trả lời.

- Vậy tao bao mày ăn bò viên bữa nay nhe. Tao muốn biết mày nói học võ mà không đánh nhau thì làm gì?

Đề nghị của thằng Đen thật bất ngờ. Nhưng Cương thấy đây là cơ hội giảng hòa với xóm Bờ Đê. Té ra thằng Đen cũng không tệ lắm. Biết đâu sau khi làm quen với thằng Đen, sẽ liệu lời khuyên nó đừng ăn hiếp mấy đứa khác hiền khô trong khu Cư Xá của Cương.

Cương bỗng nghe cơn đói cồn cào, hăm hở nói:

- Mày bao tao hả? Được, vậy mình đi ăn bò viên đi. Tao cũng khoái ăn bò viên lắm à.

Thế là chiều hôm đó, ai đi qua xóm Bờ Đê đều ngạc nhiên thấy Cương, một học sinh gương mẫu hiền từ của khu Cư Xá, cùng cu Đen, trùm du đãng nhóc con xóm Bờ Đê khoác tay nhau ngồi ở xe bò viên đánh chén thật tương đắc.

Thái NC

đọc sách khi đi đò, xe
nhẹ bớt chờ đợi đang đè nặng tâm
khoảng cách xa tự nhiên gần
đôi khi quên được nhiều phần buồn lo
thú vị nếu đọc giả đò
để toan tính chuyện hẹn hò người bên |lh

Gửi Những Con Sông Trong Ký Ức
TRẦN HOÀNG VY

1. SÔNG HƯƠNG
thuở xưa mẹ tắm sông này
và mang hương nhớ đến ngày vu quy
sông Hương từ thuở mẹ đi
con đò chậm chuyến. Có khi đợi chờ?

2. SÔNG TRÀ
mùa sông khô. Lối cha về
mía lau trổ ngọn trắng kề với mây
kể từ nước mặt sông đầy
con thuyền khuất nẻo. Nội gầy nỗi mong.

3. SÔNG KRÔNG ANA
cạn hè thi lội cùng sông
sông chờ ta mãi mà không vẫy vùng
níu sông đợi ta lớn cùng
để hôm xuống núi một khung trời buồn!

4. SÔNG SÀI GÒN
nẻo phồn hoa kiếm công danh
ta như bè chuối tròng trành giữa sông
khoát tay chỗ ướt chỗ không
mấy năm qua lại phà đông chật người.

5. VÀM CỎ ĐÔNG
sông gầy, mảnh dáng em yêu
ngày ta còn thả cánh diều phiêu du
gần sông, gặp núi nên tu
ngày sông hoa tím như ru chiều chiều... ∎

Thơ Tôi
TRƯƠNG XUÂN MẪN

Thơ tôi, tôi viết trên cây
Mùa đông lá rụng cây gầy đổ nghiêng
Tôi ngồi ôn mối ưu phiền
Thơ bay kỷ niệm hẳn nhiên xao lòng

Thơ tôi một mớ rêu rong
Thời gian ấp ủ đau lòng triền miên
Thơ tôi ngỡ đã ngủ quên
Đến khi nhịp gõ luân phiên điệu buồn

Thơ tôi có lúc lạ thường
Tàn phai trong gió mù sương lạnh lùng
Tôi ngồi trong cõi vô thường
Mặt trời thức dậy tan hồn thơ tôi ■

Hận Ca
XUYÊN TRÀ

Ta hối tiếc một đời không giữ được
Em sa chân lấy phải đứa vô nghì
Cũng đã thử trăm lần mà không được
Làm giang hồ đâu phải dễ dầu chi

Bởi khinh suất nên có người đánh lén
Vết thương tình chỉ lứa tuổi hai mươi
Ta hậm hực - chuyện đã rồi - không thể
Giống như ai, gắp lửa bỏ tay người

Rửa hận cho em, kiếm mài không bén
Lấy đâu ra ngàn kế với trăm phương
Em chẳng phải Chiêu Quân mà phận bạc
Ta ngu ngơ như Hán Đế lạc đường

Thời đã hết - bó tay - ngồi chịu trận
Như hàng thần lơ láo buổi sa cơ
Thương ta một - thương em mười chưa đủ
Ngó trời xanh, nuốt hận tới bây giờ… ∎

Trai Quê
ĐẶNG XUÂN XUYẾN

Trai quê, thì rõ trai quê
Dửng dưng phố thị bùa mê trói người
Thì quê, chỉ sẵn nụ cười
Chỉ trong veo mắt dụ người ngẩn ngơ

Ờ thì, nửa tỉnh nửa mơ
Trai quê vẫn vậy, vẫn khờ chả khôn... ∎

Hà Nội, 29-8-2021

Bài Thơ Cuối

BT ÁO TÍM

Xin lỗi nhé!
Con đường xưa rợp nắng
Một thời ta đã đi qua
Nơi có gốc me già
Ngôi quán trầm tư bên bờ hồ tĩnh lặng.
Xin lỗi nhé!
Mùa xuân ngõ hoa vàng mộng mị
Cảnh chùa cổ
xanh màu thiên lý
Tháng năm xa, tuổi trẻ sóng xô bờ.
Có những đêm thao thức làm thơ
Gởi hết đam mê, câu từ đắm đuối
Mặc gió giông, quanh đời bão nổi
Trời luôn xanh, ta chỉ có tình anh.

Buổi mai thức dậy…
Trời vẫn xanh, sao anh đã khác
Ta tìm lại trái tim thất lạc
Anh bây giờ đã chết trong thơ
Tình yêu nào ra khỏi cơn
mơ.
Cảm ơn nhé!
Tình yêu ngộ nhận
Ta bây giờ đã khác ta xưa
Anh bây giờ bóng vỡ sau mưa…■

Còn Chút Mong Manh
BIỂN CÁT

Rung chi sợi nắng mong manh
Để tôi tìm mãi quẩn quanh một đời
Ai quên ai nhớ nửa vời
Môi thơm ngậm ngải rớt lời yêu xưa.

Đong cho nỗi nhớ trĩu vừa
Giàn trầu khô quắt gió lùa buồng cau
Ví dầu nước chảy qua mau
Còn trơ lại những nhịp cầu chênh vênh

Bước chân cao thấp chông chênh
Tôi ru mình khúc buồn tênh bùi ngùi
Nửa đêm nghe mưa khóc vùi
Thắp đèn chong lại mùa vui hôm nào.

Lòng không sóng cũng dạt dào
Từng con nước cuộn nỗi đau bời bời
Dập ghềnh đá vỡ rã rời
Tràn tung bọt sóng cuốn mù khơi xa.

Biết rằng tình đã nhạt nhòa
Sao tim còn mãi vỡ òa cơn đau
Như chim gẫy cánh chênh chao
Ngậm ngùi bỏ lại trời cao xanh ngời.

Ừ thôi người đã xa rồi
Vươn tay chỉ với được lời gió bay
Nâng niu sợi nắng cuối ngày
Chắt chiu còn một chút này mong manh. ∎

Mưa Trên Thung Lũng Hoa Vàng
ĐẶNG KIM CÔN

Còn lại đất trời hai nửa vỡ,
Không tuyết cũng mưa lạnh tháng mười.
Hoa vàng không hẹn xuân nào nở,
Để tiếng mưa buồn như lá rơi.

Em đi, xa quá nên đêm chậm,
Con đường không bóng võ vàng trôi,
Trăng khuyết đã đành, mưa chi lắm,
Những giấc mơ ngơ ngác quanh đời.

Để lại tháng mười mưa thờ thẫn,
Từng giọt rối mù San Jose.
Quen quá sao đi đâu cũng lạnh,

Tại mưa hay tại em không về? ∎

Con Sóng Linh Hồn Tôi Ơi
HOÀNG VŨ THUẬT

Ngày ngày lăn vào bờ
những dòng chữ reo trên trang giấy trắng
con sóng linh hồn tôi ơi
mái tóc rẽ cánh buồm ngang mây
tấm chăn mùa đông ấm áp
ngấn cát mong manh phù sinh

một chiếc khăn cầu vồng quấn ngang mặt nước
nghẹn thở bầy nhạn trở về
run rẩy trong cơn hạnh phúc
bổn phận
đẻ thêm nhiều quả trứng
mầu nhiệm thiêng liêng tình yêu ban đầu

người yêu tôi bảo ông ấy là sóng
người ghét tôi nói ông ấy là nhánh xương rồng
họ bôi đầy sơn vẽ lắm hình nộm
hoàng hôn đặc khô
tuôn từng cụm khói khổng lồ
pha trò quanh thân xác

mặc các trang giấy
đánh thức vũ điệu nghìn xưa
những tinh thể phóng lên trời long lanh sao sa
dù cơn đau cuộc người thật vô lý
khi phác thảo chân dung tôi
hơn cả sự nổi loạn linh hồn. ∎

Mẹ Ơi Chiều Quạnh Quẽ!

HOÀI HUYỀN THANH

Chiều hấp hối tiếng vạc sành giục giã
bìm bịp nào đo con nước nông sâu
như lá trên rừng sao trên trời ai đếm được
lãng đãng khói hiên chiều vàng hạt lúa đồng sâu

Anh em chúng tôi lớn lên lau lách lớp phên nghèo
bánh tét không nhưn cũng tưng bừng ba ngày tết
áo vá vai nhưng không đứa con nào bỏ học
mẹ gánh hàng rong ngày tháng lầm lũi gieo neo

Thương mẹ bao nhiêu năm giấu bài ca lỗi nhịp
bao nhiêu đêm vò võ bến không chồng
đôi bông mù u, của hồi môn, bao lần cầm thế
bán hạt máu kiệt cùng kịp viện phí cho con

Bao sát na bươn chải trên dòng đời khốn khó
bao bước chân lặng thầm neo phố chợ gần xa
bao giọt mồ hôi thấm đắng cay mòn mỏi
bao giọt lệ xót xa thương con trẻ không cha

Đôi bàn chân mẹ đêm trở trời nhức buốt
đôi mắt thẫn thờ hong chiều bên khói bếp cay bay
sợi trắng sợi đen tóc mẹ pha màu ai đếm được
nỗi nhớ niềm thương day dứt bao phút bao giây

Chiều quạnh quẽ chốn quê nhà mịt mờ sương khói
đâu rồi dáng mẹ lay lắt bóng hoàng hôn
Là con mơ, mẹ ơi là con mơ giấc mơ đồng vọng!
làm mẹ rồi!
ru câu ca dao lòng rung động
bỗng nhớ mẹ nhiều hơn! ∎

Thơ Hỏi Thở
HOÀNG XUÂN SƠN

Ô hay tính lười
ngồi buồn như ngáp
vặt vãnh một ngày
một ngày chó táp

Thần trí se sua
áo xống te tua
cái tên nhặt nhạnh
cũng mới như vừa

Cũ trăm năm trước
đã hoài công nuôi
một hồn thậm thượt
một khoản đười ươi*

Kéo dài ra mãi
chân kinh ở mô*
tụng riết tụng miết
mỏi cả cơ đồ

Một ngày sống dậy
một ngày chết đi
á, ừ   vẫn thở
như buổi dậy thì. ◼

9:24, sáng ngày 18 tháng 9-2021

** Bùi Giáng, Đười Ươi Chân Kinh*

Nụ Cười Bao Tự...
HỒ CHÍ BỬU

(tặng HH)

Bao Tự cười chắc cũng giống em thôi

Nụ cười ấy làm U Vương mất nước
Ta cũng thế - Có ai mà biết được
Nụ cười này - ta giữ được bao lâu

Nụ cười làm ta quên mất nỗi đau
Của một gã nhà thơ mạt rệp
Dòng thơ ta đã buồn từ muôn kiếp
Bỗng hiện về nét đẹp của giai nhân

U Vương đốt Vọng Nguyệt Lầu cho Bao Tự cười chơi
Ta cũng đốt thơ ta cho em sưởi ấm
Dòng thơ cũ đã bao lần chìm đắm
Sóng mắt mỹ nhân - khuynh nước khuynh thành

Mỗi lần yêu - sao nghe quá mong manh
Bởi với lửa phải trả lời bằng nhiệt độ
Thơ sẽ cháy - tình thơ thành cổ mộ
Trái tim nào có ngăn chứa tình ta?

Vọng Nguyệt Lầu cũng thành bãi tha ma
Để đổi được một tiếng cười Bao Tự
U Vương chịu chơi - ta cũng là thứ dữ

Đốt thơ mình cho em đó - nhỏ ơi! ∎

Ảo Ảnh
HUỲNH DUY LỘC

Chấp chới cánh dơi đêm
Áo không gian rách toạc
Trăng khỏa thân bạch lạp
Hóa em ngồi bên ta

Trăng chợt gần chợt xa
Rượu hóa băng giá bạch
Một đêm nơi đất khách
Buốt tê đời không nhà

Vắng em ngày chậm qua
Đêm buồn đâm cành nhánh
Chim không nơi trú cánh
Rừng thiếu bóng cây xanh

Ta rót vào vô thanh
Chất men đời lận đận
Sao nghe lòng biển mặn
Trong từng giọt xót xa

Có phải hình bóng ta
Lão già nào xa lạ...
Chân dung đời nghiệt ngã
Đọng đáy cốc im lìm. ∎

Nở Giữa Lòng Tay
HUỲNH LIỄU NGẠN

buổi trưa về qua xóm
nắng còn nồng trên cây
xa nhà từ dạo ấy
mây vương ở cuối ngày

em bên giàn bông giấy
mắt ngỡ chiều đắm say
màu hoa xưa tím dại
đã theo màu áo bay

trăng trăm năm đã gãy
xuống ruộng đồng cò bay
hạt lúa vàng em lấy
về nở giữa lòng tay

dĩ vãng còn đâu đây
em sinh ra nhằm ngày
nợ đời chưa trả hết
quê nghèo trong mắt cay

men lần bờ lau sậy
theo em về ruộng cày
đồng khô con trâu ngáy
nhìn cuộc đời như mây

xóm làng trơ cỏ cháy
chim chóc không còn bay
em bỏ quê ra tỉnh
trăng úa gầy không hay. ∎

Dâu Bể
LOAN NGUYỄN

1.

Ông đến bệnh viện kịp lúc người ta đưa bà xuống nhà xác. Đôi chân như đông cứng, ông không bước nổi. Vạn vật quay cuồng trước mắt. Tại sao bà tự ý quyết định chấm dứt cuộc sống chung bằng cách này chứ ? Lời nói phân trần của bác sĩ cứ ong ong bên tai: "Chúng tôi đã cố gắng hết sức! Bà nhà uống quá nhiều thuốc an thần lại đưa đến trễ cứu không kịp!" Phải! Cứu không kịp có nghĩa là bà vĩnh viễn không còn hơi thở, mãi mãi xa ông...

Ông bà đến với nhau do định mệnh sắp đặt của cha mẹ. Bà lớn lên trong một gia đình nho giáo nhưng thuở xưa ấy bà không được học hành chữ nghĩa do quan niệm lạc hậu, con gái nữ công gia chánh là đủ, biết chữ chỉ tổ viết thư cho trai thôi. Về với chồng, bà luôn tròn bổn phận vợ hiền dâu thảo, quẩn quanh xó bếp. Ông thảnh thơi văn chương thơ phú cùng bè bạn. Bà như người bơi ngược dòng với ông làm sao hiểu nhau để đàm đạo ? Bà ép mình trong khuôn mẫu gia đình. Ông thích giao du phóng khoáng tây phương. Lâu dần giao tiếp giữa hai vợ chồng giới hạn trong sinh hoạt thường nhật, cơm áo gạo tiền mà thôi.

Thế rồi trong đám văn nhân ấy, ông gặp cô ta. Như cá gặp nước, hòa hợp tính tình. Người phụ nữ hiện đại có tất cả những gì ông hằng ao ước mà bà không bao giờ đáp ứng được. Cô ta vừa trẻ đẹp, giỏi giang thơ phú, thông minh quyến rũ, lại yêu ông say đắm. Văn chương chữ nghĩa kẻ xướng người họa như tri âm tri kỷ. Theo lối hiện sinh, cởi mở sôi nổi, lãng mạn đến lẳng lơ, ông mê đắm quay cuồng trong mối tình sai trái ấy. Đôi khi nhìn bà hiền lành nhẫn nhịn, lặng lẽ như cái bóng, ông thoáng chút hối hận, nhưng rồi gặp mặt cô ta ông lại quên cả lối về. Cô ấy hấp dẫn như viên ma túy đủ sắc màu mà ông trót thử để mỗi ngày một nghiện nặng thêm.

Cuộc sống chung với bà dẫu tẻ nhạt nhưng quá quen thuộc, trói ràng trong nghĩa tình đến không thể thiếu. Ông chưa hề nghĩ phải thoát ly khỏi bà. Khi ở nhà ông được sắm vai vua, đến với cô ta ông trở thành tên nô lệ say đắm si mê. Hai người phụ nữ bù đắp ưu khuyết cho nhau làm cuộc sống ông phong phú ý nghĩa hơn. Ông tham lam muốn tất cả mà bà chẳng hiểu giùm ông. Sao lại tự vẫn kia chứ !?...

2.

Mấy ngày rồi ông mới trở về nhà. Căn phòng vắng chủ cho ông cảm giác lạnh lẽo mênh mông. Sợ ở một mình, ông ôm mền gối ra phòng khách ngủ. Trên nệm vương vãi mấy vỏ thuốc an thần Seduxen còn sót vài viên. Một xấp thư tình của cô ấy được bà xếp ngay ngắn, thoảng mùi nước hoa, rơi xuống đất. Nghĩ bà không biết chữ, ông để bừa bãi trong ngăn kéo chẳng cần giấu giếm. Chao ôi! Toàn những lời đối đáp nhớ nhung nóng bỏng yêu đương, âu yếm sỗ sàng mà cả đời bà có lẽ chưa từng được nghe ông nói một lần ...

Ngẩng đầu lên chạm vào ánh mắt người phụ nữ trong ảnh, ông vội với tay tắt đèn. Cứ tưởng như bà vẫn còn sống đang nhìn xoáy vào trái tim ông đau nhói...

Loan Nguyễn

đọc sách nhiều lúc chỉ
để trấn an tinh thần
và cũng có lắm lúc
để chụp ảnh bản thân

lhoán

Võ Chân Cửu - Hồn Thơ Trôi Theo "Ngọn Gió" Đã Biền Biệt Phương Nào

LƯƠNG THIẾU VĂN

Nhà thơ Võ Chân Cửu tên thật là Văn Hưng, sinh năm 1952 tại Phù Cát, tỉnh Bình Định. Từ những năm cuối theo học bậc phổ thông trung học, Võ Chân Cửu đã có thơ đăng trên các báo, tạp chí văn học ở miền Nam. Năm 1972, khi mới tròn 20 tuổi, Võ Chân Cửu đã trình làng thi phẩm "Tinh Sương". Và chỉ một năm sau, anh xuất bản tiếp tập thơ "Đại Mộng".

Sau năm 1975, Võ Chân Cửu làm báo, viết sách và tiếp tục làm thơ. Các bút danh anh thường sử dụng: Võ Chân Cửu, Tuy Viễn, Hưng Văn. Ngoài hai tập thơ "Ngã Tư Vầng Trăng" và "Trước Sau", nhà thơ Võ Chân Cửu còn phát hành ba cuốn chân dung - tiểu luận là "22 Tản mạn", "Theo Dấu Nhà Thơ" và "Vén Mây". Anh mất ngày 23/12/2020 tại Bảo Lộc Lâm Đồng.

Tôi biết nhà thơ Võ Chân Cửu từ rất lâu, khi anh còn học ở Đại học Vạn Hạnh và có thơ xuất hiện rải rác nhưng khá đều đặn trên các tập san, tạp chí thời danh miền Nam trước 1975 nhưng chưa lần nào có duyên gặp được anh. Mãi những năm gần đây khi về hưu định cư cùng gia đình ở Sài Gòn tôi mới có dịp gặp gỡ và làm quen với nhà thơ Võ Chân Cửu. Điều đặc biệt tôi quý anh ở chỗ lần đầu tiên khi mới gặp mặt anh bắt tay vui vẻ thân tình và hỏi han như đã quen từ lúc nào. Cái phong thái đó tôi thường gặp ở những anh em văn nghệ trước năm 1975, sau này cũng có nhưng phai nhạt đi ít nhiều. Đôi lúc cà phê cà pháo cùng anh ở một quán nhỏ ven đường Trường Sa mỗi lần anh từ Bảo Lộc tạt ngang về Sài Gòn cùng các bạn văn thân quen như nhà văn Trần Bảo Định, Từ Hoài Tấn, họa sĩ Nguyễn Sông Ba giống như một "Ngọn Gió" từ đâu trôi về rồi lại tất tả bay ngược lên B'lao nơi anh dừng chân từ lúc nghỉ hưu. Đối với tôi nhà thơ Võ Chân Cửu là một người anh, người bạn thơ sống rất chân tình với bạn bè. Cũng không ít lần anh rủ rê tôi lên Đại Lào Bảo Lộc chơi với anh vài ngày (lúc đó anh chưa chuyển nhà ra tp Bảo Lộc sinh sống) nhưng tôi nấn ná chưa đi được thì được tin anh qua đời vì bệnh. Anh bệnh viêm tắc phế quản mãn tính giai đoạn cuối chắc có lẽ lúc trước do hút thuốc lâu ngày ảnh hưởng nên.

Tập thơ "Ngọn Gió" anh gởi tặng tôi khá lâu trong một dịp anh về Sài Gòn rong chơi cùng bạn bè. Tập thơ tập hợp 153 bài thơ, chủ yếu trích từ 3 tập thơ đã xuất bản: Tinh Sương (Thi Ca, Sài Gòn 1972), Đại Mộng (Nhị Khê, Sài Gòn 1973), Ngã Tư Vầng Trăng (NXB Trẻ 1990), Trường ca Quẩy Đá Qua Đồng (1974) và các bài thơ viết từ 1972-2011 chưa in trong sách nào.

Lúc sinh thời nói về thơ, Võ Chân Cửu nêu rõ quan điểm của mình: "... Dù bắt nguồn từ khuynh hướng hay trường phái nào, tác phẩm văn chương, nhất là thơ ca cũng phải từ cảm xúc con người. Khi cảm xúc bị tác động thì trong lòng phát ra lời với âm hưởng và tiết tấu. Đó được gọi là Thơ. Như vậy, Thơ dùng biểu lộ tình cảm và tư tưởng con người". Điều đó thật là dễ hiểu và trước sau con đường thơ của anh đã đi theo luồng cảm nghĩ như thế.

BÀNG BẠC TRONG NGỌN GIÓ LÀ TÌNH YÊU ĐỐI VỚI QUÊ NHÀ:

Đọc tập thơ "Ngọn Gió", điều cảm nhận đầu tiên của tôi là tình cảm đối với quê nhà bàng bạc rất nhiều trong thơ anh. Nó như hạt sương sớm hay ngọn gió chiều thổi qua cánh đồng cô quạnh, một cảm giác mơ hồ mà anh gọi đó là cố hương:

Nước chè hai trăng dẫn lên nguồn
Tôi không về nước chảy đi luôn
Đêm nghe nhịp máu gần gang tấc
Biết bao giờ trở lại cố hương
(Cố hương)

Theo tác giả Việt Hiền trong bài "Nhà thơ Võ Chân Cửu về với mây trời" làng cũ mà Võ Chân Cửu nói ở trên chính là thôn Tân Thanh, xã Cát Hải, nơi chôn nhau, cắt rốn của nhà thơ. Vùng đất này xuất hiện khá nhiều trong thơ Võ Chân Cửu, với những địa danh: Chợ Cách Thử, hòn Đá Tượng, mả ông Năm… Hãy xem bức tranh quê qua ký ức của Võ Chân Cửu:

Cố hương đèo nổi ba truông
Đón ma họp chợ bán buôn rộn ràng
Xưa theo chân mẹ về làng
Chỉ nghe gió thổi cát vàng mênh mông
Bây giờ xanh ngát hư không
Trưa nằm nhắc chuyện viễn vông nhớ nhà
Làng xưa vắng bóng người qua
Nổi trôi phố chợ lòng ta ngậm ngùi.

(Phố Chợ)

Nhà văn Mang Viên Long có lẽ cùng đồng hương với nhau nên có những đồng cảm sâu sắc khi đọc "Ngọn Gió": Quê nhà trong thơ Võ Chân Cửu đã được chuyển hóa qua bao cuộc thăng trầm, qua bao niềm nhớ thương hiu quạnh; nên đọc thơ anh chúng ta dễ đồng cảm, dễ có niềm cảm thông sâu sắc, bởi chính đó cũng là một chốn "quê nhà chung":

Mặt trời đã khuất non tây
Nghìn con nhạn lại bơi đầy trong không
Theo luồng khói phủ xa trông
Chốn quê quán cũ mây lồng bóng mây.

(Chốn Cũ)

Chìm nổi giữa chốn "quê nhà" thê lương, hiu hắt - nhà thơ luôn cảm thấy một nỗi "cô quạnh" thường trực bên đời:

Lạnh tanh nhà lộng gió
Cú kêu ngoài hàng tre
Sương tan mờ dấu cỏ
Người đêm nay không về.

(Cô Quạnh)

Nổi bật nhất có lẽ là bài thơ Quê nhà của anh viết theo thể thơ năm chữ, là thể thơ anh sử dụng rất nhiều trong tập Ngọn Gió, gồm 36 đoạn với 148 câu thơ, quê nhà là hoa cỏ, sao mọc đầu hôm, canh gà, tiếng dế, màu trăng, suối reo, bến nước con đò, tà dương núi biếc, là miền Đại Hoang... là tất cả hình ảnh đời thường trong cuộc sống từ thuở bé thơ hay trong suy nghĩ viễn mơ chập chờn trong ký ức của anh:

Ta nghe lời em nói
Trong sao mọc đầu hôm
Và gió mây cũng gọi
Người về trên cô thôn...

Sớm mai trời đất nhẹ
Lòng ta như phiêu bồng
Nhìn non xa be bé
Mây trắng chảy cùng sông...

Nên khi trở thành đám mây viễn xứ thì quê nhà trở thành khói sương, lãng đãng trong tháng ngày phiêu hốt đó đây hay đôi lúc trăn trở trong cuộc sống áo cơm còn nhiều gian khó:

Đêm nào chờ trăng lặn
Nghìn xưa sao bên hồ
Khi thấy trên trời vắng
Khói sương đã phủ mờ...

Ta nghe lòng giục giã
Trong khuya vắng canh gà
Mười năm theo mây nổi
Ta đánh mất quê nhà...

Cô độc dặm tà dương
In dày qua núi biếc
Mây trắng miền cố hương
Bay dưới chân người bước...

Khi đọc Quê Nhà, nhà văn Võ Phiến đã có suy nghĩ sâu sắc và tinh tế: "Này xem: Xa làng lâu ngày, một hôm trở về ông thấy núi thấy mây ở quê mình:

Bỗng nhiên lạnh cả hồn tôi
Khi trông thấy dáng núi ngồi co ro
Mười năm làng cũ không về
Đăm đăm mây trắng lê thê mái đầu.

(Đăm đăm mây trắng)

Trên đất nước này, bạn có từng bắt gặp cái núi ở nơi nào nó ngồi như vậy không? Bạn ngờ rằng thứ núi co ro đáng hãi nọ ngẫu nhiên là đặc cảnh địa phương chăng? Không phải vậy đâu. Không cần nhìn cảnh làng mình Võ Chân Cửu mới thấy ra vậy; ngay lúc đi giữa thành phố Sài Gòn ông cũng thấy những cái khó có người thấy:

Ngã ba ngã bảy xe đi khuất
Cơ khí xen cùng nhịp gió mưa
Tiếng ma thiên cổ vong u uất
Vắng lặng buồn xo suốt bốn mùa.

(Sài Gòn)
(Văn học Miền Nam tập IV-Thơ, nxb Văn Học, California 1998)"

Ngoài bài thơ Quê Nhà, trong tập Ngọn Gió làm ta chú ý đến là bài "Chùa Cổ Bên Sông" cũng viết theo thể thơ ngũ ngôn. Bài này lần đầu tiên được in trên tuần báo Khởi Hành năm 1969 lúc tác giả mới 17 tuổi. Thoạt đầu người đọc có thể lầm tưởng tác giả đang ở lứa tuổi trung niên vì thi pháp già dặn của nó. Nhà thơ Nguyễn Lương Vỵ lúc còn sống đã có những suy nghĩ khá thú vị về bài thơ:

"Theo tôi, đây là bài thơ xuất thần nhất trong Tinh Sương. Thi sỹ viết như nhập đồng, thơ chảy trôi một mạch như khúc đồng dao, nhịp theo tiếng mõ thánh thót như những giọt sương trời, vang vang, lắng lắng. Chùa cổ, sông, là biểu tượng đầy ẩn dụ: Động và tĩnh, xa và gần, mộng và thực, dìu dặt âm vang, quyện vào nhau trong tiết điệu lung linh, chập chùng, trùng điệp. Bài thơ có thể tụng (gọi một cách phiêu bồng là "thi tụng") với nhịp ngân nga trầm bổng, hay có thể hát lên một mình trong đêm thanh vắng. Tụng hay hát, nhả giọng khoan thai từng chữ, câu chuyện kể sẽ ánh lên một âm vang và sắc màu vừa thực vừa mộng. Tụng hay hát, sẽ bật lên tiếng ca xang bi mẫn giữa bóng đời dâu bể trầm luân. Em là ai? Là duyên nghiệp trùng trùng, là vết thương tâm "bạc áo nâu sồng/ kiệt trên đời cũ" của kiếp người ảo hóa mong manh. Bài thơ thấm đẫm mùi Đạo mà ngan ngát hương

Đời, nên không có chỗ dừng. Càng tụng, càng hát, càng lung linh âm vang và sắc màu, "Sông nước chập chùng/ Nước xô thiên địa/ Chùa cổ bên sông…"

… Tinh Sương, đúng như tên gọi, một giòng thơ lung linh, trong veo trong vắt, nhất khí từ bài đầu đến bài cuối. Âm vang, có một chút gì đó hiu hắt, lành lạnh, trầm trầm. Sắc màu, có một chút gì đó vừa ảo diệu, vừa mênh mông. Chữ trong mạch thơ, hình như thi sỹ cố ghìm lại những tiếng nấc thảng thốt của buổi đầu đời, khi bắt đầu cảm nhận được cái cô liêu, côi cút, bơ vơ của kiếp người."

Từ khi rời quê nhà và trên bước đường viễn xứ của mình, mỗi một vùng đất anh đi qua, mỗi một con đường anh bước, mỗi một cảnh vật anh nhìn, trong mắt anh những vần thơ lại rung lên theo bước chân lang bạt của anh, lúc mộc mạc chân tình, lúc tha thiết lắng đọng, lúc suy tưởng mơ hồ nhưng tựu trung đều là những tình cảm rất thực, rất hồn nhiên:

… Muốn ngồi lại bên cầu gom ít nắng
Sưởi lên từng đá tảng bậc thềm rêu
Con nước chảy lòng tôi đành lỗi hẹn
Mây phiêu du xin gởi lại trong chiều...

(Những buổi chiều Sông Bé)

… Em là ai - tôi không biết từ đâu
Một thoáng hiện rồi đi, tan biến mãi
Cho trĩu nặng lòng tôi khi nhớ lại
Đêm Cà Mau đêm Cà Mau đêm rất lâu.

(Đêm Cà Mau - 1988)

Anh cũng không thể ngờ rằng bài thơ B'lao anh viết năm 1986 trong một lần thoáng qua lại là nơi gắn bó cuộc đời mình ở những ngày cuối đời, âu cũng là định mệnh:

Tôi về hỏi lại rừng cao
Bóng mây năm cũ hôm nào còn bay
Chiều lên nắng tắt theo ngày
Ánh trăng như thể nghìn tay ai cầm...

… Tôi về hỏi lại rừng cao
Đừng quên em nhé nghìn sao tiếng thầm!

Trong bài viết "Tản Mạn Cùng Võ Chân Cửu" khi đánh giá về thơ anh, nhà giáo Huỳnh Như Phương có nhận xét: "Nói về thế hệ cùng thời với Võ Chân Cửu, cách phân loại vừa quen thuộc vừa dễ dãi được một số người chấp nhận lâu nay: khuynh hướng "dấn thân" và khuynh hướng "viễn mơ". Nhưng ranh giới giữa hai khuynh hướng đó đâu dễ phân định. Chỉ cần đặt câu hỏi: dấn thân về đâu mới là dấn thân đích thực? Và người ta có thể dấn thân mà không cần viễn mơ? Thậm chí, người dấn thân có thể cũng là người mơ tưởng hão huyền nhất!

Dù sao, trong văn cảnh miền Nam thời đó, Võ Chân Cửu dễ được xếp vào nhà thơ "viễn mơ", căn cứ vào thi hứng, thi tứ và cả nhan đề tác phẩm của ông: Tinh sương, Đại mộng, Tà huy, Bóng trăng ngàn, Đường vô núi, Sáng thinh không, Ngã tư vầng trăng, Quẩy đá qua đồng, Chùa cổ bên sông… Con đường "viễn mơ" đó bao đời nay đã là một dòng lớn của thi ca Việt Nam.

(Tản mạn với Võ Chân Cửu-Huỳnh Như Phương)

Đúng như nhà thơ Trịnh Bửu Hoài viết về anh: "Qua bộ tản văn này tôi mới biết Võ Chân Cửu đi nhiều, gặp gỡ và sống cùng nhiều anh em văn nghệ thời bấy giờ, nhất là các tỉnh miền Trung quê anh. Vào Sài Gòn học, anh có điều kiện tiếp cận giới văn nghệ nhiều hơn. Điều đáng khâm phục ở anh không chỉ là máu giang hồ mà anh còn có một trí nhớ rất tốt. Đến với bạn bè, anh có một tấm lòng, một chân tình mới có được những kỷ niệm đẹp như thế."

Đối với tôi, được đọc thơ Võ Chân Cửu từ những ngày đầu khi anh mới bắt đầu xuất hiện trên văn đàn cho đến mãi sau này giọng điệu, hồn thơ vẫn giữ được một bản sắc cho riêng mình không thay đổi dù trải qua muôn vàn biến động của thời gian và không gian, có điều càng về sau càng trầm lắng và chiêm nghiệm, mạch nguồn thơ vẫn trong trẻo, hồn nhiên mang hơi thở, sức sống tiềm tàng. Thơ anh không mang vẻ huyền bí, cách tân hay dị biệt mà chỉ là tiếng lòng của một nhà thơ chân chất hồn hậu trước cuộc sống muôn màu muôn vẻ.

CHIA TAY NGƯỜI ANH, NGƯỜI BẠN THƠ VÕ CHÂN CỬU:

Chiều tối ngày 23/12/2020 qua thông tin trên FB của gia đình và một số bạn bè thân cận, tôi biết được nhà thơ Võ Chân Cửu đã ra đi lúc

18g30 tại Bảo Lộc trong vòng tay ấm áp của gia đình. Sau đó linh cữu được chuyển về Pháp viện Minh Đăng Quang số 505 Xa lộ Hà Nội, Q2 Tp HCM và hỏa táng ngày chủ nhật 27/12/2020.

Nay anh đã rời xa cõi tạm, xa những người thân yêu quý, xa bạn bè văn nghệ, anh ra đi thật nhẹ nhàng như ngọn gió sớm mai, phiêu bồng và thanh thản như ở bài thơ "Quê Nhà" trong thi phẩm đầu tay "Tinh Sương" của anh viết khi mới 20 tuổi:

... Bước chân về muôn dặm
Đường trưa mờ bóng ma
Đôi mắt chừng u ám
Tiếng ngàn khi bay qua...

... Mây bay từ thiên cổ
Cùng nhau trời đất tan
Ta một linh hồn nhỏ
Vơ vẩn miền Đại Hoang.

Từ nay giọt lệ "Tinh Sương" đã trôi qua vùng trời "Đại Mộng", không còn ai hát khúc trường ca "Quẩy Gánh Qua Đồng" để tìm tri kỷ ở "Ngã Tư Vầng Trăng", nhìn lại"Trước Sau" không một bóng hình, biết ai còn nhớ người gọt bút viết "22 Tản Mạn" đi "Theo Dấu Nhà Thơ". Thôi thì "Vén Mây" xin khép lại để hồn thơ theo "Ngọn Gió" lên trời, viễn du ở một thế giới khác nhẹ bước giang hồ anh Võ Chân Cửu nhé.

Lương Thiếu Văn
Bên bờ Kênh Tẻ, tháng 9-2021

Tham khảo:

1- Tập san Quán Văn 46 Vào Hạ, Chân dung văn học nhà thơ Võ Chân Cửu

2- Võ Chân Cửu: Trước sau đều của riêng mình của Nguyễn Lương Vỵ

3- "Quê Nhà" trong thơ Võ Chân Cửu của Mang Viên Long

4- Thương nhớ nhà thơ Võ Chân Cửu của Trần Trung Sáng

5- Một thời không quên của Trịnh Bửu Hoài

Ngõ Cụt
LỮ QUỲNH

Quán nằm cách đường chính khoảng hai trăm thước, phía trái một con hẻm vừa rộng đủ một chiếc xe lam đi qua. Mùa mưa con hẻm trở nên lầy lội, người ta phải đặt những viên đá viên gạch cách mỗi bước chân để vượt qua, nhưng thỉnh thoảng vẫn không thoát được những mảnh bùn vấy lên lai quần hoặc ngập mũi giày, có khi thấm ướt cả vớ bên trong. Mùa nắng, con hẻm lại phơi rõ sự lồi lõm và bụi bặm. Rác rưởi, lá khô, giấy vụn theo gió từ các nơi khác cuốn đến đọng lại trên con hẻm, làm những người sống quanh đây có lúc cảm thấy không khí bỗng dưng đặc quánh làm họ khó thở. Dĩ nhiên quán rất tồi tàn. Những chiếc bàn bằng gỗ tạp, mặt được bọc kẽm sáng, với những chiếc ghế thấp nhỏ vừa đủ đặt đít ngồi. Trên mặt bàn được đặt sẵn mấy chiếc ly thủy tinh nhỏ trong một cái đĩa bằng nhôm, một bình trà bằng đất cũ kỹ với những hình vẽ màu xanh không rõ dáng hình được chế sẵn nước, một ống tăm bằng nhựa. Nếu về mùa hè, dĩ nhiên không bao giờ thiếu một lớp bụi dày phủ lên mặt bàn và những vật dụng ấy, mặc dù chiếc chổi lông gà thỉnh thoảng vẫn được chủ quán cầm tới. Chủ quán, người đàn ông đứng tuổi, lúc nào cũng mặc may-ô với chiếc quần ka-ki vàng cắt ngắn trên đầu gối. Ông ít nói và có vẻ rất chăm chỉ trong công việc. Những lúc quán ế ông thường ngồi tréo mảy vấn thuốc hút, đưa mắt nhìn vẩn vơ ra con hẻm bẩn thỉu nhưng có lẽ cũng quá quen mắt đến trở nên thân mật đối với ông. Buổi trưa, cơn nóng từ mái tôn đổ xuống biến chiếc quán như một cái lò. Chủ quán đưa mắt nhìn quanh bàn ghế, những chiếc cột, những tấm ván ngăn tường, và các vật dụng bằng gỗ như muốn co rúm lại vì hơi nóng. Quán đông khách vào những buổi sáng, và chỉ lưa thưa vào khoảng ba bốn giờ chiều. Còn buổi trưa thì hoàn toàn vắng vẻ. Khách của quán phần lớn là những người con gái diêm dúa, mặt trát đầy phấn và môi thoa son lòe loẹt một cách cẩu thả. Họa hoằn lắm mới có một người khách lạ. Ngay cả những phu xe hay thợ máy cũng ít tụ họp ở đây. Chiếc quán dần dà chỉ phục vụ cho đám con gái bán thân nuôi miệng từ các động chung quanh. Gã con trai duy nhất và dường như ngày nào cũng có mặt ở quán đôi ba bận là thằng Thạch Tây lai. Y thường đến ngồi trầm ngâm, uống hết một hai chai 33 rồi đứng dậy đi. Chủ quán không bao giờ để ý đến y, cũng như thường hững hờ trước những lời tục tĩu, những tiếng cười đùa ầm ĩ của đám gái khi họ tụ họp.

Trưa nay thấy Thạch Tây lai vừa xuất hiện đầu hẻm, chủ quán lững thững đứng dậy đi về phía chiếc thùng đựng nước đá. Ông lấy một viên chao chao trong thau nước rồi bỏ vào chiếc ly cối. Lúc ông tiến vào kệ hàng lấy một chai 33 mở nắp, thì gã con trai cũng vừa bước vào. Y ngồi xuống ghế tỳ hai khuỷu tay lên mặt bàn. Chủ quán mang đặt chiếc ly và chai 33 trước mặt y rồi lặng lẽ về ngồi vào chỗ cũ. Gã con trai cầm chai bia rót vào ly, bọt trắng sủi lên tràn một chút ra ngoài bàn. Y đặt chai xuống, nâng ly bia đầy ắp lên uống một hớp. Bọt trắng viền quanh miệng. Y bặm môi lại, rồi đưa đầu lưỡi liếm quanh vành môi. Y thả mắt ra con hẻm trước mặt dưới nắng trưa như càng tăng thêm oi bức. Nhưng với cách nhìn đó, có lẽ y không mấy bận tâm đến sự bẩn thỉu và cơn nóng đang bao phủ chung quanh. Chủ quán vẫn im lặng, tầm mắt như bị xóa nhòa bởi những hình ảnh không đâu vào đâu từ đầu con hẻm chói nắng trước mặt. Sự lơ đãng và dáng ngồi bất động của ông cơ hồ như ông đang nghỉ ngơi với một tâm hồn hết sức bình yên, không chút bâng khuâng hay nghĩ ngợi nào.

Gã con trai uống hết nửa ly bia, đang cầm chai rót tiếp. Mái tóc y vàng như râu bắp, chiếc mũi cao và đôi mắt hơi ngả màu xanh. Y uống từng ngụm chậm rãi, đôi mắt vẫn không rời con hẻm vắng hoe dưới nắng trưa. Một lúc y hỏi thuốc lá lẻ. Chủ quán đứng dậy lê từng bước chậm rãi đến kệ hàng tìm đưa y một gói Pall Mall đã xé sẵn, rồi trở về chỗ ngồi của mình. Những bước chân lười biếng của ông như nhấc khỏi mặt đất không bao nhiêu phân. Gã con trai rút một điếu thuốc, thổ thổ trên mặt đồng hồ trước khi gắn lên môi châm lửa hút. Y nhả khói, đôi mắt hơi nheo lại, nhưng vẫn không rời con hẻm phía trước. Con hẻm không có gì để y phải chú ý quan sát hay ghi nhận cả, nhưng có lẽ nó đã như chiều sâu của một ký ức và lúc này y đang thấy những điều không phải y đang nhìn kia. Con hẻm đối với y chẳng khác gì viên gạch kê dưới ảng nước, hay một hình chạm trổ trên kèo nhà được nhìn mỗi sáng mỗi chiều đến quen thuộc, quen thuộc đến tưởng như không còn có trong ký ức của mình nữa - cho đến một lúc nào đó nó chợt hiện ra như ánh chớp lóe sáng đủ nhìn lại một quãng đời đã qua. Y không nhớ rõ y đến sống ở đây từ năm nào, y chỉ biết mình đã trải qua nhiều lần nhìn sự thay đổi của con hẻm. Và cũng trong suốt chừng đó năm tháng, chỉ có một khuôn mặt thường xuyên hiện ra với y là chủ nhân chiếc quán này. Chưa một lần nhờ vả nhau, cũng như chưa một lần có gì xảy ra để cần đến sự giúp đỡ, nhưng y nghĩ ông ta đã đối xử với y rất chân tình rộng rãi. Chủ quán và y sống lặng lẽ ít chuyện trò, những lần ở gần nhau cũng chỉ như những chiếc bóng.

Lúc mới đến, y chưa biết uống nhiều bia rượu như bây giờ. Y bị soi mói suốt ngày bởi những ánh mắt tò mò. Nhiều lúc y cảm thấy lạc lõng và tủi thân vô cùng. Y oán trách căm giận những sợi tóc trên đầu và màu xanh trong mắt mình. Chủ quán lúc đó cũng không giấu được nỗi tò mò về y. Cho đến một buổi tối y uống hơi nhiều rượu, và quán về khuya chỉ còn lại hai người, y đã kể hết cho ông ta nghe những điều mà y cũng chỉ nghe kể lại về sự có mặt của mình trên đời này. Bây giờ nhớ lại, y cảm thấy hả hê hết sức. Giấu cái quá khứ của mình chỉ càng làm tăng sự đau khổ và nỗi cô đơn lên thôi. Ngày nhỏ y là một đứa trẻ yếu đuối, lại thêm cái mặc cảm con lai trong đám bạn học, nên đời sống y đã được giấu kín. Một lần đám trẻ đã chơi trò ác độc. Chúng nó kéo y vào một phe trong hai phe đánh giặc giả. Dĩ nhiên là phe có y phải làm phe giặc, phe thực dân. Phe còn lại là của những người Việt Nam kháng chiến yêu nước. Y không bao giờ muốn tham dự vào bất cứ trò chơi nào của bạn bè, nhưng đôi khi chính sự tham dự lại như một cách che đậy sự hèn nhát thiếu tự tin của mình. Cả đám trẻ kéo nhau ra sân vận động phân chia ranh giới, rồi cắm cờ, lập đồn bót, ấn định dấu hiệu để phân biệt nhau. Trong đám trẻ ít đứa muốn làm "thực dân", đứa nào cũng muốn mình làm người Việt Nam, muốn tỏ ra yêu nước, muốn giả đò chết, và hy sinh một cách anh hùng. Đứa nào cũng muốn ở trong phe "kháng chiến" cả, do đó đang giữa cuộc chơi, những đứa trẻ ở phe địch lần lượt làm nội tuyến để chứng tỏ mình rất yêu nước và cũng căm thù bọn mũi lõ vô cùng. Dĩ nhiên cuối cùng chỉ còn một mình y là địch dù trước đó y cũng muốn tỏ ra mình yêu nước thật sự, muốn về phe bên kia nhưng đâu có được. Những sợi tóc vàng trên đầu y, chiếc mũi lõ và màu xanh trong mắt y không bao giờ làm cho đám trẻ chấp nhận y là người Việt Nam cả. Y phải giả đò làm một thằng Tây, một tên thực dân chính cống. Y phải đóng vai cho đến lúc mãn cuộc chơi. Y bị chúng bắt làm tù binh. Chúng nó tra tấn y bằng những cái véo tai, những cú gõ đầu, với những câu hỏi ngớ ngẩn: Tại sao mầy xâm lăng? Mầy đã chừa chưa? "Hỏi cung", "tra tấn" xong, chúng nó trói ké hai tay y lại sau lưng rồi vừa dẫn đi vừa reo hò. Từ cuộc chơi đã biến thành sự đàn áp và kỳ thị rõ. Y bật khóc thành tiếng vì đau đớn và xấu hổ. Có lẽ những giọt nước mắt đó đã làm đám trẻ hồi tâm tháo dây cho y và ngưng ngay cuộc chơi lại.

Nhưng những giọt nước mắt thường cũng chỉ nhỏ ra trong những lúc uẩn ức nào đó thôi. Một lần y còn nhớ rõ, tên trưởng lớp khỏe mạnh và to gấp hai y, đứng dạng chân giữa đám trẻ cùng lớp, hỏi y: Có phải mẹ mầy đã làm đĩ cho Tây rồi đẻ ra mầy không Thạch? Câu hỏi như một mũi tên buốt lạnh xuyên qua tim y, câu hỏi không bao giờ y nghĩ rằng một người khác, nhất là một đứa trẻ cùng tuổi y lại hỏi tới. Câu hỏi cũng không bao giờ được y chuẩn bị, làm y cảm thấy choáng váng mặt mày nhưng cố gượng bình tĩnh. Y muốn khóc thật nhiều nhưng nước mắt như khô cạn từ lúc nào, môi y run lên, lưỡi y líu lại. Y đứng câm lặng, niềm cay đắng nghẹn ngào tận đáy cổ. Bỗng trong một giây rất bất ngờ, cái thời khắc rất ngắn ngủi mà y không kịp có một tính toán nào, y đã nắm chặt hai bàn tay lại, rồi lao thẳng vào người tên trưởng lớp. Y đánh liên tiếp vào mặt nó. Y đá, y đạp lên người nó. Tên trưởng lớp không đề phòng, cũng không bao giờ nghĩ tới thằng Tây lai yếu đuối vốn hèn nhát kia dám có một hành động liều lĩnh như vậy, nên nó đã bị ngã nặng. Máu mũi ứa ra, mắt bị rách ở khóe. Y nhìn những vết loang lổ trên mặt tên trưởng lớp, rồi sự sợ hãi kéo về làm y cắm đầu chạy ra khỏi cổng trường. Y bỏ học từ đó.

Y lớn lên với mặc cảm lúc nào cũng bị mọi người nhìn mình như nhìn một hậu quả tội lỗi. Y muốn kể muốn phân bua với mọi người những điều, mà chính y nhiều khi cũng không hiểu vì sao có được trong ký ức mình. Y muốn mọi người hiểu mẹ y không từng làm đĩ như họ nói. Rõ ràng nhất, mẹ y chỉ là nạn nhân của sự hiện diện ngoại nhân trên quê hương và sự mất chủ quyền của một nước. Mẹ y là một người đàn bà với đầy đủ đức hạnh như phần lớn đàn bà Việt Nam khác. Sự tủi nhục mà mẹ y gánh chịu, cũng là sự tủi nhục của bất cứ người nữ Việt Nam nào khi họ ở trong một tình cảnh tương tự. Một loại hoàn cảnh từng có trong quá khứ và sẽ còn tiếp tục, nếu đất nước vẫn chìm đắm trong tình trạng không thay đổi. Chiến tranh tàn khốc, với sự hiện diện của ngoại nhân và nền độc lập chỉ như bánh vẽ. Mẹ y bị hiếp dâm tập thể cũng như ông ngoại già nua đã bị bắn chết trước đó chỉ vì một hành vi đau đớn và tuyệt vọng là muốn cứu thoát con gái mình. Mẹ y đã bị một tên da trắng nào đó đốn ngã, rồi tiếp đến những tên da vàng khác tiếp tục. Những tên da vàng khốn kiếp suốt một đời làm chó săn, sống bằng trái tim đen thối tha cặn bã trong sự nguyền rủa của đồng loại. Nói cho cùng thì mẹ y, cũng như phần lớn đồng bào của mẹ đều bị hiếp dâm tàn nhẫn bởi chế độ nô lệ của triều đình, bởi lũ buôn dân bán nước một thời đại. Y cảm thấy chua xót, nhưng rồi y cũng không buồn khổ bởi nghĩ rằng y không thể nào vượt thoát được. Những tủi hổ bắt buộc phải có, phải mọc lên trên vùng đất sẵn thối tha chưa thể cải thiện được.

Gã con trai uống hết chai 33 từ lúc nào. Y vẫn giữ dáng ngồi cũ, ánh mắt hướng ra con hẻm bấy giờ đã nhạt nắng. Buổi trưa bỗng dưng làm y cảm thấy buồn lây lất, y nghe thân thể ngất ngư trong hơi nóng. Chủ quán lúc này đang ríu mắt ngồi dựa lưng vào quầy hàng, có lẽ ông ta đang chập chờn trong giấc ngủ không mấy êm ả. Y lắng nghe sự thinh lặng của buổi trưa, rồi đầu óc không chịu được sự trống trải, y nghĩ đến công việc mỗi ngày của mình. Việc làm gì mà bẩn thỉu quá, nhưng y biết sống bằng cách nào hơn khi giữa mọi người bao giờ y cũng chỉ là một con thú hoang. Họ đã coi như y không có tâm hồn người ấy. Y chỉ có quyền được sống, được ngụp lặn trong những đống rác của chiến tranh. Hẳn một ngày kia khi hòa bình, y sẽ chết mất, bởi những tên lính ngoại quốc không còn và các động điểm tan rã. Y cảm thấy cay đắng khi nhận ra, y chẳng khác gì những cái rác mà cuộc chiến đã phế thải, được những nhà thầu gạn lọc lấy dùng thêm một thời gian nữa trước khi đem thiêu đốt. Y là thế đó, nạn nhân của một sự tàn bạo đang lên để rồi thêm một lần trở thành nạn nhân nữa khi sự tàn bạo tàn lụi.

Gã con trai búng ngón tay trỏ vào chiếc ly kêu leng keng. Chủ quán hé mắt từ từ nhìn y rồi khép lại, y lên tiếng:

- Còn ngủ nữa hả bố?

Ông ta vẫn nhắm mắt.

- Nhắm mắt thế thôi, đâu có ngủ được…

Hai người im lặng một lúc. Lát sau gã con trai lên tiếng:

- Bố à, có bao giờ bố nghĩ, tôi sẽ không ở đây nữa không?

Chủ quán mở mắt ra nghe y nói tiếp.

- Chắc bố cũng như thiên hạ đều nghĩ rằng tôi không thể nào sống được nếu không làm ma cô, không mỗi ngày đón đường dẫn mấy thằng Mỹ vào động, hoặc thỉnh thoảng nhận khoản tiền lớn khi đưa mấy con điếm đi phá thai hay vào nhà thương để…

Chủ quán ngạc nhiên nhìn hắn:

- Ô, sao mầy nói với tao những điều đó. Thằng này, tự nhiên…

- Tôi nói thật đấy bố. Tôi sắp xa bố thật mà. Nghĩ cho cùng tôi chỉ có bố là chỗ thân thích.

Y nói và đưa mắt nhìn theo người đàn ông đang bỏ chỗ ngồi di chuyển đến ngồi xuống trước mặt.

- Cứ nói rõ ý của mầy đi. Mầy định bao giờ? Mầy đi đâu?

Gã con trai xoay chiếc ly trong tay, ngẫm nghĩ một lúc:

- Tôi đi lính, tôi tình nguyện mà…

Chủ quán trố mắt nhìn y, trong khi y đăm đăm nhìn con hẻm phía trước.

- Thạch Tây lai của bố đi lính Mỹ…

- Lính Mỹ, lính gì lại lính Mỹ…

- Biệt kích đó…

Đỉnh trán phẳng của chủ quán chợt nhăn lại:

- Mầy không điên chứ Thạch?

Gã con trai điềm nhiên:

- Điên sao được, bố.

- Thế mầy ghi tên rồi à?

- Rồi. Y đáp gọn.

Một lúc sau, y cười mỉa mai:

- Cũng sướng lắm bố ạ, "ra-xông" Mỹ mà! Đủ cả, sô-cô-la, phó-mát, bơ sữa… kể cả giấy vệ sinh nữa!

Gã con trai cố gắng mỉm cười. Chủ quán cúi xuống nhìn mặt bàn. Ông cũng chợt muốn mỉm cười khi sự khôi hài nào đó của y làm ông nhớ lại. Nhưng nụ cười không bao giờ có nữa khi ông nghĩ những điều y vừa nói là thật, y sắp đi lính thật. Tự nhiên ông cảm thấy chua xót khi so sánh y với con chim phải đau đớn hai lần, một lần bị đạn trên cành cây và một lần bị đập đầu dưới đất. Ông bỏ chỗ ngồi, ra trước hiên.

- Tao vẫn tin mầy nói giỡn à!

Gã con trai không nói gì. Y ngồi bất động trước chiếc ly và vỏ chai bia trong suốt. Y nhìn ra con hẻm, muốn nhếch miệng cười, nhưng cùng lúc nước mắt y trào ra.

Lữ Quỳnh

sách chỉ là đống giấy
chứa đựng trí tâm người
từ đó thành giá trị
một thế giới buồn vui

lhoán

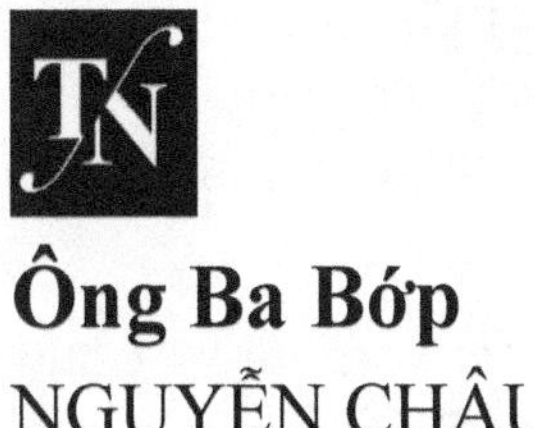

Ông Ba Bớp

NGUYỄN CHÂU

Sáng nào ông cũng chống gậy ngang nhà tôi, đến quán cà phê bên cạnh. Châm điếu thuốc, ông khề khà kể về đời ông. Khi thì tham gia kháng chiến chống Pháp, lúc mười tuổi, còn chăn trâu. Lúc thì cùng đoàn quân Tây tiến, hành quân sang tận Viêng Chăn... "Mắt trừng gửi mộng qua biên giới/ Đêm mơ Hà Nội dáng kiều thơm" (QD), ai ngồi bên kia "đế" vào. Ông ngơ ngác, nghe không rõ, hỏi dồn:

- Ở đâu? Ở đâu?

Ông đã bước sang tuổi đại thọ. Làng quê Duy Xuyên thời vàng son tơ lụa, bãi dâu xanh mơn mởn… "Một nong tằm là năm nong kén/ Một nong kén là chín nén tơ" mãi còn trong ký ức của ông.

Ngày tập kết, mới đến Sầm Sơn - Thanh Hóa, ông bị gãy chân. Sau thời gian an dưỡng, được bố trí đúng nghề cố hữu của ông là chăn bò. Vậy mà ông được cô dân công xứ "Hoa Thanh quế" kết duyên giai ngẫu. Sinh cho ông một loạt: bốn trai, ba gái. Người nào ngày nay cũng danh phận ngút trời.

Ngày lễ tết, xe ô tô thay nhau đến rước ông đi trẩy hội. Đời ông không tin thánh, thần. Ông chỉ trung thành với những gì đã tạo cho ông cuộc sống viên mãn ngày nay.

Dù đủ đầy, nhưng vốn quen cần kiệm, ông đi quanh xóm nhặt nhạnh từng bao nylon, chai nước ngọt, lon bia hay bới quanh thùng rác để bán ve chai. Đặc biệt ông nuôi bầy chó, nuôi chúng bằng canh thừa cá cặn của bà con chòm xóm. Khi chúng lớn, ông bán cho quán nhậu X. nổi tiếng thịt cầy bảy món. Tiền hưu ông cho những người cơ nhỡ vay trả góp, lãi suất trên trời.

Vậy mà vợ ông đành đoạn bỏ ông, về sống với thằng con trai cả. Bà không chịu nổi cảnh "đo lọ nước mắm, đếm củ dưa hành" và mùi chó của ông.

Dù bị nghễnh ngãng nhưng ông cố lắng tai nghe mọi thứ. Ông chống gậy đi quanh, nhà nào chuẩn bị xây dựng, cơi nới hay nói chuyện "phản động"... Ông báo cáo với tổ trưởng, khu phố ngay. Gia chủ không năn nỉ được, đành phải biết điều.

Người đồng hương tha phương cầu thực, tụ về xóm ngoại ô này khá đông. Ông Dưỡng, trước làm thầy giáo, dọn về đây gần chục năm nay. Ông Ba Bớp lúc nào gặp ông Dưỡng cũng cúi đầu, vì dáng ông Dưỡng quắc thước, râu ba chòm đạo mạo như tiên ông.

Hỏi ra, ông Ba Bớp không hề biết chữ. Vốn văn hóa bình dân học vụ của ông, bị rơi rớt từ những ngày giữ bò. Thấy ai có chữ, ông tỏ vẻ kính trọng, nhưng ông lom lom dòm ngó, cảnh giác. Ông không tin những người có chữ, họ quá ư bí hiểm trong mắt ông.

Ông Dưỡng gọi chủ quán tính tiền, nói khơi khơi:

- Ở đây tai vách mạch rừng, lũ cú lũ diều nơi nào cũng có, đừng lắm lời, thần khẩu hại xác phàm...

Rồi ngao ngán nhìn ông Hai Hơn:

- Người như ông còn thua con chó ngao Tây Tạng, nó còn biết bảo vệ cuộc sống của đồng loại, còn ông...

Ông Ba Bớp không nghe được gì nhưng nhìn thái độ của ông Dưỡng, biết mình không được thiện cảm của bà con. Vốn bản tính quen nhẫn nhịn và chịu lép vế, nên ông lẳng lặng chống gậy đi đến thùng rác lấy đầu cây gậy bươi bươi mong tìm những thứ có thể đem về bán ve chai.

Ông tỉ tê tâm sự:

- Mình "hy sinh đời bố củng cố đời con" anh ạ. Không ai giàu ba họ, không ai khó ba đời. Không có thằng chăn bò như tôi làm sao có ông to bà lớn, ai nói gì cũng mặc kệ. Thời khó khăn nhờ sữa bò để mà tôi khỏe nhưng phải lén lút như ăn cắp, bắt được là mắc tội tham ô "tài sản xã hội chủ nghĩa", đi tù mọt gông.

Rồi giọng ông chùng xuống, thở dài:

- Đám con tôi đứa nào cũng làm ăn được nhưng hỏng hết anh ạ.

Không biết của nả ở đâu mà thằng nào cũng giàu. Thời này làm ăn dễ thiệt, không như...

Ông bỏ lửng nhưng tôi hiểu ông muốn so sánh với cái thời ngày xưa nghèo khó của ông. Cống hiến hết mình để mong nước nhà tiến nhanh tiến mạnh lên xã hội chủ nghĩa, rồi cộng sản chủ nghĩa. Ông vẫn trung thành tuyệt đối với lý tưởng đời ông, ngày nào còn sống là còn hy vọng "Độc lập - Tự do - Hạnh phúc" sẽ thực sự đến với người dân của đất nước Việt Nam anh hùng, đi đầu chống Mỹ và đã thắng oanh liệt hai tên đầu sỏ thực dân và đế quốc to lớn mang danh sen đầm quốc tế.

Ông không hề có bạn tâm giao, kinh nghiệm bao năm trời chơi với cái loại đồng lân đồng chí tráo trở của ông, chúng nó sẵn sàng đấu tố ông để lập công.

Thằng bạn chí cốt của ông sau ngày hòa bình được cất nhắc từ quân đội chuyển ngành về làm giám đốc công ty lương thực tỉnh B. thủ tục hành chính không rành, cứ lấy của công cung phụng cho đám quan chức bề trên, đến khi thanh tra bị quy tội thâm lạm công quỹ, tức khí rút súng tự sát.

Ông chớp chớp đôi mắt đã mờ, cười cười tự mãn:

- Ba Bớp tui cứ lượm nhặt những thứ người ta bỏ ra, canh thừa cá cặn về nuôi bầy chó cũng sống một đời thong dong.

Ông quay nhìn tôi, chân tình khuyên nhủ:

- Chú cứ sống như tui, không nghe, không biết, không thấy là an nhàn vô sự.

Tôi hỏi:

- Tại sao ông hay đem chuyện sinh hoạt, cải thiện đời sống của bà con như sửa nhà, làm lại toilet... đi báo cáo với tổ, với phường?

- Ấy, ấy... làm gì cũng phải có phép tắc, tôn trọng sự nghiêm minh của chế độ chớ.

Ngày mai đây, đất nước Việt Nam sẽ tươi sáng, xã hội sẽ dần phồn vinh và nhân dân no ấm, cuộc sống những người như ông Ba Bớp sẽ được ổn định và sung túc nhờ đi lượm ve chai và nhặt thức ăn dư thừa của người giàu có về nuôi chó.

Nguyễn Châu

Trôi Cùng Thu Bồn
NGUYỄN NHÃ TIÊN

... Người ta không thể tắm hai lần trên một dòng nước, nhưng giấc mơ thì có thể tắm lại nhiều lần. Cái đẹp, cho dẫu nương dâu thành biển, vẫn bằng cách nào đó, sẽ lưu lại trong bảo tàng ký ức con người. Và đấy, suy cho cùng cũng là một thứ phù sa tưới tắm cho cây đời mãi lên xanh.

Cơn mưa mỏng mảnh nhỏ hạt hắt vào ô cửa sổ của mui thuyền vừa đủ kéo tôi ra khỏi giấc mơ muộn mằn lúc trời còn chưa sáng tỏ. Thức dậy ngồi trông qua ô cửa, lơ đãng ngắm dòng Thu Bồn. Bên kia dòng sông, ngọn núi Dương Bồ tuồng như hư - thực trong làn mưa mỏng và mây trôi lõa xõa. Trông mờ ảo xa xa cứ như vị thiền sư khổng lồ đang ngồi thiền định che chắn một góc trời. Nước sông Thu Bồn ở vùng thượng nguồn này, về đêm thường dâng lên do các thủy điện vùng đầu nguồn xả lũ. Vào buổi sáng sớm mực nước còn ngập cái cồn cát ven sông, chỗ chiều tối qua mấy bạn trẻ văn nghệ đi làm công tác xã hội cùng tôi ngồi đốt lửa trại quây quần bên nhau ca hát. Trước thiên nhiên Hòn Kẽm Đá Dừng non xanh và mây nước chập chùng, lòng người tưởng ai cũng dễ dâng trào bao cung bậc cảm xúc. Có vẻ như tất cả cùng hòa điệu với cái khí vị núi sông hoang sơ cổ điển ấy, cùng bắt gặp những phút giây thảnh thơi thăng hoa mà quên đôi bàn chân nhọc nhằn lấm lem cát bụi ngày ngày trên mặt đất gập ghềnh.

Đã bao lần ngồi trên những chiếc thuyền máy ngược xuôi trên dòng Thu Bồn, khi thì chở những chuyến hàng cứu trợ, lúc thì bao cuộc hẹn hò với anh em bạn bè xa xứ lâu ngày về thăm quê, ấy vậy mà một đêm neo thuyền trên vùng Hòn Kẽm Đá Dừng, rồi nghỉ lại giữa lòng vạn đò Trà Linh - Hiệp Hòa, thì quả đây là lần đầu tiên tôi được nếm trải.

Dọc theo các dòng sông trên những vùng đất Quảng, xưa nay từng có bao nhiêu là vạn đò suốt từ miền biển cho đến tận vùng thượng nguồn. Vạn Hội Khách, vạn Trước Hà, vạn Đại Sơn, vạn Phường Đông… dọc trên đôi bờ dòng sông Vu Gia. Tiếp đến là vạn Thu Bồn, vạn Cửa Đại, vạn Bình Yên, vạn Tý-Sé, vạn Trà Linh… dọc theo hữu ngạn tả ngạn sông Thu Bồn. Cũng như nhiều vùng quê sông nước khác ở khắp mọi miền, những cuộc đời lênh đênh đời sống trên sông nước đã dần hồi được chuyển lên bờ, ăn ở ổn định trong các khu tái định cư. Nghe đâu nguồn Quỹ biến đổi khí hậu đã và đang tiến hành tài trợ cho các địa phương dọc theo tuyến sông Thu Bồn, tiếp tục xây dựng các khu tái định cư cho người dân ở các vạn đò còn lại. Yêu cầu đời sống xã hội mỗi ngày một đi lên là một thực tiễn không thể chối cãi. Cho dù quá trình đó diễn ra nhanh hay chậm, nội tại từng cá thể buộc phải thay đổi phương thức sống, hay chính sự tác động của xã hội và môi trường đã trở thành mệnh lệnh cuộc sống. Vâng, không thể nào khác được.

Vậy là cái vạn đò Trà Linh mà chúng tôi neo thuyền trú lại qua đêm này, có thể là một trong những xóm vạn đò cuối cùng rồi sẽ được chuyển đổi đến nơi ở mới. Không hiểu sao, tôi cứ hình dung con sông Thu Bồn dằng dặc suốt từ miền thượng nguồn, tính từ chỗ tôi ngồi đây, xuôi về cho đến tận vùng biển Cửa Đại - Hội An, rồi sẽ vắng bóng tất cả những vạn đò ở hai bên bờ của dòng sông. Chuyện tất yếu thôi, vậy mà không dưng chợt một thoáng sắt se và nuối tiếc! Thì môi trường sông nước trong veo và quang rạng đẹp hơn ra mỗi ngày chứ có gì mà phải se sắt hoài cổ. Xã hội ngày mỗi văn minh hơn, những phận đời trôi dạt lênh đênh theo con cá con tôm, mỏng mảnh số phận trên những chiếc thuyền con đánh bắt, được xóa đi, được thay vào đó nơi ăn chốn ở đường hoàng mang tính bền vững, được như thế còn gì mà nuối tiếc.

Vâng, tôi cũng chẳng rõ lòng như thế nào nữa, nhưng cái giấc mơ muộn mằn về sáng trong đêm ngủ giữa lòng vạn đò Trà Linh, thì quả thực là một giấc mơ đẹp.

Người con gái ngồi phía đuôi chiếc thuyền con, đầu cúi xuống kề sát mặt sông, rồi xõa tung mái tóc dài trôi trên dòng nước để gội tóc trên bến đò Bình Yên mà tôi bắt gặp chiều qua trên đường đi, đã tan chảy vào trong giấc mơ của tôi như là tặng vật của… cổ tích. Mà cổ tích thật! Đến nỗi cô bạn trẻ - phóng viên của một tờ báo đi cùng tôi trong chuyến đi cứu trợ, cũng trên vùng thượng nguồn sông Thu Bồn này, khi bắt gặp hình ảnh ấy cô đã vụt reo lên đầy bất ngờ như gặp người của thời nào xa xưa lắm.

"- Anh ơi, xem người ta gội tóc trên sông kìa!"

Vậy đấy, *người ta không thể tắm hai lần trên một dòng nước*, nhưng giấc mơ thì có thể tắm lại nhiều lần. Cái đẹp, cho dẫu *nương dâu hóa thành biển*, vẫn bằng cách nào đó, sẽ lưu lại trong ký ức con người. Và đấy, cũng là một thứ phù sa tưới tắm cho cây đời mãi mãi lên xanh!

Một ngày, giống như người cổ ngoạn cùng non xanh nước biếc Hòn Kẽm Đá Dừng, và cả một đêm giữa lòng vạn đò Trà Linh, tôi biết sẽ khó lặp lại một lần như thế nữa, trừ những khi giấc mơ sẽ dẫn dắt tôi về. Giấc mơ, có thể là em, khuya khoắt rồi còn ngồi trên nóc mui thuyền cùng tôi vu vơ ngắm… núi, và miên man không biết bao câu chuyện trên trời dưới đất. Giấc mơ, có thể là ánh lửa bập bùng câu thơ tiếng hát, hồn nhiên như hoa cỏ ven sông trổ hết lòng. Giấc mơ, nào phải là một vọng tưởng gì đâu, mà là nơi ký ức tưới tắm xanh tươi giữ gìn những cái đẹp đã thành huyền thoại. Một dạng tầng vỉa văn hóa nuôi dưỡng sức sống cho tâm hồn con người.

Hình như ở những làng quê nghèo bán sơn địa gieo neo cách trở như Trà Linh, hoặc lên cao chót vót hơn nữa, cao vời như cái làng Bình Kiều kia, để đối trọng lại cái nghèo khó gian khổ thiếu thốn, con người ta lại giàu có những giấc mơ và khát vọng nhiều hơn.

Người chèo đò trên bến sông, cũng là dân xóm vạn đò Trà Linh, giữa một hoàng hôn say sưa ngồi nói với tôi về những giấc mơ sắp trở thành hiện thực. Năm người con của ông, đứa theo học đại học, đứa học nghề dưới thành phố xa xôi, rồi sẽ trở về cái làng Trà Linh này góp sức mà xây dựng. Chứ thay đổi đời sống lênh đênh vạn đò rồi, đã lên bờ rồi mà lại thất nghiệp, thì trước sau gì cũng quay lại với sông nước, lại lam lũ những cuộc đời mò tôm bắt cá. Mà tôm cá trên sông Thu Bồn giờ cũng chẳng còn mấy nữa, do môi trường đầu nguồn bị tàn phá nặng nề. Còn như cô gái bán cà phê rong trên bến đò Trà Linh vui vẻ chuyện trò, thì vì gặp đoàn chúng tôi ham vui nên cô bỏ cả quán xá, quảy gánh xuống bến sông ngồi bán, chứ lời lãi gì năm ba ly cà phê với đoàn khách chỉ có mấy con người. Tất cả những tâm tình mộc mạc - gần gũi - chân chất như thế, nhẹ nhàng như sóng sông Thu - "Người qua tôi cũng đi qua" [*]. Ấy vậy mà lúc rời bến cứ làm bịn rịn xao xuyến lòng người đến vậy.

Đã đến lúc thuyền tôi nhổ sào về xuôi. Không biết rồi tiếp theo sau cái mái tóc dài gội trên sông nước kia trôi vào giấc mơ của tôi, sẽ còn bao nhiêu hình ảnh khác nữa. Những ánh lửa bập bùng trong đêm trên bến vắng, những gương mặt hồn hậu tôi mới làm quen, ly cà phê thơm hương đất trời hơn mọi thứ khác…, tất cả lại có thể sẽ ùa vào giấc mơ lên tiếng gọi bời bời thương nhớ: *Hỏi quê rằng biển xanh dâu, hỏi tên rằng mộng ban đầu đã xa* [*]!

Nguyễn Nhã Tiên

(*) *Thơ Bùi Giáng*

Án Oan Của Một Công Thần
NGUYỄN THIẾU DŨNG

Thoại Ngọc Hầu, một công thần suốt đời tận tụy hy sinh vì cơ đồ của nhà Nguyễn. Sinh thời ông rất được các vua Gia Long, Minh Mệnh trọng dụng nhưng khi mất đi chưa được bao lâu thì cũng chính Minh Mệnh đã hài tội ông, còn các sử quan nhà Nguyễn thì trong Đại Nam Chính Biên liệt truyện, theo lối viết Xuân Thu đã xếp ông vào nhóm công thần trọng tội: Lê văn Quân, Nguyễn văn Thoại, Lưu Phước Tường, Đặng Trần Thường, Đỗ Thanh Nhân. (ĐNLT, T2, tr 511, nxb Thuận Hoá 2006)

Đối với chế độ quân chủ phong kiến, vua là người duy nhất có uy quyền, không một ai khác có thể tạo ảnh hưởng đối với nhân dân lấn át ảnh hưởng vua, nhất là đối với nhà Nguyễn, ngay trong hoàng gia và triều đình những mầm họa lấn lướt ảnh hưởng vua cũng đã bị chặn đứng không để tạo thành phôi: không phong Hoàng hậu, không lập Thái tử, không ban Tể tướng, không lấy Trạng nguyên. Vì thế đối với đình thần, nhà Nguyễn càng cảnh giác rất cao, những ai có công trạng càng phải đề phòng. Gia Long diệt Đỗ Thanh Nhân ngay khi còn đang bôn ba khôi phục sự nghiệp vì cái thế của vị tướng Đông Sơn này có triệu lấn lướt Nguyễn Vương, Gia Long bức tử Nguyễn văn Thành khi vị Tiền Quân Tổng Trấn Bắc Thành này muốn can dự vào việc lập người kế vị. Khi đã lên ngôi, Minh Mệnh tạo ra vụ án loạn luân để dìm chết Tống Thị Quyên vợ Đông Cung Cảnh và loại Mỹ Đường con của Đông Cung Cảnh ra khỏi hoàng gia để phòng biến loạn tranh chấp ngai vàng. Đối với đình thần, nhà Nguyễn thường dùng chiêu "cây gậy và nắm xôi" để chế ngự họ. Một Nguyễn Công Trứ lên voi xuống chó khi làm tới Đại tướng lúc bị cách tuột xuống làm lính thú ở biên thùy mà vẫn cúc cung tận tụy với nhà Nguyễn là một điển hình của chính sách này.

Trường hợp Thoại Ngọc Hầu cũng không nằm ngoài chính sách vắt chanh bỏ vỏ của Minh Mệnh. Ngày nay càng ôn lại cuộc đời của ông, chúng ta càng cảm thấy đau lòng, xót xa cho những oan khuất mà Thoại Ngọc Hầu phải gánh chịu khi tấm thân đã về trong lòng đất làm cho đất mẹ thêm mầu mỡ hơn.

Sinh thời Thoại Ngọc Hầu rất được các vua nhà Nguyễn trọng vọng, nếu có sóng gió chỉ là những gợn sóng lăn tăn, chứ không phải những đợt ba đào vùi dập như Nguyễn Công Trứ, nhưng khi ông nằm xuống thì bão táp mới ập đến, vì sao vậy?

Thoại Ngọc Hầu không phải là trường hợp đơn lẻ sau khi chết rồi mới bị hài tội mà hiện tượng này được lặp lại một cách có hệ thống dưới thời Minh Mệnh, sau ông còn có Lê văn Duyệt, Lê Chất v.v... Khi còn đương quyền, Lê văn Duyệt và Lê Chất rất được Minh Mệnh trọng vọng. Lê văn Duyệt được Minh Mệnh thưởng công trung thành tận tụy ban cho đai ngọc, một vinh dự lớn lao mà các hoàng tử tước công cũng chưa từng được hưởng, còn Lê Chất chết, Minh Mệnh thương xót nghỉ chầu ba ngày. Vậy mà sau khi họ chết chẳng bao lâu Minh Mệnh đã hài tội:

"Lê văn Duyệt lúc còn sống mạo danh nghĩa, tự cho mình là công bằng, trung trực đối với nước, nhưng xét đến việc làm điều gì cũng ngông cuồng bội nghịch." (ĐNTL, XVIII, 221) *"Trước đây tên hoạn quan chuyên quyền là Lê văn Duyệt lấy oai ức hiếp, kẻ ngu tự cho hắn là chủ soái một phương, không biết đến triều đình"*...(ĐNTL, XVIII, 291)

Còn Lê Chất thì vua phán: *"Chất tính vẫn sài lang, nết cũng quỷ quái, làm tôi thì bất trung, bất chính, xử sự thì đại ác, đại gian, việc gì cũng làm bậy, ai ai cũng phải nghiến răng."* (ĐNLT, T2, tr 481, nxb Thuận Hóa)

"Lê Chất cùng Lê Văn Duyệt dựa nhau làm gian, tội ác to nặng,

cái tóc cái tội, bổ quan tài ra mà chém xác cũng không quá đáng."
(ĐNLT, T2, tr 483, nxb Thuận Hóa 2006)

Thoại Ngọc Hầu lúc sinh thời được liệt vào hàng ngũ công thần có công phò giá Gia Long khi còn bôn ba ở Thái Lan gọi là công thần Vọng Các, là người cần mẫn siêng năng, thanh liêm, có trách nhiệm như lời tâu của quan chức ở trấn thành Gia Định: *"Án thủ bảo Châu Đốc, Thống chế Nguyễn văn Thoại trước mộ dân dời đến ở đất biên thùy, đặt ra 20 xã thôn, vay của công 1900 quan tiền và 1500 phương gạo, đã hoãn cho nhiều năm, dân vẫn không trả được. Đến nay Thoại đem của nhà trả bù cho dân"*. Vua nói:

"Thoại làm như thế là tôn trọng của nhà nước đấy. Nhưng nghĩ dân ấy mới chiêu tập đến, sinh lý chưa thừa, nay bắt Thoại đền, lòng trẫm không nỡ như thế. Hơn nữa Thoại ở biên thùy lâu ngày, dân tình thỏa hiệp, tiền gạo trả bồi ấy thì đúng số trả lại cho, có thể xem như trẫm khen đấy." (ĐNTL, VIII, tr 179, năm 1827)

Thế mà chẳng bao lâu sau khi Thoại Ngọc Hầu không còn nữa, Minh Mệnh đã đổi giọng:

"Nguyễn văn Thoại đã được ủy cho trọng trách bảo vệ biên cương, thế mà không biết tuyên dương đức hóa, vỗ yên dân chúng ngoài biên, lại dám sinh sự nhiễu dân, gây nhiều suối lệ! Huống chi Thoại lại cùng kẻ bị trảm quyết là Trần Nhật Vĩnh dối trá giấu giếm mọi việc, dựa nhau làm điều gian, tội ác rất nặng, nếu con người ấy còn sống thì ta cũng cứ giữ lòng chí công làm đúng hình pháp, chém đầu để bêu cho mọi người biết." (ĐNTL, XI, 88, 1832)

Khi cần Nguyễn văn Thoại ở cương vị bảo vệ Cao Miên, Minh Mệnh hết lời động viên ông:

"Vua nghe tin bảo hộ Nguyễn văn Thoại cùng vua Phiên không hợp ý muốn xin giải chức, dụ rằng: "Vỗ về nước Phiên thuộc, trị yên nơi biên cương, cần phải được người mới có thể tuyên bố oai đức triều đình để giữ vững bờ cõi ta. Ngươi đối với các nước man Xiêm, Lạp, nhân vật phong tục, núi sông chỗ hiểm, chỗ bằng, đã quen thuộc lắm, cho nên giao cho ấn bảo hộ Chân Lạp, coi việc ngoài biên, từ

lâu đến nay thực cũng xứng chức. Thế mà vua Phiên tính vốn ngu tối, xưa vì còn ít tuổi ưa nghe người xấu nên cùng ngươi từng có khi không hợp ý. Trẫm biết lòng ngươi không yên, lấy cớ tuổi già mà cầu tránh trách nhiệm. Song nghĩ vua Phiên nay đã trưởng thành, được ngươi là người ngay thẳng, không nghĩ đến ác cảm cũ, mà cùng nhau mài giũa thấm thía, hoặc giả biết tự hối mà sửa chữa lỗi trước, có thể khiến thành người tốt mà còn trông cậy được. Huống chi đại thế nước Phiên, tuy đã thanh bình, nhưng trong đó công việc liên miên phức tạp, chưa được đâu ra đấy. Ngươi nên trước hết lưu tâm về việc cần cấp của nước nhà, tùy nghi xếp đặt cho được ổn thỏa, hà tất bận lòng vì sự hiềm nhỏ." (ĐNTL, VI, 76, 1822).

Thế mà sau khi ông nằm xuống, công đã trở thành tội:

"Nay lũ ngươi Lê Đại Cương và Ngô Bá Nhân phàm những việc có quan hệ đến mềm dẻo để lấy lòng thuộc quốc, đề phòng chế ngự nước láng giềng thì nên cùng lòng bàn bạc làm cho đúng sự cơ, không nên khinh suất như thế. Nếu có điều gì nên làm, thì đừng chậm trễ lỡ việc. Lại nữa, trước kia, Nguyễn văn Thoại và Bùi Đức Minh, rông rỡ làm liều, không giữ thể diện, đến nỗi tự chuốc lấy tội lỗi"... (ĐNTL,XI,284,1832)

Khi viên Hình tào Võ Du cáo gian Bảo Hộ Thoại lúc sinh thời ngày thường bắt dân Phiên đi lấy gỗ táu đem nộp mà không cấp tiền gạo, lại bắt dân Phiên làm việc tư, sửa đắp đường cái để đưa đám chôn cất vợ, Minh Mệnh lập tức xuống chỉ:

"Nay Thoại đã chết rồi, lại nghĩ ngày trước hãy có chút công lao ở Vọng Các, lòng trẫm không nỡ. Vậy gia ơn chỉ truy giáng Thoại xuống hàm chánh ngũ phẩm và đoạt lại chức tập ấm của con hắn, duy các sắc tặng phong cha mẹ thì được miễn cho. Còn tang vật mà Thoại đã sách nhiễu dân Phiên thì truy ra rồi lấy gia sản kẻ phạm tội ấy mà truy cấp cho dân Phiên." (ĐNTL, XI, 88, 1832).

Đến khi có biểu của vua Chân Lạp xác nhận:

"Năm trước có việc đi lấy gỗ táu đem nộp thì dân Phiên đã lãnh tiền và gạo của nhà nước cấp rồi."

Biết là Thoại Ngọc Hầu bị vu oan nhưng Minh Mệnh vẫn cố tình kết án:

"Nguyễn văn Thoại dẫu không can vào việc này, nhưng sai dân Phiên làm việc riêng sửa mộ, đắp đường cũng là đáng tội, vậy cứ chuẩn y nguyên án." (ĐNTL, XI, 89).

Bộ Hình nghị xử Võ Du tội đồ, nhưng Minh Mệnh lại nương nhẹ đặc cách cho cách chức, phát đi Cam Lộ gắng sức làm việc để chuộc tội.

Một người không có tội bị làm cho ra tội, ô uế danh tiết, tan cửa nát nhà, một kẻ vu oan đáng trị tội đến mức nặng nhất thì Minh Mệnh lại nương tay, cho thấy rõ việc làm của nhà vua không phải là vô tình, mà có chủ đích.

Ngao ngán trước trò đời bạc bẽo, Nguyễn văn Hầu khi viết về cuộc đời Thoại Ngọc Hầu đã dẫn lời Ngạc Xuyên viết năm 1943 để bày tỏ nỗi bất bình của mình:

"Đọc đoạn cuối cùng trong tiểu sử, chúng ta bắt đau lòng trông thấy vết lọ mà kẻ nha thuộc bôi lên danh dự của ngài. Chúng ta bắt ngậm ngùi hồi tưởng lại công nghiệp vĩ đại của ngài, mà khi quá cố không được đấng chí tôn soi xét, rồi tự hỏi: "Oan hồn Ngài có ngậm tủi tự chốn tuyền đài chăng?" (NVH, Thoại Ngọc Hầu và những cuộc khai phá miền Hậu giang, NXB Trẻ, tr 302).

Than thở như thế là chỉ thấy tội của Võ Du mà không thấy đòn phép của Minh Mệnh, không phải đấng chí tôn không soi xét đến vụ án, cũng không phải đấng chí tôn dùng ngọn đèn tù mù để soi xét mà ngài dùng ý đồ của mình để xét vụ án. Thoại Ngọc Hầu bị xử oan như thế không phải vì ông có lỗi, chuyện bịa đặt của Võ Du chỉ là cái cớ để Minh Mệnh triệt tiêu ảnh hưởng của Thoại Ngọc Hầu, ông có tội chỉ vì công nghiệp của ông quá lớn, ảnh hưởng của ông quá sâu ở cõi biên thùy, đó mới là điều Minh Mệnh quan tâm. Đọc đoạn tấu sau đây ta sẽ thấy rõ chân tướng đố ky của Minh Mệnh và triều đình nhà Nguyễn với Nguyễn Văn Thoại: "Quốc vương Chân Lạp là Nặc Chân đưa thư đến quan Bảo Hộ Nguyễn Văn Thoại nói rằng: *"Nước ấy ông cháu cha con đời đời làm phiên thuộc, trên nhờ triều đình bồi đắp, giữ được nhân dân, dưới có Thoại trước sau bảo hộ, trừ nạn nước Xiêm, dẹp yên giặc Kế, kể công gấp mười Mạc Thiên Tứ, xin cắt đất ba phủ Lợi-ỷ bát, Chân sâm, Mật luật để báo đức của Thoại, cũng như việc cũ báo Mạc Thiên Tứ."*

Thoại đem thư ấy báo cho thành Gia Định biết. Thành thần đem việc tâu lên. Vua hạ lệnh cho đình thần đều lấy ý riêng mình mà bàn kỹ tâu lên. Bọn Nguyễn Đức Xuyên, Nguyễn Hữu Thận cho rằng: *"Đất đai Chân Lạp là bờ cõi của triều đình, Thoại dẫu có hiền tài và khó nhọc cũng là phận sự người bầy tôi mà thôi. Chân (Lạp)! sao được cắt đất để đền ơn riêng. Thoại sao được tự lấy làm công của mình mà nhận báo ơn."* (TL,VII, tr 40).

Mặc dầu Thoại Ngọc Hầu chết đã ba năm, nhưng ảnh hưởng của Thoại Ngọc Hầu đối với An Giang, Châu Đốc, Hà Tiên càng ngày càng đậm, tận đáy lòng dân. Người ta nhớ những con kênh ông đào, những ngôi làng ông lập, những ngôi chùa ông dựng. Ảnh hưởng của ông không chỉ dừng lại nơi những cánh đồng xanh tốt, những ngôi chợ đông đúc mà còn bàng bạc nơi cõi tâm linh. Đó là một lãnh địa đáng sợ mà Minh Mệnh với trực giác của người muốn bảo vệ cơ đồ không muốn để di họa làm nơi béo tốt cho con cháu Thoại Ngọc Hầu khai thác, khởi nghiệp. Cho nên, bằng mọi cách, Minh Mệnh phải thi hành chính sách triệt hậu *thà phụ người chứ không để người phụ mình*.

Nguyễn Thiếu Dũng

sách là một người bạn
và cũng là người tình
là ảnh khi mới gặp
là bóng khi thành hình

lhoán

Trường Hàn Thuyên
NGUYỄN ĐÌNH PHƯỢNG UYỂN

Trường có từ hồi mới thành lập làng, chưa khánh thành vì dân cư còn thưa thớt.

Nằm trên Đường Số Năm, trường chỉ vỏn vẹn ba lớp học với chấn song gỗ đan chéo nhau, mái tôn, chả có cửa nẻo. Cổng trường chỉ là hai cái cột to, bao quanh sân trước là hàng rào gạch đỏ cao chừng tám tấc, bên trên là hai dây kẽm gai, cho biết ranh giới trường chứ trộm hay ai muốn ra vào, cái dây kẽm gai ấy dọa con nít cũng không xong.

Mặt sau trường là con lạch nhỏ. Dừa nước, sim tím, bần, lau lách... mọc đầy.

Mãi đến năm 1973-1974, dân số đã hòm hòm, Bố bàn bạc với mấy bác trong làng, tính cho trường đi vào hoạt động, đặt tên trường là Hàn Thuyên và lên bộ Giáo Dục, mời mấy ông thầy đậu hạng ưu và nhất nhì bảng, vừa tốt nghiệp xong về dạy học.

Ngày khai giảng đầu tiên, Bộ trưởng Bộ Giáo Dục có đến cắt băng khánh thành. Bố vận động thế nào đó nên xin được mấy phần quà to, gồm sách vở và bánh kẹo, chia ra tặng cho mỗi học sinh.

Bố còn sáng tác một bản nhạc hiệu cho trường:

"Ta là học sinh"

"Trường Hàn Thuyên những mầm sống mới sẽ vươn sau này"

"Trên trời Việt Nam"

"Bao nhiêu năm chìm trong lửa khói chiến tranh tơi bời"

oOo

Bác Hoàng Việt Bằng được cử làm hiệu trưởng. Bác hút pipe, nghiêm nghị, dạy lớp Một, trẻ con rất sợ.

Thầy Diêm, viết chữ đẹp khỏi chê, chuyên viết tên học trò trên bảng Danh Dự, dạy lớp Hai.

Thầy Anh, hiền thật hiền, vui tính, lớp Ba.

Thầy Tuyên, lớp Bốn.

Thầy Dũng, nhỏ người, kể chuyện hay lắm nhất là chuyện ma, dạy lớp Năm, cuối cấp.

Nhìn ông anh và thằng em của tôi với mấy học sinh trong làng quấn quýt quanh thầy giáo, có đứa được ngồi vào lòng thầy, có đứa được thầy cho kẹo và nhất là cuối năm, phần thưởng của chúng nó được nhiều nguồn tài trợ, cao ngất, to ôm không hết, tôi chỉ biết nhỏ nước miếng vì mình còn ở với ngoại trên Saigon, học trường Tây, ma sơ và cô giáo khó đăm đăm, lớ quớ bị phạt hay bị đòn như chơi. Tôi không thấy cái tình giữa tôi và cô giáo trong khi học sinh và các thầy trường Hàn Thuyên thân với nhau dễ sợ. Như vậy mình mới thích đi học chứ.

Sau 1975, ông bà ngoại qua Pháp. Tôi hết làm công chúa, mặc nhiên về trường làng học.

Đang xe hơi đưa đón chuyển sang đi bộ đi học, khoái gì đâu. Nhà cách trường chừng ba bốn trăm mét nhưng tôi thường đi sớm cả tiếng đồng hồ để còn la cà nhà mấy đứa bạn, rủ đi học. Đầu tiên, đến nhà con Hướng Dương, cách nhà tôi hai căn. Kế là nhà con Hồng Mai, cách tám căn. Con Mai hay mời cả đám ăn cơm chung. Nhà nó nấu món canh bí xanh ăn với chả cá chiên ngon tuyệt. Mẹ mình cũng làm món này nhưng ăn sao không ngon bằng nhà nó.

Tới trường còn tán phét, dò bài, chơi nhảy dây, chơi u đã điếu rồi mới vào lớp chứ.

Trường có ba phòng cho năm lớp, chia làm hai suất, sáng và chiều. Suất nào cũng nóng hầm hập vì lớp không có quạt trần, lại lợp tôn. Trời mưa, nước gõ vào mái tôn điếc cả tai, thầy giảng bài nghe chữ được chữ mất. Lắm lúc mưa tạt qua song cửa ướt hết tập vở.

Giờ ra chơi, dưới trời nắng chang chang, trẻ con chạy nhảy ầm ầm, la hét ngoài sân đất cát, quanh mấy ụ đá dăm, đá cục, mồ hôi nhễ nhại. Vậy mà chả có mấy đứa xách theo bình nước, nhịn khát khơi khơi cho đến khi về nhà, tu ừng ực mấy chai nước.

Bọn con gái chơi nhảy dây, chơi cò cò, chơi keng. Con trai thích bắn bi, dích hình, chọi lính nhựa, rượt bắt.

Đôi lúc trai gái bu lại chơi u chung, mấy thằng con trai mắc cỡ, không dám ôm bắt mấy đứa con gái nhưng nó mạnh, chỉ cần nắm tay kéo lại một hồi là mấy chị hết u nổi, thua.

Giờ chơi còn là lúc để ăn quà. Mấy cô bác gần trường mở hàng bán thập vật: si rô đá bào xanh đỏ, kem chuối, kem cây, cóc ổi mía ghim, kẹo bánh, đậu phộng luộc, khoai lang khoai mì, đồ chơi, bút viết, bình mực...

Món khoái khẩu nhất của tôi là me ngào đường.

Nước me sền sệt, ngọt ngọt chua chua. Bà bán hàng dích một muỗng me nâu đổ lên trên miếng bánh tráng màu kem, giòn rụm, nhỏ cỡ lòng bàn tay con nít, rắc thêm ít mè rang vàng, kèm theo một cây tăm rồi trao tay cho mấy vị khách nhí. Chỉ thế thôi mà lũ con gái chúng tôi chấm mút, xuýt xoa đến hết giờ chơi.

Làng vắng người. Tiếng trống trường vang xa, nghe là biết giờ vào học, giờ chơi, giờ về. Nhà tôi gần trường, còn nghe học trò rộn ràng đánh vần ê a, hát hò, la ó.

Tôi học với thầy Anh lớp Bốn và lớp Năm. Đứa nào cũng thích vì thầy hiền, giảng bài dễ hiểu, lại hay đùa. Một lần, cả lớp nói chuyện ồn ào, thầy nhắc im lặng mấy lần để thầy chấm bài. Hỏi, gần năm chục đứa con nít mười một mười hai tuổi nhét trong một phòng học nóng nực, sao yên nổi? Đang chí chóe cãi vã, trò chuyện, cười nói thì nghe... Rầm!

Thầy đập bàn mạnh đến nỗi cái bàn tét làm đôi.

Cả lũ học trò nín thở. Chưa bao giờ thấy thầy mình giận ghê thế.

Mặt thầy đỏ ké, quét tia mắt vào từng đứa. Thầy bắt cả lớp quỳ gối lên ghế, mắng cho một trận vì tội ồn ào. Đám tội phạm nhìn nhau vừa sợ vừa buồn cười. Ai đời, chỉ có học sinh lớp Một lớp Hai mới bị quỳ. Lớn bằng từng này, ở nhà còn không bị bố mẹ bắt quỳ nữa là...

Mắt thầy nhá lửa vậy mà lũ học trò cứ mím môi cười khúc khích. Đến lúc trống trường vang lên báo hiệu giờ chơi, thầy Anh tha, bảo rằng không muốn để anh chị lớp Năm xấu hổ với lớp đàn em.

Giờ bạc đầu, gặp lại mấy đứa trong làng học cùng lớp, chúng tôi vẫn nhắc đến kỷ niệm thầy Anh đập vỡ bàn.

Sau 1975, Làng Báo Chí giống như cái mụn ghẻ đối với chính quyền. Họ ghét những người làm văn viết báo, ghét cả con cái của họ, coi người làng Báo là những kẻ phản động, chống chính quyền nên không rót bất cứ đồng ngân sách nào để tu bổ trường. Bao lâu sau, tôi vẫn còn nhìn thấy cái bàn nứt đôi nằm chình ình trong lớp. Bàn ghế học sinh ọp ẹp hơn, sứt gọng gẫy càng... thây kệ.

Chính quyền thấy thầy Anh được lòng cả học sinh lẫn phụ huynh, sợ điều gì đó, giữa niên khóa lớp Năm, họ chuyển thầy đi xa hơn, không cho dạy chúng tôi nữa.

Ngày chia tay, lũ học trò khóc quá chừng. Cả đám đi bộ ra tới đầu đường Thiên Nga, gần cầu Sài Gòn tiễn thầy. Chúng tôi đi ngang qua ruộng lúa xanh thẫm, mặt trời chiều, đỏ buồn, lấp ló đằng xa, càng đi càng sợ mình chạm đến phút thầy quảy gót.

Lũ trẻ quay lại trường, ngơ ngác như chim mất mẹ, học hành chả ra gì khi giáo viên dạy thế đổi liên tục. Chán, tôi biết cúp cua là gì. Tôi và một con bạn rủ nhau ra mé sông đằng sau trường, chui vào bụi lau trốn. Chuyện trò đủ thứ vẫn chưa nghe trống trường ra chơi - chứ đừng nói giờ về. Con nít mà, thời gian trôi lâu lắm - không dám lú mặt ra ngoài sợ bị bắt gặp, về nhà thì sớm quá, nói dối các cụ thế nào? Ăn đòn chết. Ngồi mãi một chỗ thì mỏi, cuối cùng hai đứa lại dắt nhau vào lớp ngáp ngắn ngáp dài.

Nhớ thầy, có hôm năm sáu đứa trốn nhà, rủ nhau đi thăm thầy mãi tận Thủ Đức, xa thật xa. Chả biết đường sá, chúng tôi mò mẫm đón xe buýt, rồi xe lam, rồi đi bộ, vừa đi vừa hỏi người này người kia, vậy mà kiếm ra mới hay.

Tới lúc về, đón được xe lam nhưng hụt chuyến xe buýt cuối ngày, tối quá nên quay lại thầy cầu cứu. Thầy rủ mấy ông bạn và mượn thêm mấy cái xe đạp nữa để đưa cả đám về trong đêm.

Tôi biết mình sẽ bị đòn te tua vì đã nói dối, xin phép bố mẹ cho qua nhà bạn chơi. Bảo đảm giờ này ông bà cụ đang quýnh quáng tìm kiếm mình. Tôi dặn thầy nhớ xin bố mẹ đừng đánh đòn em. Thầy gật gù nhưng tôi vẫn sợ khi thầy đi khuất, bố mẹ tôi sẽ quất phủ đầu.

Từ xa, đèn nhập nhoạng, tôi đã thấy bóng bố mẹ tôi nhấp nhổm trước cổng. Tim tôi đập thình thịch. Thầy nói gì chả biết nhưng khi thầy về, tôi chỉ nghe tiếng thở phì phò nổi dóa của bố mẹ. Tiệt, các cụ không quở trách gì hết.

Hôm sau và hôm sau nữa trong nhà vẫn êm ru.

Thầy tôi hay thật.

Bố mẹ không cần đánh đòn, tôi vẫn nhớ cái tội nói dối để đi thăm thầy cho tới bây giờ. Thầy dẫn từng đứa về nhà xin phép rồi cùng mấy ông bạn đạp xe, mỗi ông lôi theo cái xe mượn cho học trò hồi nãy, từ Báo Chí thẳng tiến ngã tư Thủ Đức trong đêm khuya khoắt.

Hai ba năm sau, đám cưới, thầy có mời lũ học trò nhỏ đến dự. Tôi chuẩn bị sẵn sàng nhưng trật rơ thế nào nên bạn quên không đón. Tiếc ơi là tiếc. Bạn tôi đi đông lắm.

oOo

Một người bạn trên Facebook bảo rằng ngày xưa bà xã anh dạy ở trường Hàn Thuyên, sau đổi thành Thảo Điền, làm tôi chợt nhớ ngôi trường làng.

Lâu lắm rồi tôi quên Đường Số Năm có trường Hàn Thuyên mình đã từng học. Tệ không?

Trường xuống cấp thảm hại. Hàng rào gạch đỏ vỡ vụn loang lổ. Lớp không cửa nẻo, ít người ra vào, súc vật vô ị đầy. Mái tôn lủng, mưa dột ào ào. Thầy cô cũ bỏ đi sạch bách. Sân trường có nhà xây bên trong, thu hẹp khoảng đất nhỏ nhoi cho trẻ con chơi đùa. Con nít trong làng lên Saigon học hết.

Đấy là tình trạng của hơn ba mươi năm trước.

Chả mấy ai biết nơi đây, ngày xửa xừa xưa, riêng lớp tôi thôi đã có bốn đứa: thằng Thăng, thằng Tomy, con Phương Huyên, con Đóa Vân chuyên tranh nhau hạng nhất. Mấy lớp khác học lực cũng chả kém cạnh tí nào. Trò giỏi, thầy thuộc loại đẳng cấp.

Giờ, trường ra sao? Bà mẹ tinh thần đã từng nuôi tôi khôn lớn?

Bỗng nhiên thấy mình như kẻ "ăn cháo đá bát", ngoảnh đít đi không chút vương vấn nơi in đậm kỷ niệm thuở ấu thơ, nơi đã uốn nắn thành con người mình ngày nay, nơi thầy trò đã chia nhau nghĩa tình đằm thắm, nơi bạn bè đã đổ mồ hôi chơi keng, chơi u, chơi rượt bắt... Những vết thẹo do chạy ngã chảy máu trong sân trường vẫn còn mờ mờ trên đầu gối...

Hàn Thuyên do Bố thành lập đã bị xếp xó trong bộ nhớ của tôi từ đời nào, đừng nói đến chuyện nó đã thay tên. Nhắc đến nó, mình cứ ngỡ như truyện cổ tích, ẩn hiện từ cõi xa xăm... Kỳ thực, nó vẫn nằm cách nhà mình chỉ ba bốn trăm thước.

Đã có thời tôi ao ước làm học trò Hàn Thuyên, dân dã, bình dị, thân thích với thầy cô, không phải kín cổng cao tường, nết na, quý phái như khi học trường đầm.

Điều ước thành hiện thực. Tôi đã học ở đấy không phải một mà hai năm, 1975 và 1976. Thầy ra đi. Trường xuống cấp. Không còn gì níu lòng tôi lại.

Cho đến hôm nay, già, ẩn trong góc tối, trường lại hiện ra với bao hình ảnh ngày đầu thành lập.

Bất giác, tôi hát thầm:

"Ta là học sinh"

"Trường Hàn Thuyên những mầm sống mới sẽ vươn sau này".

Nguyễn Đình Phượng Uyển

sách nặng phần lý luận
giúp kiến thức dồi dào
nghiêng tình cảm, mô tả
tăng lượng đời thanh cao

lhoán

Cô Ba - Cho Một Cuộc Tình

THU HOÀI

Cho đến khi biết nhiều về cô; biết thương cô, chúng tôi đã rời quê. Và cô, cũng đã đi ra khỏi cuộc đời này, xa lắm!

Thói quen của tuổi nhỏ là bắt chước. Bởi vậy, khi nghe những người cháu ruột của cô xưng hô, tôi cứ theo vậy, gọi bằng cô. Và tên cô đi ra, do thứ hạng trong gia đình. Từ người chị cả của cô, ngày xưa người ta có thói quen gọi là Hai. Kế đến cô ra đời, nên gọi là Ba. Vì thế, tên gọi cô Ba đến với tôi tự thuở đó.

Cô Ba đến với cuộc đời này như những người đàn bà ở những nơi thôn dã. Bắt đầu từ ngày bước ra, nhìn thấy trời cao, cho đến khi nằm xuống, về với đất, không phiền đến một ai.

Im lặng, đến rồi đi. Không một băn khoăn, đòi hỏi.

Tôi có rất nhiều điều để nhớ về cô. Hình ảnh sâu đậm nhất là đôi gánh đậu hũ.

Chừng như suốt tuổi nhỏ được biết cô, ngoại trừ đôi ngày tết xuân, chưa lần thấy cô dành cho mình một ngày "nghỉ phép". Cứ ba gánh mỗi ngày: sáng, trưa, chiều. Luân phiên đi về, mặc trời mưa nắng.

Gánh nặng ngày ấy, ngoài khó khăn vì áo cơm - cưu mang lớn là gia đình.

Không như tộc Phan của họ hàng tôi, lẻ loi! Ngày đó, tộc Huỳnh của cô, ở làng tôi đùm đề, lớn lắm!

Mọi nếp tẻ, ăn ở hầu như nghiêng về nho giáo. Bởi thế, là người con gái thứ hai, đi ra trong một gia đình ảnh hưởng nặng về quan niệm gia giáo, cô hầu như bắt buộc phải theo nề nếp đã ấn định. Đi đứng, ra vào phải theo khuôn khổ. Có lẽ vì vậy, cô lớn lên làm nghề đậu khuôn, theo công việc làm ăn của gia đình từ khi còn nhỏ.

Mây nước có chuyển dời, cô vẫn vậy. Vẫn đi, vẫn về với đôi gánh đậu. Cô lom khom như chiếc bóng! Sáng nghiêng về nắng Đông; chiều ngả bóng về hướng Tây, lặng lẽ.

Nhưng đối với cô, nặng nhọc trên vai, hầu như không có gì phải quan trọng.

Cũng như gánh đậu hũ không phải là ý tưởng quan trọng để tôi viết về cô.

Quan trọng trong đời cô, có lẽ là sự chờ đợi đến một ngày sẽ phải bước ra bên ngoài.

Và cô biết, với sự gò bó, nghiêm khắc của gia đình: cô như những người đàn bà trong xã hội thời đó luôn luôn nằm trong nỗi lòng thúc thủ.

Đến một tuổi, hay có thể nói là bất cứ lúc nào, cha mẹ đặt đâu, thì ngồi đó. Và hầu như, người con gái phải cúi đầu chấp nhận. Như một ước lệ!

Đáng nói là ai? Sẽ là người đưa cô ra với cuộc đời?

Năm cô đang tuổi xuân thì, cũng là lúc trong lòng cô đang có người chiếm giữ.

Và một lần, đặc biệt là lần đầu, cho tuổi mới biết yêu - đến với bất cứ ai, là cả một đời.

Thế rồi, ngày mà cô có mong mỏi hay muốn tránh né, cũng phải đến. Ngày, có người mối mai. Có người ngắm nghé. Trớ trêu thay! Trong thời điểm, bước vào giai đoạn tiến hành cho ngày lễ cưới - Cô bỏ nhà ra đi.

Cô để lại lời đính hôn, trong khi hai gia đình đang chờ đợi. Cô bỏ lại gánh đậu. Bỏ mặc dư luận. Dứt khoát đi ra, vào một ngày rất đời! Để đi theo người mà cô đã phải lòng:

Người đó - là cha tôi.

Cha tôi? Vâng, đó là những năm, tất nhiên, cha chưa biết mẹ!

Và không cần thiết phải nói thêm rằng, nếu cuộc tình duyên của cả hai, cô Ba và cha tôi trôi chảy, thì tôi đã không có mặt trên đời này.

Tất cả, phải chăng là duyên mệnh!

Năm đó, theo dòng người "tản cư triệt để", cha và cô đến chợ Được, thôn Tiên Đỏa, Thăng Bình, tìm cách sống chung.

Có phải vì đời sống, đặc biệt năm xưa, sợ xóm làng dị nghị; hay có thể vì sự cột buộc do bởi sính lễ đã nhận vì hứa hôn, gia đình của cô đã tìm và bắt cô phải về lại quê cho bằng được.

Còn sự chọn lựa nào hơn?

Ngày cô Ba về với cuộc hôn nhân đã định sẵn, cha tôi hụt hẫng với nỗi lòng ấm ức! Và cũng thời gian không lâu sau đó, cha tôi gặp được mẹ.

Nhiều lúc, nhất là những năm sau này, chúng tôi hay ngồi quanh, nhìn lại, đếm tới lui với số tuổi đời của từng người một. Không ngoài xác định đến thời gian. Với mục đích, muốn hiểu về sự quan hệ cật ruột của anh chị em chúng tôi, qua từng giai đoạn!

Thật ra, đâu có gì lạ lắm, đối với chúng tôi.

Vì rằng, cô về với hôn nhân - một cuộc hôn nhân chưa tròn ba năm! Trước sau, cô Ba không bao giờ quên cha tôi.

Có nên buồn hay được vui không, khi ngồi trải lòng cho người nghe, quanh chuyện cũ?

Tôi không phiền. Gần một đời, sống giữa văn hóa của phương Tây, tôi muốn cởi trói lấy chính mình về phương diện bảo thủ.

Hơn thế nữa, câu hỏi mà tôi muốn tự trả lời, tại sao mình phải tránh né khi đối diện với những điều rất thật? Đặc biệt, với chính mình?

Vâng, riêng cá nhân, tôi thích đối diện. Tôi nghĩ, khi viết ra được bất cứ nỗi niềm gì, đó mới chính là sự giải thoát cho tâm hồn một cách chân thật. Đúng hơn, đó là lúc tôi cảm thấy, chính mình được giải thoát.

Tôi hay nghĩ đến cô, với nỗi lòng khâm phục. Cô đến với cha tôi, và đi ra khỏi đời ông bằng tấm lòng chân thật.

Nếu ai hỏi tôi, có biết như thế nào là người biết yêu và người được yêu? Tôi sẽ không ngần ngại nói về cô, người biết sống cho tình yêu bằng sự hy sinh nhưng không bao giờ tiếc nuối. Và ngược lại, người được yêu, nhưng có lẽ sẽ không bao giờ hay được đó là sự may mắn trên đời: người đó là cha tôi.

Tôi không có thẩm quyền, phán xét về cuộc tình giữa cha tôi và cô. Tuy nhiên, nếu phải nhìn thẳng, bằng sự ghi nhận với một thái độ bàng quan, tôi e rằng, trong ý nghĩa của chữ xứng đáng, cha tôi may ra chỉ có thể đáng được phần nào, nhưng không xứng với tình yêu của cô Ba - người đã dành cho ông tình yêu thương, theo suốt một đời. Im lìm chờ đợi.

Ngay cả thời gian, sau ngày mẹ tôi mất đi. Cho đến bây giờ, tôi vẫn không hiểu tại sao cha tôi và cô không trở lại?

Tôi nhớ, một đôi lần, qua khói hương trong những ngày tang chế mẹ. Cha tôi trông rất buồn. Những ngày ấy vào đông, nằm trong căn nhà lợp tôn, mưa về lạnh lắm:

...

ngày ấy - xa ai, đời vỡ giọt
rấm rứt! mưa về trên mái tôn
từng giọt gõ đều trong đêm vắng
xoáy buốt vào sâu tận tâm hồn

...

Nghĩ đến ngày ấy, tôi vẫn còn luôn nhớ đến cô.

Hình ảnh, những hôm cô về cuối ngày, vào những tháng năm sau khi mẹ tôi không còn. Ngoài kia trời mưa. Tôi nhớ đôi quang gánh đặt bên góc nhà, vào những lần ghé đến thăm cha tôi. Dáng cô âm thầm. Chấp nhận làm chiếc bóng, lẽo đẽo theo cha tôi, suốt cả một đời. Lặng lẽ.

Một đời rồi cũng qua, nghĩa tử là nghĩa tận. Tất cả đã an bài. Tôi vẫn còn luôn nghĩ đến cô. Dù đã muộn.

Mỗi bận về, đi với em trai tôi đến thăm cô. Mộ của cô nằm cuối đồng, phía trước là lạch nước. Có chút yên ắng. Có chút lãng đãng trong tôi, về hình ảnh cô và đôi gánh đậu.

Lắm lần, tôi thầm khấn: gửi lòng ái mộ đến cô - người đàn bà đã san sẻ một tình yêu quá lớn đến với cha tôi.

Tôi chạnh nghĩ đến cô, hình ảnh của người đàn bà năm xưa ngồi xay đậu. Những giọt nước chảy luồn theo ngón tay, tưới đều theo vòng quay cho đậu nành trôi vào vòng xoáy.

Những hạt đậu lần lượt cuốn theo những vòng quanh, xoay tròn chiếc cối, xay bằng tay! Tôi vẫn còn có thể mường tượng đến âm thanh nghiền nát - nhuyễn từng hạt đậu chui qua lỗ nhỏ, để từ đó tiết ra dòng bột sữa.

Tôi mang cảm tưởng như nghe được tiếng rên siết, đi ra từ tiếng lòng. Và cũng theo dòng cảm nghĩ ấy, tôi đã nhìn thấy cô! Như đã bao lần, ngồi bên những giọt lòng rỉ chảy! Như suốt một đời cô đã phải cưu mang, âm thầm gánh theo, cho mãi đến cuối đời.

Viết cho cô Ba - người tình của cha tôi.

Thành kính,

Thu Hoài

Thời Thế Thế

HIỀN NGUYỄN

Công việc có chậm đôi chút, những đơn hàng thưa thớt thậm chí đứt quãng, nhiều khi còn không có. Dịch đã giảm nhiều nhưng sự phục hồi kinh tế chưa thấy khả quan là bao, vật tư phụ tùng từ các nước Đông Nam Á cung cấp không đầy đủ, bởi vậy có ngày vào hãng làm vài tiếng là thiếu linh kiện nên phải nghỉ, cả đám đi loanh quanh hoặc tụ lại tám đủ chuyện từ ông Trump đến ông Biden, chuyện dịch… nhưng nhiều nhất và hứng thú nhất vẫn là nói về bóng chày và bóng cà na. Thằng nào cũng hăng tiết vịt, nói không ngưng nghỉ, thằng nào cũng to mồm cố lấn át ý kiến đứa khác. Chuyện bóng cà na thì hầu như nói mọi ngày, riêng sáng nay thì cả đám rất hỉ hả khi bàn về cái tin nóng hổi mà ti-vi vừa loan. Đó là chuyện tòa án tối cao ra phán quyết buộc Tesla phải bồi thường một trăm ba mươi bảy triệu đô-la cho vụ kiện kỳ thị xảy ra tại hãng. Cái tội kỳ thị và quấy rối tình dục là một vấn đề hết sức nhạy cảm và thiên biến vạn hóa, nó có thể suy diễn, quy kết một cách rất buồn cười từ những lời nói hay hành động rất mơ hồ. Nhiều vụ kiện kiểu này đã giết chết sự nghiệp cũng như danh tiếng không biết bao nhiêu người. Những vụ kiện từ một hành động hay lời nói vu vơ nhưng các ông tòa có thể suy diễn và dẫn luật này luật kia ra để kết tội, mà tòa đã phán quyết thành án rồi thì cứ thế thi hành, cho dù có oan sai cũng phải thi hành. Thằng Edgar Donsey hăm he:

- Cho chúng nó biết lễ độ, bây giờ là thế kỷ hai mươi mốt chứ không phải thế kỷ mười chín đấy nhé! Đụng đến chúng ông là chúng ông kiện tới bến.

Thằng Smith Johnson trông nghiêm nghị lắm nhưng không giấu được vẻ hài lòng:

- Công lý phải được thi hành, phải như thế mới được chứ!

Tuy làm chung, chơi chung nhưng Steven N không thể đồng ý với những việc hùa theo đám đông hoặc ăn vạ quá đáng, nếu những vụ việc kỳ thị rõ ràng thì có pháp luật trừng trị, còn những vụ ăn vạ vu vơ thì sao có thể chấp nhận được! Tuy nhiên không đồng ý nhưng không thể nói ra. Có những sự thật không thể nói ra, một khi nói ra là rắc rối to, có thể bị bề hội đồng, cũng có thể bị đưa lên văn phòng và bị đuổi việc… Steven N thấy cả đám đang hỉ hả thì cũng phải giả bộ giả lả một cách vô thưởng vô phạt:

- Với món tiền khổng lồ này, nạn nhân có thể mở một công ty riêng hoặc an hưởng cả đời một cách sung túc.

Thằng Fredrickus Harrit lắc đầu quầy quậy:

- Không, tao thì khác, nếu là tao thì trước hết tao sẽ sống như một ông vua cho bõ những ngày khổ nhọc, còn chuyện đời cứ để đó, mai tính.

Hầu như cả bọn đều tán thưởng cái ý này. Thật tình mà nói thì Steven N cũng thấy thích với cái ý đó và nếu bản thân mà có món tiền lớn như thế thì cũng phải tự thưởng cho bản thân một chút mật ngọt của đời. Con người ta ai mà không có cái tôi, ai mà không muốn chiều và làm thỏa mãn cái tôi của mình, đời khổ nhọc, khi có cơ hội tội gì không hưởng. Steven N cười nửa đùa nửa thật:

- Tao cũng mong được kỳ thị để kiện ra tòa kiếm mớ tiền.

Thằng Nigel Compton bĩu môi:

- Mày tưởng dễ ăn lắm á? Có biết bao nhiêu vụ kiện về tội kỳ thị nhưng những vụ thắng lớn như thế đếm không đủ mười đầu ngón tay, trong khi bao nhiêu vụ khác thường là thỏa thuận ngầm hoặc xét xử không tới đâu cả.

- Tao biết.

- Biết sao còn nói thế?

- Tao nói chơi thôi mà!

- Sao tụi Việt Nam lúc nào cũng có thể nói chơi hay đùa giỡn? Nhiều chuyện quan trọng mà tụi bay cũng cười được?

- Còn tụi bay thì chuyện gì cũng làm quan trọng hóa vấn đề. Tao thấy có nhiều việc rất đơn giản nhưng tụi bay cứ làm bộ mặt nghiêm như thể ông tướng.

- Văn hóa tụi tao nó thế!

- Quan điểm tụi tao là vậy!

Cả bọn ngưng tám khi thấy xe nâng hàng mang đến lỉnh kỉnh những lô phụ tùng, nhìn cái nhãn trên các kiện hàng thấy nào là: sản xuất ở Việt Nam, sản xuất ở Tàu, sản xuất ở Malaysia, sản xuất ở Mexico… Cả nhóm xúm vào tháo gỡ để đưa lên giàn lắp ráp. Steven N vừa làm vừa cà khịa:

- Tụi bay thấy đấy! Memories, Hard Drive, Bios, Mother Board… toàn làm ở các nước khác, riêng có cái chổi và dụng cụ hốt rác mới thấy cái nhãn sản xuất ở Mỹ.

Cả bọn cười rần rật, gật gù tán thưởng. Thằng Daquese Kimball bảo:

- Coi chừng cái mồm của mày! Thằng nào cà chớn lên văn phòng báo cáo lại thì mày chỉ có nước về nhà lau nhà giặt đồ cho vợ.

- Tao chỉ nói sự thật. Mày cũng thấy đấy, sự thật sờ sờ ra trước mắt chứ tao có thêm bớt gì đâu!

- Đừng khờ khạo như thế Steven N! Ai cũng bảo yêu sự thật, tôn trọng sự thật, nhưng liệu có mấy ai muốn nghe sự thật hay chấp nhận sự thật? Kẻ nào dám nói sự thật thì sẽ bị ăn đòn ngay lập tức. Mày mà nói sự thật ra thì chẳng những người ta không tin mà còn bề hội đồng cho nhừ như tương.

Steven N cảm ơn nó và không nói gì thêm về chuyện phụ tùng làm ở nước ngoài nữa. Steven N thừa hiểu là nói chơi nhưng hậu quả chẳng phải chuyện chơi, lỡ mà lọt tai tụi sếp thì về nhà xơi nước như chơi. Ở xứ này không có chỗ cho chuyện nói chơi, bút sa gà chết, lời nói đọi máu! Mọi người phải chịu trách nhiệm những gì mình làm hay nói, nhiều sự thật có lồ lộ ra đấy nhưng có ai dám nói đâu, không chỉ ở cái hãng này mà hầu hết các hãng xưởng công ty khác cũng thế thôi. Giới chủ nhân mang việc qua các nước nghèo để tận dụng nhân công rẻ, nguyên liệu bèo, chi phí thấp… Hàng sản xuất ở đấy xong mang về chính quốc bán với giá thật cao, một vốn bốn trăm lời. Tầng lớp thấp mất việc, lợi tức giảm nhưng giới chủ nhân và bộ sậu lãnh đạo thì giàu to, càng ngày càng giàu, khoảng cách giữa giàu và nghèo cách biệt kinh khủng. Những năm gần đây, hàng hóa từ Tàu gây nên nhiều sự bất bình trong xã hội, bọn chủ lọc lừa bằng cách nhập về rồi dán nhãn: "Đóng gói ở Mỹ" hoặc bao nhiêu mánh khóe khác để người tiêu dùng không nhận biết nơi sản xuất… Giới tư bản Âu – Mỹ gắn chặt với giới quan chức tư bản ở những nước sở tại để làm ăn trục lợi. Quyền lợi bọn họ to lớn bao nhiêu thì thảm trạng nhân quyền, môi trường tự nhiên càng thê thảm bấy nhiêu. Lịch sử loài người chưa bao giờ mà sự bất công và chênh lệch giàu nghèo lớn đến như thế! Đó là một sự thật, một sự thật phũ phàng nhưng có ai dám nói đâu, có nói cũng chẳng ai nghe. Vừa làm vừa suy tư lung tung, Steven N chợt nhận ra mình khi không lại dở hơi, triết lý như ông cụ non, chuyện thiên hạ lại vơ vào mình. Steven N biết mình vẫn hay suy nghĩ vớ vẩn như thế, may cái là còn kịp nhận ra và tỉnh lại. Steven N tự cười thầm một mình. Thằng Andrew Jervic vỗ vai hỏi:

- Mày có đi coi trận bóng cà na giữa đội Eagle và Panther không? Trận này hay lắm, quyết định đội nào sẽ vô địch mùa giải năm nay. Mày mua vé qua cái app của hãng mình sẽ được giảm giá đến một trăm đồng đấy!

- Cảm ơn mày, tao biết giảm giá đến một trăm đồng nhưng vẫn còn quá mắc với tao. Tao ở nhà xem qua ti-vi cũng okay.

- Mày keo kiệt quá, tiền làm ra không dám tiêu xài. Vậy tiền để làm gì?

- Tao phải chi tiêu nhiều việc, còn phải gởi về quê phụ giúp thân nhân, giúp chỗ này chỗ nọ... Và còn phải để dành khi có việc xảy ra.

Thằng Andrew Jervic tỏ vẻ khinh khỉnh:

- Tụi Việt Nam và châu Á chỉ lo để dành, mày hãy nhớ đây là đất Mỹ.

- Tụi tao có truyền thống lo xa, tích cóp để dành. Bởi vậy mỗi khi có thảm họa thiên tai xảy ra hay xã hội loạn thì tụi tao tự lo được. Còn tụi bay hễ mất việc thì cứ kêu gọi chính phủ, chờ chính phủ cứu trợ, khi chính phủ không đáp ứng kịp thì la ó và gây bạo loạn.

Thằng Andrew J giơ hai tay lên trời, không biết nó chịu thua hay tỏ vẻ khó chấp nhận ý của Steven N. Nó chơi thân với Steven N từ khi vào làm ở hãng này. Nó là thằng da trắng chính hiệu nhưng thân thiện và dễ mến. Thỉnh thoảng Steven N dẫn nó đi ăn phở, uống cà phê Việt Nam. Lần đầu tiên nó bảo:

- Tao trả phần tao, mày trả phần mày nhé!

Steven N gạt đi:

- Thôi khỏi, tao bao mày!

Thằng Andrew J ngạc nhiên, tỏ vẻ khó hiểu, tuy nhiên nó tiếp thu nhanh cái kiểu Việt, những lần sau thì nó cũng giành bao lại. Nó mê cái món phở và bánh mì, ăn hết phở còn bưng tô húp cạn nước súp luôn, húp xong thì mắc cỡ đỏ cả mặt:

- Tao thô thiển quá phải không? Có ai nhìn thấy chăng?

Steven N cười to, chỉ vào mấy máy camera trên tường:

- Không có ai nhìn mày nhưng cả thế giới đang xem mày húp súp kìa!

Steven N biết cái văn hóa của giống dân nó, ăn uống nhỏ nhẻ lịch sự, kín miệng, không có cái lối nhồm nhoàm xì xụp hay đụng khua dụng cụ ăn uống. Có lẽ phở ngon quá, nước súp ngọt nên trong phút chốc nó bộc lộ cái chất "con" mạnh hơn chất "Người", thông thường thì nó và giống dân da trắng của nó luôn giữ ý tứ chứ không để như thế. Thằng Andrew J thử cà phê Việt một lần là tởn, nó bảo sao mạnh như thuốc kích thích, uống từ giấc trưa mà đến tối khuya cũng không ngủ được, uống xong thì tim đập mạnh, tay run, người bồn chồn chịu không nổi. Steven N cười:

- Vậy mà dân Việt tao sáng nào cũng làm một cữ, không có thì người nó lừ đừ lử đử lắm.

Có lần thằng Andrew J dắt con vợ nó theo, Steven N đã biết nhưng vẫn không khỏi bất ngờ. Trời đất ơi! Con vợ nó đẹp quá, khuôn mặt nhỏ nhắn thanh tú cứ như gương mặt của Đức Mẹ, dáng dấp lại cao ráo nóng bỏng, làn da trắng mịn như cánh hoa đào, đôi mắt xanh biếc, nhìn vào thấy cả trùng dương. Cái đẹp của vợ thằng Andrew J hợp với cái gu của Steven N, cái đẹp vừa thanh tú lại thiên kiều bá mị, mắt biếc má đào, cái đẹp mà Steven N vẫn thường mơ đến. Bất chợt Steven N nổi tà tâm trong thoáng phút giây: "Giá mà hôn lên đôi má ấy một phát chắc tuyệt lắm", thoáng qua thế thôi nhưng Steven N cảm thấy mình tồi quá và phì cười vì cái ý nghĩ hư ấy. Thằng Andrew J hỏi:

- Mày cười gì thế?

- Ồ, không có chi.

 Đoạn Andrew J hồn nhiên giới thiệu:

- Đây là Rebecca J, vợ tao, cô ấy là một kỹ thuật viên mát-xa...

Steven N bắt tay khi Rebecca xìa ra, trong đầu thoáng một chút ngạc nhiên, tuy nhiên thằng Andrew J không thể thấy cái ngạc nhiên của nó. Steven N biết mình bị thành kiến hành xử. Thường ở xứ mình và những tiệm mát-xa của người châu Á ở xứ này thường gắn liền với những chuyện mãi dâm. Chỉ có những cơ sở mát-xa của người Mỹ mới hoàn toàn trong sáng, hoàn toàn là chuyện vật lý trị liệu, phục hồi sức khỏe. Người Mỹ không nhìn chuyện mát-xa là xấu như người mình. Người mình có dám ai giới thiệu người thân của mình làm nghề mát-xa? Bởi vì cái quan niệm ấy nên khi nghe Andrew J giới thiệu vợ nó làm mát-xa thì giật mình, mặc dù Steven N biết rõ cái nghề và cái quan niệm về nghề ấy ở xứ này. Steven N định trêu thằng Andrew J: "Một ngày nào đó tao sẽ đến cơ sở mát-xa của vợ mày" nhưng nó kịp kìm hãm lại. Bạn bè tuy chơi thân nhưng đùa cũng phải có giới hạn, quá trớn sẽ gây tổn thương và đổ vỡ như chơi. Rebecca J cũng như chồng nó, mê tít thò lò món phở và bánh mì, nó còn thử thêm nhiều món khác nữa, kể cả sinh tố sầu riêng, cái mùi mà bọn Mỹ kêu thối như địt. Hai vợ chồng Andrew J quất nhiệt tình, quất tới bến luôn. Hai vợ chồng nó sanh được thằng con đầu lòng đặt tên là Longan J. Thằng bé mang cái gene của cha lẫn mẹ, đẹp như một thiên thần.

Công ty nơi Steven N và Andrew J làm là một công ty vệ tinh thuộc Google. Ở đấy phụ tùng, linh kiện từ các nước đổ về để lắp ráp theo yêu cầu của Google. Máy móc sau khi hoàn thành sẽ được bọn kỹ sư nhập dữ liệu, cài đặt chương trình theo yêu cầu của khách hàng, thành phẩm lại bán ngược lại cho các nước sản xuất phụ kiện ấy. Phải nói công ty phát triển nhanh chóng như bùng nổ, ban đầu chỉ là một cơ sở nhỏ vài mươi người, sau năm năm đã phát triển thành một công ty LLC với mấy ngàn người, có cả chi nhánh ở California, Singapore, Hà Lan. Có lần công ty buộc mọi người phải ký giấy cam kết không được tiết lộ bất cứ tin tức gì của công ty lên trên mạng xã hội, điều này vi phạm quyền tự do ngôn luận của mọi người. Steven N quan sát thì thấy chẳng có ai phản đối hay nói năng gì, tất cả lặng lẽ ký nhanh chóng, không biết mọi người là cừu cả hay là khi đối diện với cái lợi của công việc và lương bổng thì mọi người sẵn sàng im lặng, cũng có thể người ta quan niệm mạng xã hội chỉ là trò chơi vơ vẩn không đáng giá gì nên ký cam kết một cách nhanh chóng dễ dàng. Steven N bực bội vì cái lối "cả vú lấp miệng em", cấm đoán người ta biểu đạt ý kiến nhưng cũng phải ký cho lành, một mình mình chống lại thì mình bị đuổi là cái chắc! Mình dù có là công dân nhưng trong mắt họ cũng chỉ là một di dân từ châu Á mà thôi. Công ty nơi Steven N làm rất có "duyên" với Mã Lai Á, linh kiện phần lớn đặt làm ở đấy, kỹ sư lập trình cũng người Mã Lai Á. Bọn họ được công ty bảo lãnh qua làm việc, người thì visa chín tháng hoặc một năm, sau khi visa hết hạn thì công ty sẽ xin gia hạn thêm nếu công việc cần. Đặc biệt có một số kỹ sư giỏi công ty cần và họ được thẻ xanh định cư. Công ty này cũng như nước Mỹ, chiêu dụ nhân tài khắp nơi, sử dụng người giỏi khắp nơi, chẳng cần quan tâm họ là ai, lý lịch đỏ hay xanh, quan điểm nọ kia… Chỉ cần họ giỏi và được việc mà thôi!

Thế rồi đại dịch xảy ra, rất nhiều hãng xưởng đóng cửa, nhiều doanh nghiệp xính vính hoặc sập tiệm. Ấy vậy mà công ty nơi Steven N làm vẫn chẳng hề hấn gì, vẫn hoạt động như thường, giới lãnh đạo còn xin cảnh sát địa phương cấp giấy phép đi đường để mọi người đi làm không bị trở ngại. Không biết có phép mầu nào hay sự may mắn sao đó mà nơi Steven N làm chẳng có ai dính Corona *virus* cả, mà đâu phải ít, cả ngàn con người làm việc liên lỉ hai ca. Suốt hai năm dịch chỉ có vài người dương tính và được nghỉ ở nhà thế thôi, phải nói là rất may mắn, vô cùng may mắn, công việc và người làm chẳng suy suyển tí nào, chỉ có một thời gian rất ngắn hơi bị thiếu hụt linh kiện vì sự cung ứng bị trở ngại, nhưng tất cả khắc phục và bù đắp nhanh chóng. Không biết có phải chính vì sự may mắn này mà mọi người sanh chủ quan chăng? Chính quyền cũng như bộ sậu lãnh đạo của công ty buộc mọi người phải giãn cách, không bắt tay, không chạm nhau… nhưng Steven N và mọi người vẫn bắt tay, húc ngực, ôm nhau chào buổi sáng. Chính quyền sở tại và lãnh đạo công ty kêu gọi mọi người chích *vaccine* nhưng chỉ có một số ít chích thôi, một số lừng khừng, đa số phản đối. Số người phản đối này không hẳn là thành phần ủng hộ ông Trump, họ phản đối vì cảm thấy khỏe mạnh, cảm thấy Corona *virus* không nguy hiểm, họ phản đối vì không tin ở *vaccine*. Thằng Kieth là một tiêu biểu, nó tuyên bố:

- Tao không thể đưa bất cứ chất lạ gì vào trong cơ thể tao, khi mà tao chưa biết nó là gì, có gây hại gì không?

Nhiều người khác thì truyền miệng nhau nào là: *vaccine* sẽ làm thay đổi *gene*, gây phản ứng hay sốc phản vệ. Thằng Mauricio to tiếng:

- Tao không cần *vaccine*, tao không muốn đưa cái không cần thiết vào trong cơ thể tao. Có nhiều người đang khỏe mạnh bị chết sau khi chích *vaccine*.

Thằng Eddie M còn bảo:

- *Vaccine* chẳng qua là những con virus bị làm yếu đi, đưa nó vào cơ thể để chống lại các loại *virus* khác xâm nhập. Tao không tin hiệu quả của nó, hơn nữa có gì để đảm bảo là cái loại *virus* bị làm suy yếu đó nó sẽ không trở mạnh và tấn công ngược?

Còn nhiều người chống đối nữa, chưa cần đến những lý do trên, đơn giản nhất là họ lo sợ bị đau nhức sau khi chích *vaccine*. Sự việc cứ cù nhầy, số người chích quá ít, đến tháng Chín năm này, công ty tuyên bố: "Ai chích đủ hai liều *vaccine* sẽ được thưởng một tuần lương". Lời nói đưa ra chưa được hai tuần, số người đi chích tăng vọt như tên lửa, đến giữa tháng Mười thì hầu như tất cả mọi người chích đủ hai liều, trong số ấy có cả những thằng chống đối mạnh mẽ nhất như thằng Kieth, thằng Mauricio, thằng Eddie… Steven N nghĩ thầm và cười trong bụng: "Corona *virus* nhằm nhò gì, lệnh chính phủ coi thường, khuyến cáo của công ty bỏ ngoài tai, dịch bệnh không sợ, chết chóc không cần lo… Ấy vậy mà chỉ với một tuần lương là mọi người lập tức chích *vaccine* ngay, thế mới biết sức mạnh của đồng tiền! Thật đúng với câu ngạn ngữ của xứ này: Đồng tiền là chìa khóa vạn năng, có thể mở được mọi cánh cửa".

Thế là chỉ với một tuần lương, vấn đề nan giải được giải quyết nhanh chóng và êm như ru. Cơn dịch bước sang năm thứ hai. Mùa thu xứ này đẹp mê ly, đẹp rực rỡ, dù có dịch thu vẫn cứ đẹp diễm lệ như thường, lá đã chuyển màu đổi sắc: vàng, đỏ, cam, nâu, hồng… bừng sáng cả đất trời ngoại phương. Cái đẹp của cảnh sắc thu không bút mực nào tả xiết, không một cây cọ nào có thể vẽ được, cho dù đó có là Levitan hay bất cứ danh họa nào. Bởi lẽ chẳng có gã họa sĩ nào của loài người có thể bằng được gã họa sĩ thiên nhiên. Họa sĩ người thì phải tác ý, phải thuần thục tay nghề mới vẽ đặng, còn họa sĩ thiên nhiên vốn tự nhiên thế thôi, vốn muôn đời là vậy, vốn đã trình diễn từ vô thủy rồi và sẽ còn mãi mãi như thế! Cái tác ý của con người vốn có hạn sao có thể bằng cái vô hạn của thiên nhiên, bởi thế làm sao mà họa sĩ người có thể vẽ tranh thu đẹp bằng hay đẹp hơn thiên nhiên được! Khi mới chớm thu, họa sĩ thiên nhiên phác thảo những nét cọ nhẹ nhàng, những nét vàng phơn phớt như tranh thủy mặc. Đến giữa mùa thì họa sĩ thiên nhiên hắt cả bảng màu xuống trần gian, cả một phần của thế gian này bừng lên muôn sắc gấm hoa, cảnh sắc thu cứ như một bữa đại tiệc sắc màu, làm no nê con mắt và tâm hồn của những người yêu cái đẹp, yêu thiên nhiên, làm mê mẩn những gã khờ khạo như Steven N.

Cũng vào mùa thu như thế này, năm năm về trước nơi này vốn là một rừng cây. Công ty mà Steven N làm việc đã mua và ủi sạch để xây tòa nhà mới cho phù hợp với mức độ phát triển. Tòa nhà cũ vốn chật chội và nhỏ bé không còn đủ chỗ để làm việc. Cả khu rừng muôn sắc thu đẹp như tranh biến mất, thay vào đó là một tòa nhà khổng lồ rộng hơn cả sân bóng cà na. Những ngày tháng kế tiếp, các khoảnh rừng còn lại cũng biến mất luôn, các công ty khác tiến vào xây nhà lập xưởng, biến cả một vùng rừng mênh mông thành một khu công nghệ kỹ thuật, các hãng xưởng và văn phòng vẫn còn tiếp tục bành trướng, kéo theo là những khu shopping, chung cư cao cấp, phố xá mọc lên… Những khu rừng lùi dần về tận phía chân trời. Thiên nhiên mất đi một góc, hệ sinh thái mất một mảng xanh, thu mất một mảng sắc màu, con người cũng mất đi một phần dưỡng khí… Âu cũng là cái giá phải trả cho sự phát triển công nghiệp, công nghệ của đời sống hiện đại.

Hiền Nguyễn
Ất Lăng thành, 09/2021

Đóa Mây Vàng
CÁI TRỌNG TY

thôi em ạ
rồi cuộc tình như nắng
chiều qua sông heo hút nhớ em yêu
anh bất chợt
vừa tìm lại những
tuổi lạnh hương vàng
rụng xuống đôi môi
những bất hạnh sao đành
xin cuộc tình tận thế
bởi vì yêu một nhan sắc tần phi
lắm đoạn trường không đến được
cuối chân mây
thương nhớ đến vô cùng
anh biết tình em
tình anh vò võ bến sông hằng
đời sao thế
vẫn muộn màng chậm quá
tiếng hát một đêm
cùng tận trái tim này
xanh trong cõi mơ mòng diễm lệ
vàng son giọt vàng khanh trần thế
em yêu ơi xa quá một mùa trăng
anh đón nhận điều gì chua xót
rơi cuộc tình chậm đã trăm năm

đành thôi nhé em
tình đôi ta nắng lạ
rồi từ đây em ngủ tận tim anh
có khi đau rên siết một mình
đường đến em trời mù xứ tuyết
bay trắng trời hư ảo
trắng vòng quay
tình viễn vọng
mù khơi lạnh lối
bởi vì đâu chiều ấy
anh mê đắm
sắc màu… âm thanh… yểu điệu
trong sát na tiền kiếp vỡ òa
thôi nhé em yêu
tình ta xa mãi
cuối chân trời đôi cánh bay xanh. ∎

Chùm Lục Bát Bốn Câu
LÊ HỮU MINH TOÁN

NGỦ VÙI

Rượu mời
rượu phạt chưa vơi
Rót thêm ly nữa tôi mời bóng tôi
Quê người hiu hắt sầu rơi
Ngó quanh chỉ thấy mình tôi ngủ vùi

CẠN HƠI

Sương khuya
ướt lạnh vai gầy
Châm thêm điếu thuốc buồn cài trên môi
Vốn đời bảy chín cạn hơi
Còn bao nhiêu nữa khóc cười lạnh băng.

TIẾNG CƯỜI

Một mai
đột quỵ bên đời
Ta xin níu giữ tiếng cười mang theo
Dốc mòn thế tục cheo leo
Hương trầm khói tỏa bụi neo cuối trời

CHỖ NẰM

Loay hoay
sắm một chỗ nằm
Chờ thiên thu gọi nợ trần vượt qua
Chẳng còn gì của riêng ta
Chỉ còn giun dế bạn già an vi. ∎

Chùm Lục Bát Bốn Câu
TRUNG CHÍNH HỒ

MỘT GIẤC TRẦM LUÂN

Đắng cay
cạn chén men đời
Cơn say nhân thế đến rời rã thân
Ngủ vùi một giấc trầm luân
Mai về với cỏ trắng ngần hạt sương.

CẠN HƠI GỐI MỎI

Cầm tay
năm tháng thường hằng
Bước phiêu linh đã còn ngần ấy thôi
Cạn hơi gối mỏi dốc đời
Nghe trong bụi cát đã mời gọi nhau

TIẾNG CƯỜI RÃ TAN

Về theo
con sóng dập vùi
Trăm sông suối lệ tiếng cười rã tan
Chờ nhau mùa lá đã vàng
Tìm trong hư ảnh nỗi bàng hoàng tôi

CHỖ NẰM XANH XƯA

Cõi người
lạc bước chân đi
Cơn mơ rụng xuống từng chi tiết buồn
Gửi lòng bên đám cỏ non
Để mai một chỗ nằm còn xanh xưa. ∎

Rồi Sẽ Qua Đi

LÂM BĂNG PHƯƠNG

Sáng hoang vắng... chiều quạnh hiu
Đường im phố lặng... đời liêu xiêu... buồn
Phận người như sợi chỉ vương
Một làn gió thoảng nhẹ buông đứt rời.

Biển người lặn hụp chơi vơi
Nông sâu ai biết kiếp đời phù vân
Bể dâu chẳng được vẹn phần
Thời gian nhịp sống chậm dần... lê thê.

Chẳng còn tấp nập người xe
Chỉ còn ánh mắt cay xè xót đau
Chôn chân bó gối cùng nhau
Quanh đi ngoảnh lại vuông rào trong sân.

Mong ngày nắng ấm trời xanh
Nghe chim ríu rít trên cành cây xinh
Trải lòng tôi với bình minh
Để nghe nhịp thở nhịp tim giao hòa.

Mọi việc rồi sẽ đi qua
Là ngày hạnh phúc nở hoa đất trời
Tình yêu ở lại tim người
Ai ai cũng nở nụ cười trên môi.

Anh em bè bạn cùng mời
Ly cà phê nhé... Mình ngồi bên nhau. ∎

Ru Đêm
LÊ MINH HIỀN

À ơi! ru giấc miên trường
ô hay! cái ngủ cuồng ngông chạy quàng
ừ! thì ngồi dậy cho ngoan
chợt nghe rất nhẹ Quỳnh Hương thoảng ngoài

cõi người hạ thoáng thu phai
gập ghềnh xuân mộng mắt môi lạ lùng
kể từ hoa rụng ven sông
nửa đêm bến lạ hồn hoang giật mình

tay nhìn sợi tóc buồn tênh
tiếng cười mấy thuở thiên thanh nhạt màu
bây giờ ngày ngắn đêm sâu
nửa mơ cố quận nửa sầu giai nhân. ∎

Stanton-Little Saigon, last edit Sept. 8th, 2021 9:16 PM

Tuổi Thơ Trong Mùa Nắng Hạn
LÊ THANH HÙNG

Trăng mười bốn, buông lơi bãi vắng
Ngày hè trôi trong tiếng ve ngân
Mùa nắng hạn, thời gian ngưng lặng
Nắng vàng đâu? cỏ úa đầy sân

Tuổi thơ giờ không như xưa nữa
Cũng khẳng khiu trong gió trên đồng
Cánh đồng khát, nỗi niềm chan chứa
Trắng một màu, bạc thếch, mênh mông

Cánh diều đứt, treo ngang nỗi nhớ
Bập bùng bay, lả tả bến sông
Trống hoang hoác, phất phơ dây nhợ
Dòng sông khô, bức bối oi nồng

Nhặt phân bò, kéo lê bao nhựa
Tuổi thơ em, chia sớt cái nghèo
Của mẹ cha một đời chất chứa
Năm mất mùa, cây trái quắt queo

Trăng mười bốn, sáng màu cỏ úa
Sáng đồng xa, kỳ vọng vụ mùa
Năm mới, bớt nhọc nhằn trầy trụa
Dân nghèo, thôi may rủi, được thua... ∎

Gõ Móng
LÊ VĂN HIẾU

Hãy ăn cọng rau rừng và mua con ngựa
Con ngựa không nhiều tiền như cái xe bốn bánh
Ta sẽ an toàn hơn

Con ngựa không cần uống xăng - và khi xăng tăng giá
Con ngựa chỉ cần cỏ
Một chút mật mía đường

Ta không cần gươm
Ta chỉ cần cây bút
Hiện chỉ cần cục than
Và viết

Dăm câu thơ / nghêu ngao cho đỡ sốt
Cho đỡ hờn ghen

Rau thì núi đồi tự mọc
Cỏ thì núi đồi tự sinh

Chỉ có ta và con ngựa
Không hiểu tự đâu mà có CON

Ta CON người
Ngựa CON ngựa

Ta đi bằng hai chân
Ngựa đi bằng bốn chân

Ta ăn rau rừng
Ngựa ăn cỏ

Ngựa lọc cọc trên đường
Ta lọc cọc những Sân - Si... ∎

Có Sợi Chiều Lãng Đãng Lẻ Loi
LÊ TUYẾT LAN

Như đứa trẻ nào đó bị cướp mất tuổi thơ để ngày mau về chiều
lãng đãng lẻ loi
Và những bước chân chưa kịp bịn rịn những vệt bùn đã vội va
vào gai
Giấc mơ quầng vện
Đáy trời hiu hắt những vệt đỏ bầm mình sợi tìm nhau

Khi nhìn những dư vị còn sót lại để cánh cửa màu xanh khép lại
Bàng hoàng thấy các chiếc áo trơ trọi xa lánh thịt da
Những ngón tay bỏ mặc nhau trên một bàn
Và nơi đám mây có vẻ như vừa khô héo giọt nước ngưng tụ vào
mênh mang

Muốn lắng nghe tiếng vọng nào đó từ thế giới để kịp cột tên mình
trong làn chuông
Đã quá bề dày của sự trở mình vào buông bỏ
Nghe trong bao la một trái tim cơ nhỡ dấu chàm. ∎

Lãng Giữa Chiêm Bao
MINH ĐỨC TRIỀU TÂM ẢNH

Thơ nói được mấy lần ngôn ngữ rụng
Tình và tâm gió cát bụi mù phương
Lời rất mỏng nghiêng chao đời đá dựng
Lãng chiêm bao cố quận với con đường. ∎

Dối Lòng
MONGHOA VOTHI

Người nổi giông thì ta nổi gió
Hai bờ bão tố ngất ngư đau
Đêm hoang tưởng giấc mơ loan phượng
Cuồn cuộn trong tim một nỗi sầu

Người ướt môi làm ta ướt mắt
Chiếc hôn thơm lay động nửa vời
Càng yêu càng siết tình vô vọng
Dối lòng càng say đắm mà thôi

Lỡ đắm đuối chuyện tình phiêu lãng
Yêu tôi không đến với tôi không
Người nổi sóng bến bờ mê hoặc
Đưa đẩy thuyền hoa bến mặn nồng

Mai xa vắng có buồn cũng chịu
Chuyện sau này hãy để ngày sau
Đón hạnh phúc dẫu biết rằng bong bóng
Vỡ tan tành ai biết được mình đau

Lời thoại vũ bão viết cho màn kịch nói
Hỏi lòng chân thật được bao nhiêu
Người biết dối thì ta cũng dối
Chẳng bao giờ dám nhận mình yêu ■

Tình Khúc Đông
NGÀN THƯƠNG

Tháng Mười một
đông về với Huế
Lạnh vô cùng từ thuở xa em
Trên phố vắng mình tôi cất bước
Bên dòng sông lãng đãng ân tình

Cầu Trường Tiền khoác áo vào đêm
Những sắc màu đuổi nhau
như trò chơi cút bắt
Từng con thuyền
trong hơi sương lành lạnh
Trôi về đâu
vọng tiếng ca cầm

Thạch Xương Bồ
từ thuở xa xăm
Thôi nhắc chi một loài cây quý
Mùi thơm ấy
len vào hồn thầm thỉ
Huyền thoại Hương Giang
một thoáng mơ mòng. ∎

Chiếc Dằm

NGỌC THỦY

chúng ta đã đi quá xa
ngã ba cuộc đời ngang trái
đâu thể ngược dòng quay lại

chúng ta đã đi quá xa
anh giặt góc trời sương khói
em lạc chân miền đá sỏi

chúng ta đã đi quá xa
thời gian không xóa nhòa được ký ức
đêm xiên chiếc dằm vô lồng ngực. ∎

Chiều Qua Sông Đồng Nai
Nhớ Nguyễn Tất Nhiên
NGUYỄN HẢI THẢO

Chiều qua sông Đồng Nai
dưới cơn mưa vần vũ
mưa thấm lạnh đôi vai
xe lướt nhanh trong gió

Xe lướt nhanh trong gió
xe bon bon trên cầu
qua sông rộng bỗng nhớ
một bài hát đã lâu

Một bài hát đã lâu
phổ thơ chàng thi sĩ
viết "thà như giọt mưa"
cứ "vỡ trên tượng đá"!

Cứ "vỡ trên tượng đá"
mà đi vào trái tim
rồi "khô trên tượng đá"
ôm "người từ trăm năm"

Ôm "người từ trăm năm"
anh đi vào vĩnh cửu
để chiều nay qua sông
tôi ngậm ngùi nỗi nhớ... ∎

** Những câu trong ngoặc kép trích từ thơ Nguyễn Tất Nhiên. Phổ thơ: Nhạc sĩ Phạm Duy.*

Truyền Thống
NGUYỄN HỒNG PHÚC

Thơ thẩn trước biển khơi lồng lộng
Đắm gió chiều mắt dõi xa xôi,
Em hỏi anh: sao để tìm chân lý,
Đúng ở mọi nơi, mọi lúc, với mọi người?

Ta có phải cần rất nhiều lý trí,
Thật công bằng, chỉ lý trí mà thôi?
Sẽ gạt hết những gì là thiên kiến,
Có ở trong truyền thống của con người?

Nhưng phải có một nơi nào ta đứng,
Để nhìn vào truyền thống, em ơi!
Ta không thể đứng trong lòng quả đất,
Để bẩy nó lên lơ lửng giữa trời.

Truyền thống cũng như máu xương ta vậy,
Đã theo ta từ khởi sự kiếp người,
Như hành giả trong lòng tay Phật Tổ
Như phàm nhân giữa lồng lộng lưới trời,

Ta không thể thoát ra ngoài truyền thống
Để gạt nó ra khỏi lý tính con người!
Truyền thống chẳng đối đầu lý tính,
Cũng chẳng cản đường hiện tại, em ơi!

Mà tất cả những điều như thế,
Đã ở trong truyền thống mất rồi!
Chính truyền thống làm nền cho suy tưởng,
Dù thật gần hay viễn mộng xa xôi.

Và Chân lý vĩnh hằng - ôi ảo tưởng!
Làm sao ta có thể thấy trên đời.
Vì một lẽ rõ ràng, Chân lý,
Không thể nào tách ra khỏi truyền thống con người! ■

Hãy Tựa Vào Anh
NGUYỄN QUỐC HƯNG

Đi qua mùa Covid
Bao phận người long đong
Hạn chế sự xê dịch
Những vui chơi tập trung

Ngồi xem tin trên mạng
Xe cứu thương sắp dài
Thây người trong vải trắng
Ngậm ngùi hàng quan tài

Ta hiểu đời người ngắn
Thêm bao điều âu lo
Hạnh phúc và đau khổ
Luôn làm ta bất ngờ

Ta gặp nhau ngày đó
Đã là nợ là duyên
Một thời sống khốn khó
Yêu nhau trong nỗi niềm

Nến đời đang dần cạn
Đêm nay qua rất nhanh
Đừng để mai lại tiếc
Thèm tựa đầu vai anh! ∎

Mùa Nước Nổi Không Về
NGUYỄN SÔNG TRẸM

Ta đứng bên sông chiều mưa muộn
Cuối mùa còn thoảng chút heo may
Đâu biết sông đang ròng hay lớn
Mà chảy trong ta dòng nước tràn đầy

Ta về không thấy mùa nước nổi
Đôi bờ phơi bãi tận vàm sông
Thương cánh cò xa trốn chiều bay vội
Nhớ thuở nào đồng nước nổi mênh mông...

Chiếc xuồng ba lá vẫn còn nằm bến đợi
Chờ mùa lụt lên đồng giăng lưới, cắm câu
Ba vẫn từng chiều ngồi bó gối
Khói thuốc bay tìm mùa nước nổi đã lâu

Mưa đã cuối mùa mà đồng bưng vẫn khát
Bao cánh đồng trơ gốc rạ đợi phù sa
Bước tha hương ta đâu quên mùi của đất
Nỗi nhớ miên man những mùa nước nổi quê nhà!

Ta về lại bên sông chiều mưa muộn
Dường như mùa gió chướng cũng đang về
Chảy mãi giữa hồn ta một dòng sông nước lớn
Thương đồng bằng vẫn khát cuối mùa mưa! ∎

Dấu Thương
NINH TRẦN

Định nói với em lời muốn ngỏ
Mà sao ngần ngại em không vui
Sợ tình một sớm bay theo gió
Đành giấu vào tim dẫu ngậm ngùi

Muốn nắm tay em cùng sánh bước
Bỗng nhiên trống ngực đổ liên hồi
Buồn riêng thơ thẩn thầm mơ ước...
Hạnh phúc khéo rồi sẽ vỡ thôi

Muốn gửi bài thơ vừa mới viết
Tự dưng ngờ ngợ nghĩ em chê
Nhỡ khi đọc thấy lời tha thiết
Chế giễu cười tôi si hóa mê

Tôi của ngày xưa khờ khạo thế
Thương người nào dám tỏ bày đâu
Còn em... có lẽ em chưa kể
Yêu lắm... sao mình... phải dối nhau

Trái đất vần xoay nay gặp lại
Ngẩn ngơ chẳng biết nói năng chi
Năm mươi năm trước còn ngây dại
Giờ cũng thêm lần... cúi mặt đi ∎

Gió Vẫn Reo Trong Nắng
PHAN VĂN THANH

bãi vắng
ta bà trống trơn
gió tha hồ cuồng nộ
túm cổ trần gian
quật dọc, quật ngang
tóe tung trời đất
nỗi sợ trổ buồng
tư bề lạnh ngắt
đời rất lạ trong gương
âm dương sát rạt
chiều kích đổi thay
đứng hay bó tròn như đòn bánh
trong tích tắc
nhân gian nát nhừ

bãi vắng
đầy không gian thinh lặng
sóng bạc đầu tràn bờ
hình nhân cúi mặt
biển vẫn xanh
gió vẫn reo trong nắng…∎

(Saigon, những ngày đương đầu với Covid-19 21/9/21)

Chiếc Cối Xay
TIỂU NGUYỆT

Hạnh Nhiên thong thả bước trên con đường làng bê-tông phẳng phiu rẽ vào cái xóm nhỏ, trong ánh nắng chiều vàng nhạt, lòng bâng khuâng, xao xuyến. Một nỗi nhớ miên man sâu lắng réo gọi trong tâm hồn nàng, pha chút ngậm ngùi, ray rứt. Ngôi làng xưa rợp bóng tre xanh mát, ngôi nhà ngói đỏ ba gian - Tất cả đã thay đổi! Những đêm trăng sáng êm ả ngày ấy, chỉ còn lại trong nỗi nhớ, xa xôi.

Tuổi thơ nàng đã từng chạy nhảy, trên con đường này, để hái hoa bắt bướm, để rong chơi, cùng các bạn nhỏ trong làng. Cũng tại cái dốc Dời này, cái dốc cao chứ không bằng phẳng như bây giờ, nàng cùng các bạn nhỏ ngồi quay chong chóng, chờ các bà, các cô gánh cá bán dạo từ Ba Lò vào, rồi chạy về gọi mẹ ra mua. Và cũng tại nơi đây, nàng cùng các xã viên trong đội HTX Nông Nghiệp tập trung (theo tiếng kẻng) để ra đồng. Nỗi nhớ cứ ngun ngút, chênh vênh, theo dòng hoài niệm!

Xa quê đã lâu, nếu có dịp về thăm mẹ, thăm chị và các em, nàng thường về thẳng nhà ở thị trấn, chứ không về ngôi nhà xưa ở quê; bởi nơi ấy, giờ không còn ai. Hôm nay, nhân ngày giỗ của bà nội, buổi chiều, sau khi khách khứa ra về, dọn dẹp xong xuôi, chị em Hạnh Nhiên rủ nhau về thăm lại ngôi nhà xưa, thăm lại khu vườn của tuổi thơ mà chị em nàng đã gắn bó cùng người bà hiền lành thuở nào.

Hạnh Nhiên đi vội vào ngõ, đứng ở bờ sân, ngắm nhìn ngôi nhà rêu phong một lượt, rồi đi thẳng ra sau giếng, lên vườn trên. Mọi cảm xúc như len theo bước chân nàng - chỗ này là gốc cam to, nàng thường lấy cây khều trái để pha nước uống; chỗ nọ là hàng ổi, nào ổi dây, ổi sẻ, ổi xá lị, chua chua, ngọt ngọt, thơm nức mũi mỗi khi sót trái chín, (bởi chị em nàng ngày nào cũng leo trèo, bấm vào vỏ thăm chừng); chỗ kia là gốc xoài tượng, ngày nào hai nhỏ láng giềng cũng cùng nàng leo lên chắn ba ngồi nghêu ngao bao chuyện; chỗ kia, chỗ kia… làm nàng náo nức, nhớ thương. Lại nữa, chỗ nàng đang đứng, là đám rau muống, mà chị em nàng tát nước, bón phân hằng ngày, là nguồn sống của mấy bà cháu, khi bị tịch thu ruộng. Những bó rau thấm đẫm mồ hôi, nước mắt, mà hằng ngày chị em nàng phải chăm sóc, trăn trở, thức khuya dậy sớm, mang ra chợ, trong sự buồn tủi, khắc khoải. Cũng từ chỗ trồng rau muống này, chị em nàng đã xả từng cục đất, tưới nước, đạp dẫm, nắn thành từng viên gạch, đổi gạo qua ngày. Nàng bỗng nghe cay cay ở khóe mắt, bùi ngùi thương cảm. Rồi nàng nhớ, nhớ vô cùng những buổi sáng, trưa, chiều, tối, đón ngọn gió nồm mát rượi từ biển thổi giạt vào, với những buồn vui lẫn lộn, đan xen nhau của từng thời kỳ, mỗi cảm xúc mỗi khác - mới mẻ, lạ lẫm, hồn nhiên, trộn lẫn ưu phiền của những năm tháng gian khổ, khó khăn vì cơm áo. Nhưng giờ đây, cảnh cũ, người xưa, đã không còn - một mảnh vườn, với ngổn ngang gạch ngói vụn, cỏ mọc lan tràn; bóng hình người bà thân yêu, chỉ thoáng hiện, trong nỗi nhớ của dòng ký ức xa xôi. Ôi! Dâu bể! Tang điền!

- Sao, lâu mới về đây, cảm thấy thế nào, nói chị nghe thử?

Câu hỏi của chị An, làm Hạnh Nhiên rời khỏi dòng suy nghĩ, nàng nhìn chị cười, giọng trầm xuống:

- Ngậm ngùi quá, chị nhỉ!

Chị An mỉm cười:

- Cuộc vô thường mà em! Hạnh phúc và đau khổ luôn song hành. Có khổ đau, mới nhận biết được thế nào là hạnh phúc!

Hạnh Nhiên hồn nhiên:

- Chị gái của em bữa nay triết lý quá hen! Thảo nào, anh Hải cứ kêu "ngán chị"?

- Chị nói theo suy nghĩ của mình, có triết lý gì đâu. Nếu như em không yêu quý những ngày tháng bình yên chị em mình đã từng sống ở đây, thì làm sao lại ngậm ngùi? Phải không nào?

Chị An cầm tay Hạnh Nhiên kéo đi, giọng vui vẻ:

- Chị cho em coi cái này, hay lắm!

Hạnh Nhiên đi theo chị An, vào chái hiên sau nhà, chị giở tấm bạt đầy bụi xuống. Trước mắt Hạnh Nhiên là "chiếc cối xay", mà nội đã đặt một người thợ từ Bình Định vào, làm cối xay cho bà con trong làng, thuở nào. Ngày ấy (những năm đầu sau 1975), bà con nông dân làm ra hạt lúa, tự xay, giã, ra hạt gạo để nấu, bởi các máy xay gạo không còn hoạt động nữa. Nội nàng thường sang xay lúa nhờ nhà hàng xóm, sau nhờ có người thợ từ Bình Định vào, hầu như bà con trong làng, nhà nào cũng phải làm một cái cối xay. Và cũng từ đó, chị em Hạnh Nhiên biết thế nào là xay lúa, giã gạo.

Chiếc cối xay được làm bằng nan tre chặt ngoài vườn ngày nào, giờ đã sổ tai, lủng lểu, cũ kỹ, làm Hạnh Nhiên xúc động nghẹn lòng. Nàng như thấy rõ hình ảnh nội nàng, trong chiếc áo nâu sờn vai, dạy chị em nàng xay lúa, giã gạo, của mấy mươi năm trước. Nàng chợt mỉm cười, khi nhớ lại, những vòng xoay ngượng nghịu, chậm chạp, không chịu xoay đều, cứ ngắt đoạn, vì đôi tay vụng về, mới tập của nàng; khiến nội phải choàng tay qua vai nàng phụ đẩy, phải lâu lắm nàng mới tự mình xay lúa được.

Những hạt lúa được bóc vỏ, chảy đều xuống rào rào, làm nàng vui, dù đôi tay rát rạt, đau buốt. Những cái sảy, cái sàng, lấy trấu, lấy cám riêng ra từng thứ của nàng ngày ấy, trông vụng về, ngờ nghệch; và những lần giơ cái chày lên cao, nện xuống, làm tung tóe lúa gạo đầy nền nhà; là nỗi nhớ, là niềm vui của những năm tháng tha hương, nhớ về quê nhà. Và rồi sau đó, chỉ một thời gian, hai chị em giã đôi thật nhịp nhàng, uyển chuyển; cách giơ chày lên cao, rồi nện chày xuống cối, thật sinh động, nhanh nhẹn, làm nội hài lòng, khen ngợi "Cháu của bà thật sáng ý!". Lời khen ngợi của bà, thêm động lực để chị em Hạnh Nhiên vui sống, bớt đi nỗi buồn phiền, cơ cực.

Những tháng năm ấy, tuy gian khổ, nhọc nhằn, nhưng lúc nào Hạnh Nhiên cũng nghĩ, đó là những năm tháng êm đềm, hạnh phúc nhất của đời mình. Hạnh Nhiên nhắm mắt, hít thật sâu, như muốn nuốt cảm xúc vào tận trái tim, để hoài niệm tuôn chảy - hạnh phúc ngọt ngào, lẫn cơ cực đau nhói trong lòng, lai láng.

oOo

Ánh trăng trên cao sáng rõ xuống sân vườn một màu vàng óng ả, ngọn gió nồm từ Ba Lò thổi giạt vào mát rượi. Bà Hai - nội Hạnh Nhiên, lấy mấy cái bao lót ở giữa sân, rồi giục:

- Hai chị em mày khiêng cái cối ra sân để giã gạo, sáng mai còn có cái mà nấu.

- Dạ nội!

Hai chị em Hạnh Nhiên khiêng cái cối ra kê trên mấy cái bao nội đã lót sẵn, rồi vào nhà vác chày, bưng thúng lúa đã xay ra sân, đổ đầy cối, giã gạo. Những tiếng chày nện "huỵch, huỵch" vang trong đêm trăng thanh vắng, cùng tiếng kể chuyện ngày xưa đều đều của nội; đôi khi hai chị em cười nghiêng ngả, quên đi mệt nhọc, quên đi đôi tay đỏ rát. Những câu chuyện cổ tích, những câu đố vui, những câu chuyện về cuộc đời của những người thân trong gia đình đã quá cố, được nội nàng tỉ mỉ, kể đi kể lại nhiều lần, mà lần nào chị em nàng cũng háo hức, say mê. Nhiều lúc, bà Hai nhìn hai đứa cháu gái thương cảm, ray rứt, không biết rồi mai đây sẽ như thế nào; bởi bà chẳng muốn cháu bà là một nông dân, chân lấm tay bùn, cơ cực. Bà rất hài lòng vì nhìn thấy, Hạnh Nhiên ngoài công việc đồng áng, thời gian còn lại, nàng thường giở những cuốn sách, cuốn vở cũ để ôn học; mong một ngày nào đó, sẽ bước vào cửa đại học, hoặc cao đẳng như chúng bạn. Cho nên, bà thường kể những tích cũ, về gương hiếu học, nghĩa cử của người học trò ngày xưa, như Lưu Bình Dương Lễ, Thoại Khanh Châu Tuấn, v.v… Đôi khi, bà hài hước một chút cho vui, cho có tiếng cười; bởi bà quan niệm chỉ có nụ cười mới vơi đi nỗi muộn phiền, khổ đau, mới làm cho con người phấn chấn, tự tin và hy vọng.

Bà Hai cười vui vẻ:

- Tụi con muốn nghe chuyện của bà không? Thích thì bà kể!

Cả hai chị em Hạnh Nhiên đồng tình:

- Dạ thích. Nội kể đi.

Bà Hai tằng hắng, lấy giọng:

- Ngày xưa, hồi còn nhỏ, nhà bà ở ngoài Mỹ Á lận, sau này mới vô Ba Lò đó chớ. Ở biển, ai mà chẳng biết bơi. Ngày nào cũng bơi, cũng lội. Lấy chồng làm nông, ai cũng nói "rước một con làm biển, biết gì ruộng với đất". Vậy mà, có ai làm giỏi bằng bà chúng mày đâu? Hết làm cỏ, dặm lúa, cắt lúa, lại cuốc cỏ bắp, cỏ khoai, cỏ đậu. Hết đất ruộng, rồi đất thổ, quanh năm. Vậy mà, rảnh rỗi một chút là chạy về biển xin theo đi câu, đi kéo lưới.

- Bà giỏi quá hen! Vậy nên ai cũng khen nội, cũng quý nội hết đó.

Bà Hai cười sung sướng:

- Vậy chớ sao! Mai mốt tụi con cũng vậy nghen! Bỏ đâu cũng sống được, phải thích nghi thôi - bà tằng hắng rồi nói tiếp, ngày ấy cá nhiều lắm, không như bây giờ đâu, đi một buổi, là về có cá ăn, đôi khi còn có cá để bán nhịn nữa đó - bà Hai lấy tay đùa mớ gạo tràn trên miệng cối, giọng hài hước, có bữa, mới ra biển đâu được hơn giờ đồng hồ; trời bỗng nổi mưa gió, sấm sét dữ lắm. Cả nhà ai cũng lo cho bà. Ông của tụi mày, hết đi ra rồi lại đi vào, miệng lẩm nhẩm: "Thị Lép chuyến này chắc chết!", mà dễ gì chết được?

Ba bà cháu cùng cười, cười đến chảy nước mắt, nhất là Hạnh Nhiên. Nàng cười rũ rượi, không thể nào nín cười được. Một lát sau, An vừa thở hổn hển, vừa hỏi, giọng đứt quãng vì cười:

- Rồi, rồi "Thị Lép" chống đỡ ra sao, mà còn tới giờ, hở bà?

Bà Hai giọng khôi hài:

- Dễ gì Thị Lép chết được. Còn sống thì giờ mới có tụi mày chớ! Ta là "Thị Chắc" chớ có phải Thị Lép đâu, mà chết.

Hạnh Nhiên góp lời:

- Đúng, bà là Nguyễn Thị Chắc, mà!

Tiếng cười vui của ba bà cháu chưa vơi, thì nghe tiếng Minh - người yêu của An, dựng chiếc xe đạp ngoài bờ sân bước vào, vui vẻ:

- Cháu chào nội! Có gì vui mà ba bà cháu cười dữ vậy?

Bà Hai quay lại nhìn Minh, cười:

- Cháu mới ra chơi đấy hở? Kể chuyện xưa cho vui ấy mà - Quay sang An, bà nói, còn một cối nữa, để bà và Hạnh Nhiên giã cho. Con vô luộc nồi khoai lang ăn cho vui.

An "dạ" rồi vào nhà bếp luộc khoai. Minh nhìn bà Hai, giọng nhỏ nhẹ:

- Dạ! Để lát con và An giã cho. Nội và em Nhiên nghỉ đi.

- Lát nữa ăn khoai xong, tụi con xay cho bà thúng lúa, còn cối gạo này, để bà với Hạnh Nhiên.

Minh "dạ" rồi theo vào bếp cùng An.

An luộc khoai chín bưng ra, thì bà Hai cùng Hạnh Nhiên cũng đã giã xong cối gạo. Mấy bà cháu quây quần bên rổ khoai lang luộc vừa ăn vừa nói chuyện rôm rả, vui vẻ.

Trăng càng khuya càng sáng tỏ hơn, bà Hai và Hạnh Nhiên dọn dẹp rồi vào nhà. Đôi bạn trẻ ngồi bên thềm nhà, dưới ánh trăng khuya, ngọn gió hiu hiu, mát mẻ, lay động khóm hoa lài bên sân thơm nức, cây cối trong vườn rung lên xào xạc.

Minh ngập ngừng, muốn nói với người yêu những lời mà cha anh đã nói với anh từ hôm qua, nhưng anh không nỡ. Có lẽ, anh thấy ngượng vì mình quá yếu đuối, không dám bảo vệ tình yêu của mình. Nhưng lời cha anh sao cứ văng vẳng đâu đây, khiến anh sợ. Anh sợ nét mặt đăm chiêu, khắc khổ của cha. Mỗi cái nhíu mày của ông, làm anh cứ giật thót trong lòng. "Cha không thể để con cưới cô gái đó, vì cha cô ta hiện đang học tập. Gia đình mình là gia đình truyền thống cách mạng. Cha đã tập kết hai mươi mấy năm, giờ trở về đoàn tụ gia đình, con trai của cha phải có một tương lai xán lạn hơn. Cha đã chọn cho con một cô gái tốt hơn rồi, đó là con gái của đồng đội cha. Con nhớ lời của cha, chia tay với người ta đi. Cha quyết định rồi."

Ngập ngừng mãi, rồi cuối cùng anh cũng nói được lời muốn nói với An, và xin cô hãy tha thứ cho anh. Giọng anh khàn đục, ướt sũng:

- Suốt đời này, anh sẽ không bao giờ quên em. Được quen biết em, được yêu em, là hạnh phúc nhất của đời anh. Nhưng anh không thể để cha vì anh mà phiền lòng, khổ sở; mong em hiểu cho và tha lỗi cho anh, em nhé! Anh mong, em sẽ có một cuộc sống tốt hơn, sẽ gặp được người xứng đáng hơn anh.

Trăng lơi lả trên ngọn dừa, trên hàng cau, biết đâu rằng, có người vừa ra đi khỏi đời nhau, có người vừa lịm chết trong lòng. Ánh trăng đã chứng kiến lời thề nguyền yêu thương nhau suốt đời này bấy lâu, sao nay lại chóng vánh thay đổi, không chút thương tiếc. An lặng lẽ như người mất hồn, trông ngơ ngác, buồn bã. Thúng lúa xay chưa xong, còn trong cối, lặng yên. An ngồi lặng lẽ dưới trăng, đầu óc trống rỗng, chỉ thấy đau đớn mỗi lúc một dâng lên ngút ngàn.

oOo

Hạnh Nhiên vẫn chưa hết bàng hoàng, ngơ ngác, giọng thẫn thờ:

- Chiếc cối xay!

Chị An cười buồn:

- Một chiếc cối xay đã cũ kỹ!

Hạnh Nhiên tiếp lời chị:

- Và một mối tình đẹp như pha lê!

- Mà pha lê thì dễ vỡ!

Hạnh Nhiên nuối tiếc:

- Một mối tình buồn, nhưng đẹp chị nhỉ! Hổng biết giờ anh ấy ra sao?

Chị An khẳng định:

- Người không kiên định, chắc chắn không thành công rồi.

- Chị nghĩ thế? Nhưng biết đâu, nhờ có người cha tập kết, anh ấy được thuận lợi và có một tương lai tốt đẹp.

Chị An quả quyết:

- Em nghĩ coi, một người không lập trường, không có sự quyết đoán, liệu thành công được sao? Chị nghe nói, cuộc hôn nhân anh ấy bị đổ vỡ, không hạnh phúc!

Hạnh Nhiên chợt thở dài:

- Coi như một kỷ niệm buồn, chị nhỉ!

- Một kỷ niệm buồn!

Ánh nắng chỉ còn le lói vài dải vàng nhạt rớt xuống ngọn bạch đàn trước sân nhà. Tiếng côn trùng rỉ rả, tiếng kêu của loài chim gọi nhau về tổ ảm đạm, hiu hắt. Buổi chiều xuống nhanh! Ngọn gió nồm mát dịu xào xạc trên những ngọn dừa, ngọn cau, chuẩn bị chìm vào hoàng hôn.

Tiểu Nguyệt
5/2021

Văn Chương: Chuyện Người Dưng Khác Họ

TRIỀU HOA ĐẠI *thực hiện*

(Chuyện trò cùng nhà phê bình và nhận định văn học Đoàn Nhã Văn)

Triều Hoa Đại (THĐ): *Mở đầu cho tập sách: "Phác thảo 15 chân dung văn học" của ông do nhà Văn Mới xuất bản cũng khá lâu dễ chừng cũng vào khoảng trên một thập kỷ, ông đã viết: "Tập sách này gồm những bài viết về mười lăm nhà văn Việt Nam ngoài nước, mà phần lớn, tôi chưa từng gặp mặt và cũng chưa từng quen biết. Đó là một điều hay. Bởi vì, viết về họ, như thế, là khởi đi từ sự rung động ở chữ nghĩa chứ không phải bắt đầu từ sự thân quen hay vị nể." Với tôi cái quý, hiếm là ở đó bởi cái "tình" văn chương nó lạ lắm từ chỗ không quen rồi trở thành thân thiết, coi nhau như tình ruột thịt, từ chỗ "nghìn trùng xa cách" khi khổng khi không tha thiết vì nhau. Buổi chuyện trò hôm nay giữa hai chúng ta chắc hẳn là cũng bởi cái tình tha thiết ấy ông nhỉ?*

Đoàn Nhã Văn (ĐNV): Trước hết, cám ơn nhà thơ Triều Hoa Đại đã nhắc đến điều này, cái "tình" trong văn chương. Đúng vậy, nó lạ lắm. Có những lúc mình đọc ai, thích ai, cả cái khoảng thời gian đó mình thích, có lúc mê mẩn, những con chữ của họ. Từ những con chữ ấy, mở ra những kết nối trong đời thường. Nói nào xa, như thơ của Triều Hoa Đại, đủ thể loại, nhưng có lúc, tôi chỉ thích thơ năm chữ của anh mà thôi. Hôm nay được trao đổi với anh, hẳn là một cái "duyên".

THĐ: *Nhiều người đã đọc ông từ những tập san như: Văn Uyển, rồi Văn Học, v.v..., nhưng hôm nay có thể một lần nữa ông giới thiệu về mình thêm một chút được chăng?*

ĐNV: Tôi rất ngại nói về mình. Chẳng phải khiêm tốn gì, nhưng thật ra, thấy không có gì để nói. Hồi đó tôi viết ít, đọc nhiều. Không chỉ đọc văn chương Việt Nam cả trong lẫn ngoài nước mà còn văn chương thế giới. Đọc để hiểu, để biết văn chương VN mình nằm ở đâu, có giống ai không, có đi cùng với người ta trên con đường lắm nhọc nhằn ấy không. Không chỉ về các thể loại truyện ngắn, tiểu thuyết và thơ, mà tôi còn rất thích đọc phần điểm sách và phê bình từ các tạp chí chuyên về văn chương của Mỹ. Ở đó tôi học được nhiều điều.

Tôi có một ít thơ, truyện và những bài viết đăng trên các tạp chí văn chương trong cộng đồng Việt Nam, trong số đó có Văn Uyển, Văn Học như anh nhắc. Tôi có thơ đăng khá thường trên trang Văn Học Nghệ Thuật Liên Mạng do nhà văn Phạm Chi Lan chủ biên, khoảng 1996-1999. Đây là một "diễn đàn" văn chương trên net có thể xem là đầu tiên của người Việt. Sau một thời gian cộng tác với VHNTLM, tôi có nhiều cảm hứng và bắt đầu viết nhiều, nhất là những bài điểm sách hay nhận định về các tác giả, nhưng không gởi đăng trên VHNTLM, vì lúc đó viết theo dạng chữ cũ, đọc những bài viết dài như thế, ngay cả chính tôi đọc còn thấy mệt, huống hồ gì độc giả. Vì thế, tôi chỉ gởi tới dăm bạn bè thân thiết đọc chơi thôi. Chỉ có một bài duy nhất, về phần điểm sách, tôi gởi cho VHNTLM là bài viết về tập truyện "Ra Biển Gọi Thầm" của nhà văn Trần Hoài Thư. Có lẽ tôi là người đầu tiên viết về tập truyện này. Lúc đó, tôi cũng chưa biết nhiều về nhà văn Trần Hoài Thư. Chỉ biết là ông có cộng tác với VHNTLM. Sau bài viết đó, tôi còn nhớ, nhà văn Lương Thư Trung (Hai Trầu) có email cám ơn, cho rằng tôi đã nói hộ ông một số ý trong bài viết này. Một thời gian sau, tôi mới cộng tác với tạp chí Văn Học (do nhà văn Nguyễn Mộng Giác làm chủ biên) thường xuyên, cũng từ sự thúc giục của một anh bạn nhà văn bên Canada.

Tôi có bài đăng trên Văn, Văn Uyển, Văn Học, Hợp Lưu, hay các diễn đàn văn học trên net, sau này, như Gio-O.com, Damau.org, v.v..., và cũng cho chào đời một tập thơ và một tập tiểu luận - phê bình (Phác Thảo 15 Chân Dung Văn Học), do nhà xuất bản Văn Mới phát hành vào năm 2007. Tôi đã từng sẵn sàng in một tập truyện và thêm một tập tiểu luận nữa. Tập tiểu luận này viết về một số nhà văn và những vấn đề thuộc về văn chương, nhưng nghĩ lại, thời buổi bây giờ, còn mấy ai đọc những thứ này.

THĐ: *"Hồi đó tôi viết ít đọc nhiều" và "... đọc để hiểu, để biết văn chương VN mình nằm ở đâu, có giống ai không, có đi cùng với người ta trên con đường lắm nhọc nhằn ấy không". Và "ở đó tôi đã học được nhiều điều". Thế thì theo ông văn chương VN có giống ai không, có đi cùng đường với người ta không? Nếu không thì tại sao?*

ĐNV: Thưa anh, theo thiển ý của tôi, một trong những điều mà tôi thấy được, sau những tháng ngày vùi đầu với chữ nghĩa của văn chương thế giới, đó là văn chương Việt Nam không đi cùng, mà đi sau, với khoảng cách xa lắm. Đi sau, không phải chỉ do tài năng của người cầm bút, mà một phần không nhỏ, còn ở người đọc. Người đọc của mình ít lắm, cả trong lẫn ngoài nước. Kể anh nghe chơi, trong lần đi tu nghiệp ở Harvard, tôi thường đến sớm, và cả sau buổi ăn trưa, để đi bộ quanh trường. Có một hôm, tôi đi qua nhiều ngã rẽ. Ở hai khúc đường khác nhau, tôi bắt gặp hai người ăn xin, một nam, một nữ. Họ ngồi bên lề đường, dưới bóng cây. Trước mặt họ là cái tô giấy nhỏ, trong đó có vài đồng bạc lẻ của ông đi qua, bà đi lại. Họ không chèo kéo, xin xỏ. Ai có cho thì nói một tiếng cám ơn, vậy thôi. Cái họ giống nhau là trên tay cầm một cuốn sách. Cái hình ảnh này nó ám ảnh tôi mãi. Trong một đất nước mà người ăn xin mà còn biết quý trọng chữ nghĩa, thì dân tộc đó không bao giờ tàn lụi.

Bây giờ nhìn xa hơn. Như nước Pháp chẳng hạn, dân số họ bao nhiêu, con số nhà văn của họ như thế nào, một năm họ in ra bao nhiêu cuốn tiểu thuyết. Tỉ lệ số sách họ bán ra so với số dân phải nói là rất lớn so với rất nhiều nước khác, trong đó có Việt Nam. Những chi tiết này ai cũng có thể tìm được nên tôi không nhắc ở đây. Thêm nữa, thế giới khá chú trọng về tiểu thuyết, nên thường có những tiểu thuyết gia hàng đầu. Việt Nam thì số lượng thơ và truyện ngắn được in, cũng như số lượng người sáng tác trong lãnh vực này áp đảo số lượng tiểu thuyết. Nếu xem đây là điểm mạnh của mình thì truyện ngắn của các tác giả "lớn" Việt Nam được dịch đem vào dòng chính, anh thấy có mấy ai thành công? Vậy thử hỏi làm sao Việt Nam đi cùng với thế giới trên con đường nhọc nhằn này.

THĐ: *Xin hãy nói chút ít về Văn Học Nghệ Thuật Liên Mạng mà đã một thời ông gắn bó.*

ĐNV: Tôi biết đến Văn Học Nghệ Thuật Liên Mạng (VHNTLM)

không phải từ số đầu tiên, mà là khoảng vài tháng sau khi VHNTLM xuất hiện. Lúc đó, tôi vui lắm, vì thấy cách làm này lạ. Không những lạ, mà hay, bởi vì bài viết của các tác giả tới tay độc giả hằng tuần, chứ không phải đợi đến hằng tháng như các tạp chí giấy. Hồi đó viết bằng dạng chữ cũ, bỏ dấu đọc muốn … khùng luôn, vậy mà thích.

Một thời gian sau đó, nhà văn Phạm Chi Lan, có ý muốn làm một cuộc họp mặt nhỏ tại Dallas, có mời một số người cộng tác thường xuyên. Thế là tôi bay qua. Phạm Chi Lan đến đón tôi từ phòng đợi, vừa ra khỏi máy bay. Hồi ấy, người đưa đón được vào tận bên trong, đến gần cả cầu thang nối với máy bay. Tôi gặp chị, nhận ra ngay, và cám ơn tấm lòng của chị. Trên đường về nhà chị, chúng tôi chỉ nói đến chuyện văn chương, từ những bài viết trên VHNTLM, tới các tạp chí văn học tại hải ngoại, tới những cái tên nổi cộm lúc bấy giờ. Trong lần gặp gỡ ấy, tôi có may mắn gặp vài thành viên trụ cột.

Hồi ấy, cộng tác với VHNTLM là những cây viết từ khắp nơi trên thế giới. Có những nhà văn, nhà thơ đã từng cộng tác với VHNTLM như: Trần Hoài Thư, Nguyễn Quốc Trụ (dưới một bút hiệu khác), Lương Thư Trung, Thận Nhiên, Nguyễn Phước Nguyên, Đinh Yên Thảo, Đinh Trường Chinh, Trần Trung Đạo, Phùng Nguyễn, v.v... Lâu rồi, tôi không còn nhớ hết.

Sau đó, chị Phạm Chi Lan muốn anh em, những người cộng tác thường xuyên, tụ tập về Dallas mỗi năm một lần. Càng ngày càng đông những người yêu thích văn chương, những cây viết trụ cột về tụ hội. Lần nào chị cũng gởi thư mời tôi. Tuy nhiên, vì công việc và gia đình, tôi không tham dự được. Cũng nên nói thêm, những anh chị ấy hình thành một nhóm chính để phụ công việc với chị PCL. Nhóm anh chị em này làm việc và liên lạc với nhau qua cái tên "Ô Thước".

THĐ: *Cái thời của Văn Uyển, Văn Học, Văn, v.v... nay đã xa rồi. Thế nhưng nếu chúng ta cùng ôn lại một thời "vàng son" ấy, chắc cũng là một điều thú vị. Ông nghĩ có nên chăng?*

ĐNV: Cám ơn anh. Đúng như anh nói, cái thời đó rất thú vị. Tạp chí in ra, có bài mình viết, nhận được tờ báo in thơm phức trong lòng mình vui lắm. Vui hơn nữa là khi nhận được phản hồi từ độc giả. Anh tưởng tượng xem, những người xa lạ, từ một nơi chốn nào đó, viết thư tay về tòa soạn, nhắc đến mình. Rồi ông chủ báo, chụp lại, gởi mình xem. Cái cảm giác đó, nó "đã" lắm anh. Những phản hồi có lúc đồng tình, có khi trái ý, và cũng có lần độc giả… giận nữa, vì mình viết về một tác giả mà họ yêu quý, khác với những gì họ mong đợi.

Hạnh phúc của một người viết là có phản hồi của người đọc. Hạnh phúc hơn nữa, những phản hồi đó là từ những người đọc xa lạ. Có nghĩa rằng cái viết của mình, lúc đó, không trôi vào hư không.

THĐ: *Khoan nói đến chuyện nọ, chuyện kia, chúng ta vừa nhắc đến tạp chí Văn Học, vậy để khỏi quên tôi muốn được hỏi ông một chuyện mà thời kỳ đó những bài nhận định và phê bình của ông đã làm xôn xao dư luận là bởi những nhận xét tinh tế, chi li rất mực của ông đã làm cho văn giới rất mực chú tâm và độc giả thì lại vô cùng thích thú. Vì vậy đã có rất nhiều câu hỏi: Đoàn Nhã Văn là ai? Không một người nào biết cho nên chuyện đoán già, đoán non lại xảy ra lúc bấy giờ: Đoàn Nhã Văn là một bút danh khác của nhà văn Nguyễn Mộng Giác. Chuyện già, non ấy không biết có đến tai ông, mà nếu có ông đã nghĩ gì?*

ĐNV: Chuyện này có anh à. Sau dăm bài đăng trên Văn Học, nhà văn Nguyễn Mộng Giác (NMG) bảo: có một số độc giả hỏi Đoàn Nhã Văn là ai. Đến bài tiếp theo, tôi viết về thế giới chữ nghĩa của nhà văn Thảo Trường, thì nhà văn Nguyễn Mộng Giác email bảo: "Ông Thảo Trường gọi tôi tối hôm qua, nói "Cám ơn anh. Anh viết về tôi thấu tình đạt lý quá, dù có chỗ anh cho rằng tôi viết chưa tới". Ông Thảo Trường cứ nghĩ đó là một bút hiệu mới của tôi (NMG). Cho đến khi tôi bảo rằng đó là một người rất trẻ, thì ông ta hết sức ngạc nhiên…"

Vâng, mà không chỉ nhà văn Thảo Trường. Một nhà văn nữ đã gọi và nói chuyện rất lâu với ông NMG, không tin rằng đã có một người "trẻ" viết về bà. Sau đó ông NMG đã cho email của tôi để bà liên lạc. Lúc đó, bà mới thật sự tin ĐNV không phải là NMG.

Vui, đương nhiên là có. Nhưng cái hơi… lạ là: tại sao người đọc cứ nghĩ những bài nhận định, điểm sách, phê bình là phải từ những ông chủ bút của các tờ báo ấy? Nó cho thấy một điều bất thường trong suy nghĩ của chúng ta, ngay cả trong những người cầm bút.

THĐ: *Lúc đó anh viết khá đều đặn cho Văn Học. Nhờ anh chia sẻ một vài kỷ niệm vui buồn trong thời gian ấy.*

ĐNV: Vâng, trong khoảng thời gian ấy, tôi có một vài kỷ niệm khó quên với tạp chí Văn Học. Ngay trong lần đầu, tôi gởi một lúc hai bài cho tạp chí VH. Tôi biết VH rất khó tính trong việc lựa chọn bài vở, nên gởi vậy để… phòng thủ. Lỡ bài này không được, thì có bài kia vớt vát. Vậy mà chiều hôm sau, tôi nhận được email của ông chủ bút NMG. Ông bảo, ông sẽ cho "đi" hết hai bài, nhưng hỏi tôi muốn bài nào "đi" trước. Email qua lại, ông hỏi tôi viết lâu chưa, trước đây viết dưới bút hiệu gì, v.v... Ông cứ nghĩ là tôi cùng thế hệ với ông. Đến lúc tôi nói thật, ông… bật ngửa. Đó là kỷ niệm với "tòa soạn". Còn với độc giả, thì nhiều lắm. Kể sơ một chút, anh nghe chơi.

Thứ nhất, trong một lần có người bạn, là nhà thơ từ Canada qua Cali chơi. Anh cho biết đang ở chỗ anh Khánh Trường (KT) và muốn gặp mặt tôi, sau nhiều lần thư từ. Buổi sáng hôm ấy tôi chạy lên thăm anh. Thuở ấy "tòa soạn" của Hợp Lưu và cũng là nơi ăn - ngủ của Nhà văn / Họa sĩ KT nằm trong khu vực mà tôi không hề nghĩ tới. Đó là một building nhỏ, mà trong dãy ấy, tôi thấy chủ nhân làm những nhà kho chứa hàng. Trước đó, tôi nghĩ tòa soạn chắc lớn lắm và sang trọng ghê lắm, có thư ký này nọ. Tôi hoàn toàn sai. Tôi đến, còn khá sớm. Lúc đó anh bạn nhà thơ ra mở cửa, anh KT ngồi trên ghế, mời tôi ngồi chơi. Anh tâm sự, với lối nói rất gần gũi. Anh cho biết vừa bị stroke lần thứ hai. Lần này anh phải bò, đúng nghĩa đen, từ cái giường vào phòng vệ sinh, chứ không đi được. Vệ sinh cá nhân xong, rồi bò ra. Anh tiếp, bây giờ đã đỡ rồi, chống nạng đi lại được rồi. (…) Một lúc sau có nhà thơ Nguyễn Mạnh Trinh đến. Tôi nhận ra anh vì tấm hình anh đăng trên một tạp chí văn học. Thế là ba ông nhà thơ, họa sĩ kia nói chuyện văn chương thôi. Tôi ngồi nghe, lâu lâu chen một câu. Có một lúc, chẳng biết từ chuyện gì mà anh KT chuyển sang, nhắc đến tờ Văn Học mới ra tháng này. Anh nói (đại khái): "thằng" Đoàn Nhã Văn vừa có một bài trên VH. Trong đó có một đoạn rất đúng ý tui, viết về cái dở của một cuốn truyện dài. Hắn nói ra được cái điều mà tôi không dám nói trên mặt báo. Rồi anh NMT góp ý gì đó mà tôi không nhớ. Tôi ngồi nghe tỉnh bơ. Một lúc sau, tôi xin phép dùng nhà vệ sinh. Rồi đi ra. Vừa mở cửa, anh NMT bước tới, nói: cho bắt tay ĐNV một cái. Anh KT vì bị tai biến, vẫn ngồi, và nói với một giọng rất ư là "giang hồ": Mẹ, nãy giờ ĐNV ngồi đây mà không lên tiếng, cho anh bắt tay một cái.

Thứ hai, đó là lúc tôi gặp những tên tuổi gạo cội tại nhà riêng của nhà văn NMG. Lần đó, sau khi một số bài viết của tôi đăng trên VH, trong dịp Tết về, NMG có email, nói rằng: mỗi năm, VH có làm một bữa gặp mặt những người viết, và ngỏ ý muốn tôi chạy lên, để "chơi với anh em VH". Tôi rất ngại gặp người lạ, và càng ngại hơn với lời mời của ông, vì "anh em VH" theo tôi biết, không có ai "nhỏ" cỡ tôi. Chỉ có một người tôi biết, là Phùng Nguyễn, dường như là "trẻ" nhất. Mà anh Phùng Nguyễn cũng đã từng ấy tuổi. Tôi ngại, và từ chối. Năm sau, ông cũng email, rồi gọi điện thoại, lại mời gặp anh em VH. Tôi cũng từ chối. Và lần thứ ba, không thể từ chối nữa, tôi chạy lên vào một buổi chiều. Dĩ nhiên, "anh em VH" đón tôi rất niềm nở, chẳng nề hà tuổi tác. Và đêm ấy, tôi đã gặp nhiều cây cổ thụ trong làng chữ nghĩa, như Võ Phiến, Nghiêm Xuân Hồng, Tạ Chí Đại Trường, v.v... Và nếu tôi nhớ không lầm, "trẻ" thì có Phùng Nguyễn, và "trẻ hơn nữa" là vợ chồng nhà văn Hoàng Mai Đạt - Minh Thủy. Tôi có dịp nói dăm lời với họ. Mỗi người để lại trong tôi một suy nghĩ khác nhau. Nhưng chắc chắn một điều: buổi gặp hôm đó dường như không có sự cách biệt về tuổi tác.

Một kỷ niệm nữa. Một nhà thơ, sau này viết phê bình, có lần nói: Vì ĐNV thân với Trần Vũ nên viết rất chân tình như thế. Rồi còn thêm: ĐNV quen biết nhiều với Dương Như Nguyện nên viết về bà như vậy, v.v... Thật ra, cho đến giờ này, tôi chưa một lần gặp mặt nhà văn Trần Vũ hoặc Dương Như Nguyện. Trong đầu độc giả, họ cứ nghĩ tôi thân thiết với ai đó nên mới viết về họ. Điều đó không đúng. Tôi rất ít khi muốn gặp một nhà văn ngoài đời. Tôi muốn giữ một khoảng cách khi viết về họ. Để khi tôi khen họ, thì cái khen ấy là từ một người không quen biết; và nếu tôi có "chê", thì cái chê ấy cũng rất minh bạch, từ chữ nghĩa của họ, chứ chẳng tư thù. Còn nhiều nhà văn mà tôi đã viết về họ mà chưa một lần gặp mặt, thậm chí, chưa một lần email thăm hỏi trước đó, vì tôi chẳng biết họ ở đâu, làm gì, và họ cũng chẳng bao giờ biết tôi là ai. Chẳng hạn như Thảo Trường, Nam Dao, Kiệt Tấn, v.v..., sau khi tôi viết về họ, chính họ chủ động email hỏi thăm. Và cũng chỉ dừng lại một vài email ngắn xã giao. Thế thôi.

Còn nữa, nhưng mà thôi, sợ lại quá dông dài, phiền lòng độc giả.

THĐ: *Viết và lách từ bao lâu nay, ngoái nhìn lại chặng đường đã đi qua, vậy thì văn chương có giúp được gì cho ông, và ông đã dùng chính ngòi viết của mình để giúp ích cho xã hội?*

ĐNV: Với tôi, văn chương chẳng giúp gì cho cuộc sống bận rộn của tôi. Ngược lại, nó lấy đi nhiều thời gian của tôi là đằng khác. Với tôi, văn chương không là cứu cánh cuối cùng. Tôi có rất nhiều thứ để làm cho cuộc đời này, trong đó có những công việc thiện nguyện âm thầm, rất ít người biết. Tôi vẫn sống cân bằng, nếu không có văn chương. Tuy nhiên, có đọc, có viết, cuộc sống của mình phong phú hơn, đa dạng hơn.

Với những nhà văn khác, có thể chữ nghĩa của họ giúp ít nhiều cho những thay đổi của xã hội. Với tôi, thì không. Tôi không bao giờ nghĩ mình là một chiến sĩ xã hội trên mặt trận chữ nghĩa. Đó là ý nghĩ rất thực của mình. Khi các nhà văn biết độc giả của mình, trong đó có tôi, đọc kỹ những gì họ viết, họ có phần đắn đo hơn khi đọc lại bản thảo, và sửa chữa kỹ càng hơn, từ câu văn đến hình ảnh chọn lựa, đến cách dàn trải. Chỉ như vậy, đã là hạnh phúc.

THĐ: *Bây giờ nói về chuyện "nghề" một chút. Khi đọc lại bản thảo hay những bài viết đã đăng báo của mình, có khi nào ông thấy bài viết nào đó không "đạt" không?*

ĐNV: Thưa anh, tôi khá là khó với chính mình. Có những bản thảo, tôi viết rồi, đọc lại, thấy không ưng ý, tôi dẹp qua một bên, để lúc khác đọc lại. Có vài bài viết, đã đăng báo, sau đọc lại, tôi thấy không "đạt" như ý, tôi lôi ra sửa lại, rồi để đó, khi nào hứng, lấy ra đọc tiếp.

Lại có những lúc muốn nhấn nút "delete" cho khỏe, vì khi "delete" rồi, mình không còn bận tâm tới nó nữa. Khỏe ru.

THĐ: *Vậy khi viết về một tác giả, một tác phẩm anh tìm ở họ điều gì?*

ĐNV: Trước khi viết về văn chương của một ai đó, tôi đọc họ rất kỹ. Đọc để tìm ra cái mà họ khác với phần lớn những ngòi bút đương thời là gì. Chẳng hạn, khi viết về dục tính, tại sao Kiệt Tấn viết khác Thế Uyên hay các tác giả khác. Ở cõi dục tính, KT viết "tới" hơn những người cùng thời với ông, ngay cả những nhà văn nữ trước và sau ông, mà họ rất… thoải mái về vấn đề này. Ông chọn chữ để cho người đọc không thấy "dơ", mà ngược lại còn bị lôi cuốn, bị ghiền khi đọc ông. Khi viết về Nguyễn Mộng Giác, tôi đọc kỹ và tìm thấy thói quen của ông trong diễn đạt ở thể loại trường thiên tiểu thuyết, mà ở đó, nhiều lúc ông lặp lại một cách nói, rất nhiều lần ở những nhân vật khác nhau, ở nhiều thời điểm khác nhau. Hoặc ở Nguyễn Xuân Hoàng cái cách dụng chữ "rất" hết sức đặc thù của ông. Hoặc lục bát của Hoàng Xuân Sơn là cái lục bát của gãy đổ và thất tán…

Khi đọc một tiểu thuyết hay một truyện ngắn, điều tôi thường chú ý tới đầu tiên không phải là cốt truyện mà là ở đơn vị nhỏ nhất: câu văn. Sự hơn thua ở những nhà văn, nhiều khi không phải là cốt truyện, mà là ở cách họ dàn trải với những câu chữ họ sử dụng. Cái cách họ tạo ra một bầu không khí riêng, và những cao trào khi cần thiết. Có nhiều tác giả Việt Nam không chú trọng nhiều vấn đề này. Tuy nhiên, theo tôi, đây là sự thành bại khá lớn cho một tác phẩm.

Cứ lấy một thí dụ này cho dễ nhìn. Anh có bao giờ gói bánh tét, bánh chưng không? Hồi ấy, Ba tôi chỉ cho tôi từng chút một, tập nhiều lần, vậy mà có khi tôi gói "lỏng tay" quá, có lúc lại "chặt tay" quá. Quá lỏng hay quá chặt tay đều ảnh hưởng đến độ ngon của chiếc bánh, cho dù có chuẩn bị nếp, đậu, thịt, lá kỹ càng thế nào. Mà cho tới giờ này, tôi đã tập bao lần, cũng chưa thành công, để có một chiếc bánh ngon.

Cũng lấy một ví dụ nữa. Anh biết đánh cờ tướng chứ gì? Trước khi trở thành một cao thủ cờ tướng, việc đầu tiên là người đó phải sử dụng con ngựa/mã sao cho "sạch nước cản". Khi con mã của anh chưa sạch nước cản thì khoan hãy mơ tới những chân trời viễn mộng.

Gói bánh hoặc đánh cờ đều cần phải học kỹ thuật, có khi học từ người đi trước bằng một cách nào đó, có lúc phải đọc nhiều và tự tìm cái nào hợp với mình hay thể loại mình viết. Đến lúc thuần thục rồi, mới "gói", mới "đi" theo cách của mình.

Anh thấy viết văn có cần những điều căn bản này không?

THĐ: *Có khi nào viết về một nhà văn hay một tác phẩm nào đó, tới nửa chừng ông ngưng không?*

ĐNV: Nhân câu hỏi của anh, tôi cũng thật tình chia sẻ luôn. Tôi đã ngưng ngang rất nhiều bài viết. Nói thẳng ra, tôi còn "nợ" một số nhà văn mà tôi yêu thích văn hoặc thơ của họ ở một khía cạnh nào đó. Tôi đã từng khởi đầu những bài viết về họ, nửa chừng ngưng ngang. Những trang viết của tôi về một số nhà văn, chỉ kể ra đây theo trí nhớ suy tàn trong lúc này, chẳng hạn: Hồ Đình Nghiêm, Nguyễn Thị Thảo An, Hoàng Mai Đạt, Lê Thị Huệ, Nguyễn Thị Thanh Bình, Phan Nhiên Hạo, Bùi Vĩnh Phúc, Phùng Nguyễn, Nhã Ca, Đặng Thơ Thơ v.v...

Những bài viết về họ vẫn còn nằm trong một "folder" dang dở, mà tôi không biết khi nào có thể trở lại. Có thể dăm tuần mà cũng có thể không bao giờ.

THĐ: *Trước khi chúng ta chia tay ông có cần bổ túc thêm những thiếu sót mà tôi đã quên, hoặc sơ ý không đề cập tới trong lúc cùng nhau trò chuyện?*

ĐNV: Tôi nghĩ như vậy cũng quá đủ, cám ơn anh đã cho tôi được dịp chia sẻ một vài thiển ý của mình với bạn đọc. Và cũng hy vọng độc giả không phiền hà gì khi theo dõi cuộc trao đổi này.

THĐ: *Xin chân thành cám ơn nhà phê bình, nhà văn Đoàn Nhã Văn đã ưu ái dành nhiều thời gian cho chúng tôi trong buổi chuyện trò thật hữu ích này.*

Triều Hoa Đại *thực hiện*

bài thơ dài ngắn ý
thơ của người rề rà
bài thơ ngắn dài ý
thơ người giàu tâm hoa

lhoán

Má Sùng

VÕ PHÚ

Má Sùng ngoài hai mươi. Nghe hàng xóm kể lại, khi má được vài tháng thì má bị bệnh giựt kinh phong, bệnh động kinh. Nhưng do nhà nghèo và không hiểu biết, nên má chậm phát triển về cơ thể lẫn trí tuệ. Chân tay má Sùng co quắp đi đứng khó khăn không như một người bình thường. Cơ thể má không hoàn hảo, nhưng khuôn mặt má rất đẹp và thánh thiện. Nước da má trắng hồng, mắt tròn đen lay láy, mũi cao, môi đỏ hồng dù không hề son phấn. Chỉ có điều bọt mép trên đôi môi ấy luôn chảy dài không kiểm soát.

Nhà má Sùng ở cuối con đường nhỏ, bên cạnh ngôi biệt thự ngói đỏ, đồ sộ. Ngôi biệt thự được xây trên những bậc tam cấp cao cả mét với hàng rào kẽm gai cao gần hai mét bao bọc chung quanh. Nhà của má Sùng là căn nhà tranh lụp xụp nhỏ bé như cái chòi chăn vịt nằm lọt thỏm phía sau ngôi biệt thự kia. Ba má của má Sùng là ông bà Kiên đã ngoài năm mươi. Họ là những người giúp việc cho gia đình ông Hải, chủ nhân của ngôi biệt thự. Vợ chồng ông Hải, có ba người con gái và một cậu con trai. Ba người con gái của ông bà Hải hiện đang sống tại Mỹ. Ở cùng chỉ còn cậu con trai út tên Hồ. Nguyễn Văn Hồ, học chung lớp với tôi. Tuy Hồ là bạn học chung lớp, nhưng Hồ lớn hơn chúng tôi ba bốn tuổi. Nó khoảng mười sáu, mười bảy.

Vì là con út lại là con một, nên Hồ được ba má cưng chiều. Hồ chẳng chịu học hành. Nó chỉ biết chơi bời lêu lổng nên ở lại lớp đến ba, bốn năm. Nó luôn nói với chúng tôi rằng: “Tao chỉ cần học xong cấp hai thôi là không cần phải đến trường đến lớp nhàm chán nữa.”

Chỉ còn vài tháng là chuẩn bị thi tốt nghiệp cấp hai, thi lên lớp 10, nên chúng tôi đứa nào cũng bận rộn với sách vở. Nhưng Hồ thì không. Nó chẳng hề lo lắng hay động đến. Mỗi ngày lên lớp, nó úp mặt xuống bàn ngủ. Lúc đầu thầy cô giáo còn gọi nó dậy, nhưng riết rồi tất cả thầy cô cứ để yên cho nó ngủ. Nó coi lớp học như phòng khách sạn, còn bàn học là giường ngủ vậy. Nó vào lớp học chỉ để ngủ chứ không quậy phá, nên thầy cô và các bạn cho nó một thế giới riêng trong lớp học này. Nó nói với chúng tôi: "Tao không cần học như tụi bây, nhưng sẽ có cái bằng tốt nghiệp đàng hoàng. Lấy bằng tốt nghiệp cấp hai xong, thì tao chào tạm biệt không gặp lại trường, lại lớp đáng ghét nữa."

Ngoài những lúc đi học ra, thời gian còn lại, thằng Hồ đều ôm con gà đi tới xóm khác để bắt độ, hay la cà ở những quán cà phê dọc trên đường quốc lộ số Một.

Vào những năm đầu của thập niên 90s, xóm chài chúng tôi không còn thắp đèn dầu, đèn hột vịt như xưa nữa. Mà thay vào đó là những ngọn đèn điện. Điện từ thành phố được kéo về thắp sáng cả xóm. Nhiều nhà còn mua sắm tivi và đầu máy video để mở quán cà phê có chiếu phim. Đi đâu cũng nghe tiếng phim Hồng Kông hoặc bàn về những bộ phim Hồng Kông kiếm hiệp của Kim Dung như Võ Lâm Ngũ Bá, Anh Hùng Xạ Điêu, Thần Điêu Đại Hiệp v.v... và v.v...

Chiếu phim kiếm hiệp Hồng Kông chán, họ chuyển qua chiếu phim Mỹ rồi cả phim dành cho người lớn, phim sex. Đám choi choi chúng tôi cũng cuốn vào những đêm đi coi phim thâu đêm suốt sáng. Mỗi lần đi coi phim, chúng tôi chỉ đi coi phim chùa. Chúng tôi chờ đến khi phim hơn nửa hoặc gần hết mới dám đến, đứng bên ngoài nhìn vô. Hôm nào có đủ tiền mới dám bước vào quán, gọi một ly cà phê hay một ly trà đá để coi phim, nhưng hiếm khi được như vậy. Thằng Hồ thì khác. Nó lúc nào cũng quần áo chỉnh tề, đàng hoàng vào quán gọi cà phê thuốc lá, vừa uống cà phê phì phèo thuốc lá để coi phim.

Một ngày cuối năm lớp 9, tôi đang ngồi học bài thì thằng Lượm trong xóm chạy vào, mắt nó ngó quanh, đi lại bên cạnh tôi nói nhỏ:

- Ê, Tuấn mày có nghe chuyện trong xóm mình chưa?

Tôi không nhìn nó, lơ đễnh, hỏi lại:

- Chuyện gì mà là chuyện gì?

- Mày không biết gì hả? Thằng Hồ nó hiếp má Sùng.

Tôi giật mình, bỏ quyển đề cương tốt nghiệp môn sử xuống, trân mắt nhìn thằng Lượm, hỏi lại:

- Thiệt hả? Gì ghê vậy bây?

- Ủa... Tao nghe quá chừng người trong xóm nói mấy hôm nay bà Hải qua xin vợ chồng ông bà Kiên đừng tố cáo thằng Hồ lên công an. Nghe nói họ trả cả cây vàng để vợ chồng ông Kiên khỏi tố thằng Hồ ra công an xã...

- Nhưng má Sùng...

Tôi vừa kịp ngừng lại chữ "khùng", và vội lái qua:

- Nhìn thấy má Sùng dơ dơ làm sao khi nước dãi lòng thòng thấy gớm mà sao thằng Hồ làm chuyện đó với má Sùng được...

- Chắc tại thằng đó coi phim con heo nhiều quá rồi làm bậy. Ông bà Kiên mùa này đi ra bến cá làm lụng. Ở nhà chỉ có mình má Sùng, nên thằng chả ngứa lên thì nó làm gì không được. Mà tao nghe nói là nó hiếp nhiều lần chứ không phải lần đầu đâu nha mậy.

- Ờ, chắc ngựa quen đường cũ.

- Chứ còn gì nữa. Ăn quen chứ nhịn không quen. Mà mày học chung với nó, mày có thấy nó có bạn gái gì không?

- Nó hả? Nó lớn chầm dầm, học dốt nữa, nên không đứa nào chịu nói chuyện chứ ở đó mà thích với yêu.

- Ủa... Bậy thiệt... Thôi tao để cho mày học bài. Tao đi về.

- Ủa.

Thằng Lượm đi rồi, tôi cũng chẳng đọc được chữ nào vô đầu.

oOo

Kỳ thi tốt nghiệp cũng trôi qua, thằng Hồ tốt nghiệp trung học loại giỏi như nó từng khẳng định với chúng tôi. Tên của nó vần "H" còn tôi vần "T" nên khi thi chúng tôi ở khác phòng, nhưng tôi nghe con Hà kể lại, lúc vào thi, thằng Hồ chỉ ngồi nhìn trời nhìn mây, nhìn ra cửa sổ đợi. Khoảng nửa giờ sau khi đề bài được mở ra thì có người đưa bài giải sẵn cho nó, thằng Hồ chỉ việc sao chép vào giấy thi của mình rồi nộp lên. Thằng Hồ đạt được điểm cao ngất, giỏi hơn cả những đứa học sinh giỏi khác trong lớp chúng tôi như thằng Quang, con Thùy, con Trang...

Thi tốt nghiệp vừa xong, chúng tôi nghỉ ngơi để tiếp tục ôn bài cho lần thi chuyển cấp sắp tới. Tôi còn nhớ hè năm đó có trận túc cầu thế giới diễn ra ở Hoa Kỳ. Với hai múi giờ khác nhau, nên chúng tôi phải thức sáng đêm để coi đá banh và ôn bài.

Năm đó chúng tôi nghe mấy anh lớn trong xóm nói thằng Hồ mê cá độ đá banh. Nó thích đội Argentina bởi nó rất mê đội có cầu thủ Maradona mà bốn năm trước nó từng coi. Nó bắt đội Argentina thắng để vào chung kết, nhưng ai ngờ đội này không vô được tứ kết làm nó thua thê thảm. Sau đó nó lại thua thêm một vố đau khi Brazil thắng đội Ý ở phần đá phạt đền. Không biết là do thua độ đá banh hay vì lý do khác, nên cuối tháng Bảy năm đó, thằng Hồ đi ra biển nhảy gành tự tử.

Ở cái xã Vĩnh Lương này, vào thời đó, hiếm có nhà nào có hố xí. Khi có nhu cầu để giải quyết, mọi người thường ra biển, ra gành đá để "trút bầu tâm sự". Tôi nghe người trong xã kể lại, khi đó là giữa trưa, thằng Hồ nhảy theo những tảng đá to để ra tận eo biển, ngoài đầu gành đá, nơi sóng lớn và nước sâu nhất rồi gieo mình xuống. Một vài người đi vệ sinh ngoài gành đá đã thấy. Nhưng họ không thể nào cứu vớt nó được. Những cơn sóng bạc, nước xiết chảy, nên không ai dám liều mình để cứu vớt. Thằng Hồ là một người bơi lặn giỏi, nhưng với dòng nước xiết cuồn cuộn, nó không thể nào sống. Đầu của nó đập vào những tảng đá bám đầu rong rêu và vỏ hàu. Đó là nguyên nhân dẫn đến cái chết của Hồ.

Sau một vài giờ vật lộn với những cơn sóng, người ta cũng kéo được xác của nó vào bờ bằng lưỡi câu cá cờ, cá mập.

Đám tang của thằng Hồ ầm ĩ náo loạn xóm chài cả mấy ngày liền. Sau khi chôn cất thằng Hồ xong, trong xã chưa kịp bình yên lại dậy sóng với tin má Sùng có thai với thằng Hồ.

Hôm đó, tôi mới trở về từ thành phố sau những ngày xa xóm để chuẩn bị nhập học cho niên học mới. Trên đường từ thành phố trở về, đến đường quốc lộ số Một, tôi thấy cảnh vợ chồng ông bà Kiên lôi má Sùng đi. Tay má Sùng cột chặt bằng một sợi dây thừng lớn, loại dây người ta kết vào lưới cào giã cào. Hai người lớn tuổi ra sức kéo, người trẻ còn lại chẳng muốn đi. Theo sau là một đám con nít bu đen như kiến. Cảnh tượng ấy như thể mọi người đang coi trò kéo co. Trong đám con nít đó, một vài người lớn và những đứa choi choi, có cả thằng Lượm. Thấy tôi, thằng Lượm vừa chạy lại và gọi lớn:

- Hê... Tuấn... Mày đi thành phố mới dìa hả?

- Ừa...

Tôi dừng xe đạp lại, xuống xe, kéo thằng Lượm qua bên lề hỏi nó:

- Chuyện vì vậy Lượm? Sao ông bà Kiên trói má Sùng và kéo đi đâu vậy?

- Mày không biết gì sao? À mà chắc mày chưa biết... Má Sùng có chửa với thằng Hồ, nhưng ông bà Hải không nhận bị thằng Hồ đã chết. Ổng bả đuổi cả nhà ông bà Kiên ra khỏi nhà không cho ở nữa. Giờ ông bà Kiên dẫn má Sùng lên núi Bạc tránh tiếng.

- Mà sao không dẫn đi mà trói má Sùng tội vậy?

- Bị má không chịu đi. Bị đòi ở lại nhà ông bà Hải, nên họ mới lấy dây cột tay lại kéo má Sùng.

- Ờ... Tội cho má Sùng quá. Mà lên núi rồi họ ở đâu?

- Nghe nói ông bà Hải cho cái rẫy trên núi Bạc để nhà ông bà Kiên và má Sùng ở, nhưng cấm không cho về làng.

- Ờ...

- Bây giờ mới có xế trưa, đi kiểu này không biết ngày mơi có tới núi Bạc không nữa... Thôi, tao không đi theo coi. Mày chở tao dìa được không?

- Ừa...

Tôi quay đầu lại nhìn thì thấy đội hình rồng rắn kéo co đấy chỉ vừa băng qua đường quốc lộ... Đám con nít cũng tản ra gần hết. Đám con nít ở trong cái xã này, đứa nào cũng sợ băng qua bên kia đường quốc lộ, nhất là đường rầy xe lửa. Tai nạn thường hay xảy ra trên đường quốc lộ này, nên chúng không dám tiếp bước. Chúng quay về xóm.

Má Sùng đi rồi, xóm chài bình yên trở lại như chưa có chuyện gì.

Những tháng kế tiếp, tôi vào thành phố để học. Chuyện xóm chài tôi bỏ lại sau lưng. Mãi đến hai mươi sáu Tết tôi mới về nhà. Vừa về đến đầu xóm, tôi thấy thằng Lượm đi biển về. Trên tay nó bưng một giỏ đầy ghẹ. Thấy nó, tôi gọi lớn:

- Lượm... Lượm... Mày mới đi biển về hả? Có được nhiều không?

Nó nhìn tôi, cười, rồi nói:

- Được một mớ ghẹ. Chút lấy nửa chục về ăn?

- Thôi để mày bán kiếm tiền.

- Lâu lâu mày mới dìa, lấy mấy con ăn chứ bán buôn gì. Ủa mà lần này mày dìa ăn Tết đúng không?

- Ừa, tao về ăn Tết ra tháng mới đi học lại.

Lượm vẫn thế. Nó vẫn luôn xởi lởi và rộng rãi với bạn bè. Nó biết tôi thích ăn ghẹ bông, nên lựa những con lớn nhất đem qua nhà cho tôi. Tôi ngại không lấy, nhưng nó nói với tôi rằng, của biển cho, hôm nay được thì cứ ăn. Lâu lâu mới về xóm một lần chứ đâu phải ngày nào cũng được.

Tôi ở nhà vài hôm để phụ mẹ và ngoại sửa sang bàn thờ, nhà cửa đón Tết.

Đấy là năm 1995, năm đầu tiên nhà nước cấm đốt pháo vào dịp Tết. Tết mà thiếu tiếng pháo kém vui hẳn đi. Mấy ngày Tết trong xóm chài của tôi yên ắng. Một vài người tụ lại chơi bầu cua, sóc dĩa, lô tô, xì dách, nhưng tôi chẳng thích chơi vì tôi còn phải để dành tiền để trả tiền học phí chứ không dám chơi những trò đỏ đen, sát phạt. Hình ảnh thằng Hồ mới hôm nào, khi người ta "câu" nó vào bờ, vẫn còn ám ảnh tôi, mỗi khi tôi thấy ai chơi cờ bạc, dẫu chỉ là ba ngày Tết để giải trí.

Mùng năm Tết, khi mọi người đang chuẩn bị trở lại công việc thường ngày thì vợ chồng ông bà Kiên dắt má Sùng về xóm. Ông bà dắt má đến ngôi biệt thự. Phía sau họ là một đám con nít kéo theo như bầy ruồi. Ba người vừa bước vô ngôi biệt thự, là ông Hải vội khép cổng lại. Ông đưa tay xua đuổi đám con nít như người ta đuổi tà.

- Đi... Đi... Đi hết đi, có gì đâu mà coi.

Đám con nít giạt ra, chỉ còn lại một vài đứa tò mò đứng quanh quẩn ngoài bờ rào đưa mắt dòm vô trong.

Sau này, tôi nghe kể lại, ông bà Kiên được vợ chồng ông bà Hải cho về ở lại trong xóm để chờ cho má Sùng sinh con. Nghe nói má Sùng sinh được một đứa con trai lành lặn, khỏe mạnh, và rất dễ thương. Họ đặt tên cho đứa nhỏ là Hởi, Nguyễn Văn Hởi. Nhưng sau khi sinh con xong, ông bà Hải giành lấy đứa nhỏ để nuôi và đuổi cả nhà má Sùng về rừng. Họ viện lý do rằng đứa nhỏ ở gần má Sùng sẽ khùng giống má. Vả lại, vợ chồng ông bà Kiên cũng lớn tuổi không đủ sức khỏe và tiền bạc để nuôi một đứa trẻ vừa mới chào đời.

Người ta kể rằng: Mặc dầu con đường từ núi Bạc về xóm chài cũng hơn nửa ngày đường đối với người thường. Nhưng, má Sùng vẫn thường trốn ông bà Kiên bỏ xuống xóm chài để thăm con. Mỗi lần về, má chỉ dám đi quanh nhà ông bà Hải nhìn vào. Má Sùng chỉ cần nghe được tiếng con khóc rồi mới chịu rời khỏi nhà ông bà Hải để trở về rừng. Trong một lần trốn về xóm thăm con, má lỡ chân té xuống suối Đá Ràng giữa đêm khuya.

Sáng hôm sau, khi người ta đi rẫy mới phát hiện ra thi thể của má. Kể từ đó, người trong xóm cũng không thấy vợ chồng ông bà Kiên nữa. Có lẽ họ đã bỏ làng, bỏ xã đi đến một nơi nào đó để quên đi nỗi đau trong lòng.

Võ Phú
9/2021

đứng đầu mọi nỗi chán
là nỗi chán nhân sinh
trong đó bi thảm nhất
chính là chán ngán mình

lhoán

Cái Chòi Vịt

NGUYỄN THÀNH

Làng tôi xưa là một làng thuần nông, quanh năm suốt tháng con người bán lưng cho trời bán mặt cho đất nhưng chẳng ngóc đầu lên nổi nếu không có thêm nghề nuôi vịt…

Nhà nào cũng dựng một cái chòi chỗ ruộng của mình gần chuồng vịt, mùa nhàn nông sáng ra mở chuồng lùa vịt ra ruộng cho chúng tự kiếm ăn là chủ yếu rồi bằm thân chuối trộn cám cho chúng ăn dặm… Chăn vịt cũng ít cực nhọc, thỉnh thoảng ra kiểm tra coi bầy vịt nhà có đi lạc vào ruộng của người khác thì lùa về, giống vịt cũng quen nết từ nhỏ ít khi đi lung tung, thời gian rảnh rỗi nhiều nên người chăn vịt thả hồn toòng teng trên cái võng mắc trong lều mặc sức mơ mộng…

Mỗi người mơ mộng một kiểu, trong số có bà Thu Chằng. Chẳng biết có phải do thiên phú hay không mà chưa qua lớp năm, chữ viết thì nguệch ngoạc như gà bới, thế mà cứ mở miệng ra là thơ. Thơ bà cũng lâm ly trời đất vì được nuôi dưỡng từ hạt gạo, cây lúa, tôm cá… cùng với những đêm trăng thanh gió mát nghe tiếng côn trùng rên rỉ, à uôm nên hồn thơ cũng bị ảnh hưởng. Bà thấy con vịt hay con gà trống đang đạp con mái xù lông đầu kêu la thảm thiết cũng ra bài thơ tình lai láng, con chuồn chuồn bay, con cóc chộp kiến, con cá đớp bóng quẫy nước… cũng ra những chùm thơ thiên nhiên. Rồi trăng tròn, trăng méo, mưa nắng, gió bão… gì cũng thành thơ…

À mà cũng quên nói, sở dĩ bà có cái tên Thu Chằng vì bà dữ có tiếng trong làng. Ai ghẹo bà hay những lúc bị mất con gà, con vịt thì bà chửi từ sáng tới tối. Nhưng người ta lại thích nghe bà chửi vì bà chửi âm thanh phát ra lúc lên, lúc xuống trầm bổng, lúc thì có vần có điệu như đoạn dưới đây:

"Hôm nay bà chửi một bài/ Ngày mai bà sẽ chửi hai lần liền/ Bà chửi cho mày hóa điên/ Bà rủa suốt tháng liên miên không ngừng/ Bây giờ bà mệt quá chừng/ Bà về cơm nước, nhớ đừng quên a.../ Muốn sống thì thả gà ra/ Lạy bà hai lạy, bà tha cho mày... ày ày ày..."

Người ta sợ bà nhưng vẫn thích nghe bà chửi vì thường câu cuối bà ngân nga kéo dài như ngâm thơ, nghe riết cũng ghiền. Ngày nào không nghe bà chửi cũng buồn. Chắc ông Ngô Tất Tố mà sinh cùng thời cũng phải vái bà là sư phụ để cho ra đời những tác phẩm bất hủ còn hơn cái thời của ổng.

Giờ bà lại chuyển qua làm thơ. Nhiều khi bà làm được một câu thơ nào bà cảm thấy hay, bà vỗ cái đùi tròn lẳn đến đét một cái cười khà khà tâm đắc, rồi chợt đượm vẻ buồn vì chẳng có ai chia sẻ. Một hôm có ông thầy giáo trong làng đi ngang qua cái lều vịt của bà, nghe bà ngâm thơ cũng đồng cảm. Người ta hay kêu ông là thầy giáo làng vì mấy chục năm nay ông bám làng để gõ đầu mấy đứa trẻ chăn trâu rồi gõ đầu luôn mụ vợ thế là cắm sào chẳng đi đâu nữa. Khổ cái mấy anh trai làng có lên thành phố dùi mài kinh sử ôm được cái mảnh bằng sư phạm thì nhất quyết không chịu về làng. Thế nên làng thiếu giáo viên đủ mọi cấp, thầy giáo làng vì thế cũng có đất để mà múa rồi múa luôn qua lĩnh vực thơ. Thế là hai tâm hồn thơ gặp nhau rôm rả…

Để được thầy giáo làng qua đối ẩm thơ với mình, bà Thu Chằng thường thì cũng có đĩa mồi với chai rượu mời thầy qua chơi. Lâu lâu hứng chí lại một con vịt hay con gà vào nồi, vừa nhâm nhi vừa tung hứng đến lúc chẳng biết trời trăng gì nữa rồi lật chổng gọng ra trong cái chòi vịt…

Nịnh nhau riết rồi cũng chán. Một ngày bà tỉnh ngộ ra bà đích thực là một nhà thơ. Cái làng này sao toàn đứa dốt, phải truyền cho chúng nó để cái làng thành cái làng thơ. Nghĩ là làm, bà lấy cái chòi vịt làm nơi tập họp những tâm hồn thơ lại, có ông có bà thì ngo ngoe vài câu rồi tắc tịt cũng được kéo tới, không làm được thơ thì nghe, thì cứ vỗ tay khen. Có lúc làm được bài thơ, được vỗ tay nồng nhiệt bà liền viết ra giấy rồi dán lên cái cột lều cho mọi người thưởng thức. Mặt bà vênh vênh làm bộ hỏi thơ tui sao? Mấy đứa ăn theo vì được ăn nhậu nên khen rối rít, bôi cứt vào cái mặt núc ních mỡ của mụ mà mụ cứ hớn hở…

Hữu xạ tự nhiên hôi, tiếng lành đồn xa… Một hôm trong làng có một nhà thơ trong hội nhà văn TP về thăm nhà. Nghe tiếng ông cũng lân la tới cái chòi vịt… à quên bây giờ gọi là "cái chòi thơ". Nghe tiếng nhà thơ về, mụ Thu Chằng tiếp đãi hoành tráng rồi cứ thế ngâm thơ và nhờ nhà thơ đánh giá. Ông nhà thơ nghe thơ mà thất kinh hồn vía, rịn mồ hôi trán, cứ gật gật cái đầu chẳng dám nói rồi kiếm cớ chuồn thẳng…

Rồi dần dần các nhà thơ cưỡng bức thưa dần còn mỗi thầy giáo làng. Thầy độ sau này đổ đốn quen vòi rượu thịt mà không rặn nổi nửa chữ, mụ Thu Chằng cũng chán tống cổ thầy giáo làng đi nốt…

Còn mỗi mình mụ ở lại cái chòi vịt sáng tác thơ rồi tự thưởng thức. Buồn buồn mụ ngâm thơ cho lũ vịt của mụ nghe. Lũ vịt ngẩng cao cái đầu nghiêng nghiêng đôi mắt tròn xoe như thưởng thức làm mụ Thu Chằng đôi lúc cũng thích thú…

Người ta nói sấm nổ đầu vịt, ý nói con vịt chẳng sợ tiếng động gì, cũng may chứ không lũ vịt mà nghe được mụ Thu Chằng ngâm thơ chắc chúng lăn quay ra chết tiệt hết…

Nguyễn Thành

ngồi đợi một kết quả
thường lo lắng bồn chồn
ngồi đợi một người hẹn
hồi hộp và nóng lòng

lhoán

Cái Bẫy Của Số Phận
VƯƠNG HOÀI UYÊN

Rồi cuộc thi cũng kết thúc. Bạn bè chào nhau hẹn mùa thi sang năm sẽ gặp. Mỗi mùa thi họ được điều đến một ngôi trường làm một công việc nhàm chán: giám thị phòng thi, đó cũng là dịp gặp lại những người bạn lâu ngày không gặp. Những giờ gác thi dài lê thê, căng thẳng như bị tra tấn trước đám học trò với những khuôn mặt hốc hác, phờ phạc vì thức đêm, Kim như thấy lại thời niên thiếu xa xưa của mình. Mọi người về cả rồi. Chị chậm rãi xuống cầu thang. Ban nãy lúc nộp bài chị cũng không cần phải vội vàng mặc dù anh bạn đồng nghiệp đã nhường cho chị, đặt xấp bài của chị lên trên với nụ cười nửa miệng: "Ưu tiên cho phụ nữ". Bất đắc dĩ chị phải cười đáp lại: "Cảm ơn anh Duẩn. Nhưng tôi không vội. Anh khỏi phải nhường". Và chị quay đi, tránh cái nhìn khó hiểu của Duẩn.

Bãi đậu xe rộng thênh thang chỉ còn vài ba chiếc xe của những giáo viên làm công tác lãnh đạo ở lại sau cùng để làm thủ tục niêm phong bài thi. Kim gặp một cô bạn dạy khác trường đang hấp tấp quay đầu xe. Cô bạn nhoẻn miệng cười vui vẻ: "Mình đang vội về đi biển. Ông xã và mấy nhóc đang chờ ở nhà, gia đình Kim có đi không?". Chị lắc đầu vẫy tay đáp lại: "Chúc vui vẻ".

Chị đã ngồi yên trên xe khởi động máy, nghe tiếng máy nổ đều đều nhưng vẫn chưa muốn đạp số. Đi đâu bây giờ? Chị thẫn thờ tự hỏi. Người ta có một gia đình êm ấm, hạnh phúc, lúc nào cũng muốn vội vàng để về nhà. Còn chị, chị cũng có một chỗ để trở về nhưng chị biết chắc chỗ đó không có gì vui vẻ dành cho chị. Bao giờ chị cũng có cảm giác bơ vơ như một người không chốn nương thân.

Kim đi loanh quanh một lát trên những con phố ồn ào. Bốn giờ chiều nhưng cái nắng của một ngày hè miền Trung vẫn còn rực rỡ chói chang. Cho đến khi nghe tiếng sóng vỗ rì rào chị mới chợt nhận ra xe mình sắp rẽ vào một con đường mới mở chạy quanh co ven biển. Con đường đẹp và thơ mộng ôm lấy bờ biển xanh bát ngát trở thành niềm tự hào của người dân thành phố biển này. Một vài cây dừa còn sót lại rũ những cành lá xơ xác trên bãi biển vàng óng nắng chiều. Kim khóa xe cẩn thận để bên lề và lần theo bậc tam cấp để đi xuống bãi cát. Ngồi trên một ghềnh đá dưới bóng dừa chị thấy lòng yên tĩnh đôi chút. Một điệu nhạc xa xăm từ một quán cà phê nào đó vẳng đến bên tai chị: "Khi tôi về, con chim câu nằm trong tổ ấm, dây thép gai đã hết rào quanh đồn phòng ngự, và người lính đã trở về cày đám ruộng xưa..." Bài hát thịnh hành từ thời xa xưa, khi Kim còn là một nữ sinh trung học. Giữa thời bom đạn ác liệt, nó là viễn cảnh hòa bình không biết bao giờ mới đạt đến. Nó là khát vọng cháy bỏng của không biết bao nhiêu triệu con tim. Người ta hát mà rưng rưng nước mắt: "Khi tôi về, con diều bay đùa bay trong gió, chốn quê nhà trên thảm cỏ xanh có lũ trẻ để bụng lòi rốn đen, cười thanh bình..." Chị như trôi theo bài hát quay về với thời bom đạn xa xưa.

Những năm chiến tranh ấy bao trùm trên thời mới lớn của Kim như tấm áo choàng đen của mụ phù thủy. Hồi ấy những giấc mơ thời con gái của Kim thường bị đánh thức bởi tiếng bom đạn ì ầm cùng với tiếng gọi hốt hoảng của mẹ:

- Dậy! Dậy! Vào hầm.

Nhà ở thành phố không có chỗ đào hầm, người dân thường dùng một phòng chất bao cát làm hầm nổi. Ngồi co ro trong xó hầm chật hẹp, Kim thấy rõ hai đứa em run lập cập trong tiếng súng nổ rất gần. Cảm giác lúc đó mạng sống của mình thật mong manh, phó mặc cho rủi may. Mẹ Kim lại cho đó là căn hầm may mắn, vì có lần mẹ gói ba lượng vàng trong miếng vải, nhét sâu vào ngách bao cát, vài hôm sau không hiểu vì sao ba lượng vàng biến mất. Chỗ giấu vàng chỉ có mình mẹ biết, không có lý do gì kẻ khác biết được. Cứ đinh ninh là mất hẳn số vàng ấy rồi, nhưng vài tuần sau trong một đêm vào dọn hầm, mẹ bàng hoàng thấy ba lượng vàng nằm trong một gói giẻ rách te tua trên nền hầm. Theo Kim, thủ phạm vụ này chắc chắn là mấy con chuột thôi chứ không ai khác. Vậy mà mẹ cũng cảm ơn lũ chuột đã biết nghĩ lại.

Mẹ gọi lũ chuột là "ông Tý" và theo mê tín của mẹ thì chuột cũng biết trả thù hẳn hoi, cho nên không được xem thường.

Mỗi lần ngồi trong hầm nghe bom đạn nổ, Kim hay nghĩ về Khoa. Giờ này nơi hải đảo hoang sơ ấy Khoa có bình yên không. Là lính đảo, Khoa hiếm khi có dịp về thành phố, chỉ còn những bức thư vượt trùng dương xa xôi: "Kim biết không, anh đã đi qua rất nhiều ngày chưa có một giọt mưa. Chưa bao giờ anh thèm một giọt mưa đến thế. Mỗi buổi sáng thức dậy trên tàu mây biển pha màu ở cuối chân trời rực rỡ báo hiệu một ngày nắng gắt, hy vọng về một cơn mưa rào mùa hạ càng bị đẩy lùi xa xăm. Giá như có một ngày nào đó Kim ra đảo thăm anh chắc sẽ không còn nhận ra anh nữa. Lính đảo không có nước ngọt để tắm nên đành phải tắm nước biển, da sạm đen và tóc rụng dần..." Nhưng Kim không bao giờ còn có dịp gặp lại Khoa nữa. Khoa đã vĩnh viễn ra đi không về. Năm ấy Kim mới hai mươi tuổi.

Nỗi đau quá lớn đổ ập xuống đầu người con gái đang học năm thứ hai đại học.Trong đám tang của Khoa, Kim thấy có người con gái trạc tuổi mình, xõa tóc ngồi lặng lẽ khóc bên quan tài. Chị Khanh của Khoa đã kéo Kim ra một chỗ khuất nói nhỏ:

- Em đừng hiểu lầm, cô bé này yêu Khoa đơn phương nhưng tha thiết lắm. Giờ phút ấy Kim không hề thấy một chút ghen tức gì với người con gái kia, chỉ thấy thương cô ấy như thương chính bản thân mình. Người ra đi có đau buồn không? Hay tất cả chỉ là nỗi mất mát quá lớn của người ở lại.

Cú đấm đầu tiên của cuộc đời quá mạnh khiến Kim thấy thật sự hụt hẫng trước ngưỡng cửa cuộc đời. Người ta thường nói những mối tình đầu thường không đi đến đích, có lẽ Kim và Khoa cũng nằm trong cái quy luật chung ấy. Mặc dù chưa hề có sự đính ước nào nhưng Khoa từ lâu đã trở thành thân thiết với gia đình Kim. Kim xin ba mẹ cho phép Kim lập bàn thờ Khoa trong phòng mình. Đêm đêm Kim nằm nhìn lên ảnh Khoa nhớ lại những lần hai người hẹn hò nhau đi chơi trong những buổi chiều lộng gió. Thật vô lý khi bỗng chốc Khoa đã ra người thiên cổ. Sao nhanh đến vậy? Có nhiều lúc Kim vẫn không tin rằng Khoa đã mất. Sao đời người lại ngắn ngủi quá vậy khi mắt Khoa còn sáng, tóc Khoa còn xanh thế kia! Nhớ những lần cuối mùa đông Khoa đến giúp Kim trẩy lá mai trong vườn nhà. Vườn nhà Kim trồng nhiều mai, nhưng ba Kim chỉ trồng mai để thưởng xuân chứ không hề bán. (Chú Năm nói ba Kim có máu lãng mạn, ngay trong cách đặt tên con cũng không giống ai. Kim là Sao Kim, em gái là Sao Mai, em trai út là Kinh Luân). Trồng mai thì dễ nhưng trẩy lá cho mai ra hoa thì mệt phờ. Ba Kim là công chức ngày hai buổi đi làm, thời gian đâu mà trẩy lá. Cậu em trai ham học hay đùn đẩy, má thì bận bịu việc mua bán. Rốt cuộc chỉ còn mình Kim và cô em gái. Cô này thấy có Khoa đến giúp thì mừng quá bèn bỏ cuộc, thay đồ đi chơi. Kim thấy vậy hét lên:

- Ê, Mai ơi đi đâu đấy? Sao không trẩy lá?

Mai vừa đạp xe vừa ngoảnh đầu liến thoắng:

- Để cho hai người tự do đấy. Mừng muốn chết còn làm bộ. Em không làm kỳ đà cản mũi đâu.

Kim nhăn mặt cằn nhằn:

- Cái con bé này! Chỉ giỏi trốn việc thôi mà.

Khoa thấy vậy vội nói:

- Kim đừng lo, anh làm nhanh lắm. Phân công Kim trẩy cành thấp, anh phụ trách những cành cao. Hai con én làm một mùa xuân. Ý nghĩa quá còn gì!

Khoa vừa trẩy lá vừa hát nhạc Trịnh Công Sơn. Giọng Khoa trầm ấm nhưng buồn mênh mang. Những lúc Khoa đến sớm, Kim và Khoa hay đi tìm nấm mối trong vườn nhà. Khi trời se lạnh và tạnh ráo sau những ngày mưa, nấm mối nở trắng cả một vạt trong bụi tre cuối vườn. Khi ấy phải nhổ rất nhanh, không thì mặt trời lên cao nấm sẽ tàn mất. Những khi tìm thấy một vạt nấm mối như vậy Kim rất vui, cũng như những khi tình cờ tìm thấy một cái trứng gà đẻ rớt trong bụi cỏ, hay tình cờ nhìn thấy một con cút hoang mập ù lủi nhanh trong hàng rào cây rậm rạp. Có cái gì hoang dã hay hay, hơn là nhìn thấy một rổ trứng gà, hay nhìn một chuồng cút được nuôi theo kiểu công nghiệp mà sau này thường thấy. Những lúc đó Kim lại hì hụi đổ bánh xèo nhân nấm mối. Nấm mối ngon kỳ lạ, đổ bánh xèo và nấu canh với rau khoai lang rất ngọt. Ăn xong hai người lại hì hụi trẩy lá cho mai. Có lần Kim thắc mắc không hiểu sao ba lại trồng mai ở vườn sau mà không trồng trước sân nhà cho đẹp. Nhưng ba nói mai trồng trước nhà con cái hay bị tuyệt tự, bằng chứng là đã có nhiều nhà trong làng bị như vậy, trong đó có nhà cô Ba của Kim. Cô Ba có ba người con trai, nhưng cả hai đều chết bất đắc kỳ tử khi chưa có gia đình, người con trai út tên An nghe nói bị cùi và bỏ đi biệt tích không biết sống chết thế nào. Trong ba người con cô Ba, anh An không đẹp trai như anh Bình, anh Hòa, nhưng tính tình rất hiền. Kim nhớ hồi Kim còn nhỏ, có lần bị ba la vì chuyện gì đó, Kim ngồi buồn thiu dưới cây phượng đầu ngõ, trời thì mưa, nước ngập con ngõ. Anh An thấy vậy dắt Kim đi bắt cá. Kim quên ngay chuyện buồn và thấy anh An thật dễ thương. Cây mai lão trước sân nhà bị đốn bỏ. Cô Ba tóc bạc trắng vì buồn, một mình trong gian nhà rộng thênh thang, lúc nào cũng nghe cô thở dài ảo não. Thỉnh thoảng Kim qua thăm, thấy cô hay ngồi tựa cửa nhìn xa xăm như đang đợi đứa con đi biệt không về.

Vườn mai trẩy xong lá còn trơ lại những cành cây khẳng khiu trơ trụi như những ngón tay gầy guộc quờ quạng trên nền trời xanh. Lá mai xanh phủ dày khắp vườn, Kim và Mai quét gom lại từng đống, đợi lá khô đốt lên làm phân bón cho cây. Cho đến bây giờ khi đã xa quê rất lâu Kim vẫn còn nhớ cái mùi lá mai đốt lên hăng hắc trong gió chiều. Gần giáp tết thì cả vườn mai ra hoa vàng rực. Kim và Khoa hay lang thang trong vườn mai tìm cành mai đẹp cắt ra chưng trong phòng khách. Nhưng những ngày vui đó cũng qua mau. Khoa đang học đại học thì bị động viên vào lính. Khoa vốn có máu mơ mộng nên thi vào binh chủng Hải quân. Kết thúc khóa học, Khoa về thăm nhà mấy hôm trước khi ra đảo. Lần ấy một trận lũ kinh hoàng tràn qua tỉnh nhỏ, nước ngập trắng xóa cả vườn mai. Ba mẹ lo mai ngập nước lụt thế nào cũng chết. Khoa giúp cả nhà hì hục khuân đồ đạc lên gác. Ngồi trên lan can nhìn nước lũ ngập khắp vườn, Kim buồn buồn :

- Tết năm nay không còn ai giúp Kim trẩy lá cho mai rồi nhỉ.

Khoa an ủi:

- Anh sẽ về phép vào dịp tết. Lo gì.

Kim vẫn biết đó chỉ là một lời hứa mơ hồ. Đúng như vậy, những ngày giáp tết năm ấy Kim mong Khoa cháy lòng nhưng Khoa đã không về, cho đến ngày Khoa mất. Một đời lính ngắn ngủi, một đời người mong manh!

Mấy năm sau Kim đi lấy chồng theo sự sắp đặt của gia đình. Thấy Kim không hề yêu ai sau cái chết của Khoa, ba mẹ Kim nhận lời mai mối gả Kim cho Nam, một người mà ba mẹ thấy tương xứng. Nhưng thật ra đó chỉ là một sự "tương xứng" trong quan niệm của những bậc cha mẹ. Nhưng rồi Kim vẫn gật đầu lấy Nam, một phần như đánh cược với số phận, một phần vì chán nản buông xuôi, không thiết tha gì nữa.

Sau này Kim mới nhận thấy rất rõ giữa hai người có một sự khập khiễng lớn về tâm hồn, về quan niệm sống… Nhưng nghĩ lại Kim mới thấy cái bẫy của số phận hồi đó giăng ra thật ngọt ngào, đến khi sập bẫy rồi mới thấm thía đau đớn. Nam hồi đó không có vẻ gì là một người đàn ông cực kỳ ích kỷ và cực kỳ gia trưởng. Khi quen nhau người ta thường che giấu bản chất mình trong những cái vỏ bọc đẹp đẽ, hào nhoáng. Nam có học, đẹp trai, lại biết chiều chuộng. Lũ bạn Kim mừng cho Kim. Nhưng không ai biết Kim đã phải trả giá như thế nào cho sự lựa chọn mà số phận đã dành cho mình.

Những năm tháng đầu của cuộc hôn nhân tương đối thuận buồm xuôi gió. Mặc dù có khi xào xáo nhưng Kim nhẫn nhục chịu đựng, vì con. Nhưng Kim càng nhẫn nhục, càng ngày Nam càng tỏ ra quá quắt. Nam ghen bóng ghen gió, Nam khó chịu vì mối tình đầu của Kim, mặc dù Khoa đã mất khá lâu. Là một con người cực kỳ ấn tượng, Những khi xích mích nhau Nam hay đem chuyện cái bàn thờ Khoa mà Nam một lần nhìn thấy trong phòng Kim khi hai người mới quen nhau ra dè bỉu:

- Gia đình cô kỳ lạ thật đấy. Chưa phải vợ chồng mà đã thờ tự. Sao lại có thể như thế được nhỉ.

Hoặc:

- Tôi biết cô sống với tôi nhưng hồn vía thì để đâu đâu.

Có khi cả hai cùng đi biển, Kim mê mải nhìn một con tàu phía xa xa. Nam khó chịu ra mặt:

- Cô yêu biển, yêu con tàu lắm nhỉ!

Chỉ một câu nói cay nghiệt đã phá tan giờ phút lẽ ra là êm ấm giữa hai vợ chồng.

Quá thất vọng trước người chồng ích kỷ, vụn vặt, nhiều khi Kim đã nghĩ đến giải pháp ly hôn. Nhưng khi nghĩ đến các con, Kim lại âm thầm chịu đựng. Kim nghĩ mình đã phải trả giá cho quyết định của mình, các con nào có lỗi gì. Thôi thì cứ ráng mà đi cho hết cuộc đời. Nhưng Kim càng chịu đựng, Nam càng lấn lướt. Kim nhớ đã đọc một truyện ngắn của Nam Cao phân tích tâm lý của một anh nông dân bị lính lệ ghẹo vợ ngay trước mặt thì cúi đầu đi, không dám nói một tiếng. Nhưng khi về đến nhà thì bao nhiêu hằn học trút cả vào má vợ. Tiếc thay, Nam có học nhưng lại thuộc loại người này. Có lần Kim đọc một cái tin trên báo, đại để trong một đêm văn nghệ ở nông thôn thời nay, trong khi cô vợ lên sân khấu hát xong một bài đơn ca, một anh thanh niên láu cá đã nhân cơ hội ấy lên sân khấu ôm cô "ca sĩ" hôn ngay trước mặt công chúng để… tỏ lòng hâm mộ. Lập tức anh chồng phóng lên đấm một phát vào mặt anh chàng láu cá làm gẫy hai cái răng cửa! Kim nghĩ giá như ghen như vậy còn hơn kiểu ghen chì chiết chỉ vì muốn trả thù, muốn đay nghiến làm khổ vợ.

Cứ thế, Kim lang thang đi trong cõi đời như một cái xác không hồn. Bạn bè thường nhận xét lúc nào cũng thấy Kim buồn. Làm sao không buồn khi đứng trước nghịch cảnh ấy - nhất là với những người quen sống nội tâm như Kim. Có những mùa hè con cái được nghỉ học, Kim thường lấy cớ đưa con về thăm ngoại. Đó là những phút thư giãn hiếm hoi của Kim giữa những căng thẳng của cuộc sống có khi lên đến đỉnh điểm. Nhiều khi chị thấy mình y hệt như anh chàng Xocolop trong tác phẩm "Số phận con người" của Mikhail Sholokhov [1], lang thang cùng đứa con nuôi bé bỏng cuốc bộ khắp nước Nga cho quên nỗi buồn vì mất cả vợ con trong thế chiến thứ hai. Đúng là trong hoàn cảnh đó Xocolop chỉ có đi mới khuây khỏa nỗi buồn sâu thẳm, mà vì nó đêm đêm anh đã khóc trong giấc ngủ, trong vô thức đến nỗi khi thức dậy nước mắt thường ướt đẫm gối.

Về thăm quê ngoại, trở lại với khu vườn ngày xưa giờ không còn một cây mai nào sau những mùa lũ kinh hoàng, cái tết không còn hương vị như ngày xưa nữa. Kim đi lang thang trong vườn trong buổi chiều tắt nắng, suy gẫm về cuộc đời và nhận thấy dường như ai cũng có số phận của riêng mình. Và có lẽ không ai vượt qua được những cái bẫy của số phận.

Vương Hoài Uyên
(Cựu HS khóa 62. Hội viên Hội Nhà Văn Tp HCM)

*(1) Mikhail Sholokhov: văn hào Nga.

Một Cuộc Tháo Chạy
Thê Lương Và Bi Tráng

VÕ THẠNH VĂN

Nói cho chính xác, cuộc hồi hương của người dân miền Trung vừa qua, trong tháng 7, tháng 8/2021, là một cuộc trốn chạy. Trước hết, (a) Họ trốn sự đe dọa sinh tử ghê sợ của cơn đại dịch bá đạo có tên CORONA VIRUS Vũ Hán trước mắt đang rình rập từng giờ với con số chết chóc tăng vọt từng ngày. (b) Họ trốn nạn đói đã và đang xảy ra, trước bất lực và vô tâm của những người có trách nhiệm, của giai cấp được xem là phụ mẫu chi dân. Và sau cùng, (c) Họ trốn chạy khỏi hàng rào kìm giữ của hệ thống phong tỏa khắt khe vô cảm.

Có thể nói được, cuộc hồi cư của người dân Việt Nam 2021 ngày hôm nay, trong mùa Dịch WUHAN, là một cuộc di cư thê lương nhất của lịch sử lập quốc từ nghìn xưa, và thê thảm nhất trong lịch sử loài người cận đại. Cuộc trốn chạy này phảng phất nét thê lương của người dân Mông Cổ, Tây Tạng, người Hồi Giáo, Châu Mỹ La-Tinh… Nó bi tráng như cuộc tháo chạy của người dân Do Thái thoát khỏi đất Ai Cập để trở về Đất Hứa (Promised Land), từ mấy nghìn năm trước (khoảng 1500 năm trước Công Nguyên).

Nếu xét về phương tiện, thì người dân Việt Nam ngày hôm nay vượt trội, bởi những chiếc xe gắn động cơ hai bánh, thời gian cùng lắm là một tuần (hoặc hai tuần) là họ về lại đến quê nhà. Nơi chốn họ tìm về rải rác và trải dài cùng khắp quê hương đất Việt. Ngày xưa, dân Do Thái vượt Biển Đỏ, (Hồng Hải = Mer Rouge), đi chân trần suốt 40 năm quanh quẩn trong sa mạc, ngày nóng đêm lạnh. Nhiệt độ đại mạc Sinai chênh lệch, giữa ngày và đêm, lên đến hàng trăm độ Fahrenheit. Ngày nay, tuy có những con đường trải nhựa, nhưng người dân không kém gian nguy đe dọa phải đối đầu.

Tuy nhiên, có đôi điều khác biệt, là thuở ấy, (a) Dân Do Thái có được một vị lãnh tụ tài ba và đạo đức là Môi-Sen (được thế giới văn minh xếp hạng là chính trị gia lỗi lạc nhất tự cổ chí kim), (b) Họ ra đi được sự chúc lành của Thần Linh, và (c) Họ có được lương thực từ TRỜI (Mana) rơi xuống nuôi dân. Hình như những yếu tố sinh tử này đều không có cho người dân Việt Nam bất hạnh đang tháo chạy vô tổ chức ngày hôm nay. Họ bỏ làng mạc quê cha, trôi giạt về nơi trù mật, như cá tìm về nước. Rồi khi nguồn nước khô cạn, họ lại tháo chạy để giữ mạng sống, một cách tuyệt vọng.

Đành rằng, muôn đời, vận mệnh của người dân tùy vào mệnh nước. Mệnh nước tùy vào yếu tố địa lý mà những nước láng giềng luôn ảnh hưởng và chi phối lẫn nhau. Tiểu tòng đại, nhược tòng cường… là một trong hệ thống triết lý Chấp Sinh tuyệt vời khôn ngoan (chứ không phải khiếp nhược) của Cha Ông chúng ta qua bốn nghìn năm dựng nước, giữ nước, sinh tồn. Ngoài ra, yếu tố mấu chốt vẫn là, vận nước tùy vào cá nhân (hoặc tập thể) lãnh đạo. Cá nhân hoặc tập đoàn lãnh đạo ấy vận hành quốc gia tùy theo vốn liếng hiểu biết (khả năng tri thức) và đức độ sẵn có (hoặc không bao giờ có) của chính họ.

Ngày trước, cuộc ra đi của người Do Thái có một động cơ sâu xa từ ý thức hệ, tôn giáo, chính trị, xã hội… Ngày nay, động cơ chính của cuộc ra đi hoàn toàn do yếu tố thiên tai, nhân họa (Corona virus) và kinh tế (thất nghiệp lâu dài, thiếu hụt và khó khăn về thực phẩm). Mấy chục năm trước đây, người dân các vùng quê xa tụ tập về Sài Gòn (và các thành phố lớn) vì những nơi ấy có yếu tố TIỀN TÁN (tiền bạc phân phối rộng rãi cho mọi người). Ngày hôm nay, họ ra đi vì TIỀN TỤ (tiền bạc chỉ còn lại trong tay một số ít người).

Xã hội Việt Nam ngày hôm nay, vẫn còn bị chi phối bởi định luật kinh tế tự nhiên muôn đời. Đó là: "TIỀN TÁN DÂN TỤ, TIỀN TỤ DÂN TÁN". Đồng tiền là lẽ sống đã không còn thuận lợi để đủ sức nuôi sống người dân nữa, mà nằm trong tay một số ít người, giai cấp đặc quyền đặc lợi. Nghĩa là TIỀN TỤ. Bởi đó mà hệ luận tất nhiên phải xảy ra, là DÂN TÁN. Dân phải tán để sinh tồn. Ngày nay, đại dịch, chỉ trong một thời gian ngắn đã phá vỡ nền kinh tế bấp bênh của xã hội, mà nhiều người đã thấy trước và cảnh báo. Nguyên nhân của sự khập khiễng kinh tế ấy, bởi vì đâu?!

Bất cứ lý do gì, cầu mong cho mọi người tìm về đến nơi chốn mà từ đó họ đã ra đi. Nơi ấy, có lẽ là nơi chôn nhau cắt rốn. Nơi ấy, dân cư còn thưa thớt, nguy cơ lây lan dịch bệnh tương đối còn thấp.

Nơi ấy, họ có thể sinh tồn dưới thời buổi khó khăn. Nơi ấy, họ có thể nuôi được con gà con vịt, bắt được con tôm con cá, câu được con lươn con chình, trồng được luống rau luống cải, gieo được khóm bắp vồng lang, trồng được giàn dưa giàn bầu… để sinh tồn trong bất cứ hoàn cảnh nào, như cha ông họ đã kinh qua bao thế hệ… cho dù đe dọa của NHÂN HỌA nơi đâu và thời nào cũng có.

Trước đây, vì tìm kiếm lẽ sống mà họ từ bỏ quê hương để ra đi, tha phương cầu thực. Ngày nay, vì sự hoành hành bá đạo của dịch bịnh kéo theo nhiều hệ lụy phức tạp khác… mà họ trốn chạy ngược về quê hương chánh quán. Họ ra đi hai tay không. Họ trở về hai tay không trong tâm trạng cực kỳ hoang mang, khiếp sợ, tuyệt vọng. Họ đối diện từng ngày từng giờ với nắng mưa sương gió đói khổ nóng lạnh… trên từng cây số dọc đường. Trong số họ, có những em bé sơ sinh chưa đầy mười ngày tuổi èo uột trên tay những người mẹ ốm yếu xanh xao bịnh hoạn…

Cầu mong cho đoàn lữ hành tìm về Quê Hương an toàn. Ước mong sao họ được an ủi vỗ về chia sớt khổ đau thiếu thốn nơi quê hương họ. Ước gì tình cảm thân thương của quê nghèo sẽ xoa dịu phần nào những đau buồn mất mát uất hận tủi nhục mà họ phải gánh chịu trong thời gian qua… Ước gì đừng có ai vô tâm, vô cảm, vô cớ, vô nhân, vô hạnh, vô lương, vô sỉ, vô thức… mà cấm đoán, trách phạt họ. Hiện tại, họ là những người vô gia cư, vô nghề nghiệp, vô phúc phần… Mong không ai đóng cửa từ chối họ. Họ là thành phần vô sản chuyên chính đang lâm cảnh màn trời chiếu đất… Ước gì đừng ai xô đuổi hất hủi họ.

Lạy TRỜI, xin ngó xuống dương gian đang khốn đốn vì THIÊN TAI & NHÂN HỌA, đang khóc thương vì tai ương đại dịch, đang đói nghèo chết chóc, lầm than, tuyệt vọng... Xin THẦN LINH phù hộ cho giai cấp thống trị chút tài năng, lương tri, sáng suốt, biết thương và lo cho dân, ít nhất là không ác với dân. Xin HỒN THIÊNG CHA ÔNG của bốn nghìn năm OANH LIỆT hãy ngó nghĩ đến đám cháu con bất hạnh của những ngày hôm nay… Xin tri ân những tâm tình hào hiệp đã chia sẻ nỗi bất hạnh đau thương mất mát này… Xin cho mọi người, bất cứ nơi đâu, đều có quyền YÊU THƯƠNG QUÊ HƯƠNG và nói lên tiếng nói của LƯƠNG TRI cùng ĐẠO ĐỨC.

Võ Thạnh Văn
phù hư am, mùa trốn dịch VH, 2021.

Lê Hân, Hồn Phương Đông Trôi Trên "Ngọn Tình Lục Bát"

NGUYỄN AN BÌNH

Tôi gặp nhà thơ Lê Hân lần đầu tiên vào năm 2017 khi anh từ Mỹ về Việt Nam, anh trao cho tôi mấy quyển sách của nhà thơ Luân Hoán thực hiện mà tôi gởi mua giùm, ngay từ buổi gặp đầu tiên tôi nhận ra anh là típ người hiền hậu, chân tình, dù sống ở nước ngoài nhiều năm nhưng cách ăn mặc rất xuề xòa không sang cách. Trong dịp này anh gởi tặng tôi tập thơ thứ hai của anh "Ngọn Tình Lục Bát" in sau tập thơ đầu tiên "Tình Thơm Mấy Nhánh" xuất bản trước đó khá lâu do nhà xuất bản Nhân Ảnh của anh in ấn và phát hành năm trước. Sách in trên giấy kem tốt, với bìa và phụ bản của họa sĩ Khánh Trường, trình bày thật trang nhã làm tôi rất thích.

Lê Hân không nhận mình là nhà thơ nhưng anh lại rất yêu thơ nên những khi cảm hứng dâng trào thì anh lại làm thơ và để đó, nhất là thơ lục bát. Những năm sau này lại gắn bó với việc xuất bản sách nên văn chương đối với anh như một người bạn thân tình không thể thiếu được. Nghĩ cũng lạ một con người được học bổng du học và tốt nghiệp với tấm bằng kỹ sư hóa học và hành nghề trong lĩnh vực nguyên tử lực một thời gian rất dài lại có duyên nặng nợ với văn chương như thế.

Nói như Hà Khánh Quân (một bút danh khác của nhà thơ Luân

Hoán), Lê Hân không lớn lên cùng thơ, mà trưởng thành nhờ những môn học khác. Anh học giỏi và lấy được học bổng du học, trong thời kỳ việc ra nước ngoài không phải là điều dễ dàng, nhất là ở vị thế con của một viên chức nhỏ thuộc ty ngân khố thành phố Đà Nẵng. Có lẽ rất hiếm nhà thơ ghi lại cảm xúc của mình khi đi xa trọ học, Lê Hân cũng vậy. Anh có những câu thơ khá ngộ nghĩnh khi nói về cái "nghiệp thơ" của mình, nó đến rất tự nhiên như trẻ nhỏ vọc đất vậy mà.

không nhớ làm thơ từ lúc nào
hình như từ thuở biết chiêm bao
thấy ông Nguyễn Khuyến ngồi câu cá
thấy bác Kế Xương hát ả đào

hay:

tôi đã làm thơ như vọc đất
như leo trèo, chạy nhảy, tắm sông...
tôi đã làm thơ ngon trớn nhất
khi niềm vui chất ngất trong lòng

Như tên gọi, Ngọn Tình Lục Bát của họ Lê gồm trên dưới 150 bài thơ lục bát, trải dài trên 262 trang sách, khổ lớn. Sách thơ của anh có một điều khác hơn người ta ở chỗ anh sắp xếp thơ của mình theo các chủ đề cụ thể, riêng biệt, chắc có lẽ anh nghĩ bạn đọc dễ theo dõi tình cảm trong thơ của anh rõ nét hơn. Lục Bát là thể thơ truyền thống của dân tộc ta. Rất nhiều tác phẩm cổ đã sử dụng lục bát làm công cụ diễn đạt câu chuyện của mình như Truyện Kiều, Lục Vân Tiên, Phan Trần, Bích Câu Kỳ Ngộ... nên Ngọn Tình Lục Bát là những bài thơ tình viết bằng thơ lục bát. Còn cái tình đó như thế nào chúng ta phải đọc nó thôi, phải không?

Ngay trang đầu tập thơ, Lê Hân đã khéo léo gợi mở tâm tình của mình qua mấy dòng thơ sáu tám mà tác giả đặt cho nó cái tên: Mở Cửa "Ngọn Tình Lục Bát":

...

mời người dạo bước cùng lòng
ghé qua những luống tình nồng tôi xanh
cả đời tôi chắt chiu dành
nụ hôn này tặng loanh quanh cuộc đời

xin cùng tôi bước thảnh thơi
chúng ta giữ gốc cội người Việt Nam.

Lời phi lộ bằng thơ ấy đã nói lên được phần nào nội dung mà nhà thơ muốn đề cập đến: Các bạn hãy đi dạo trong vườn thơ tôi, đi quanh những luống hoa lòng ấy để thấy tình nồng tôi dành cho thiên nhiên, con người, quê hương bây giờ ngàn dặm mà "tôi chắt chiu dành" để rồi thấy được cái lẩn khuất sau những vần thơ chan chứa yêu thương và bình dị đó là "giữ gốc cội nguồn Việt Nam".

Phần nội dung Lê Hân chia làm năm phần cụ thể: "thiên nhiên xuân sắc", "quê hương", "gia đình", "thầy, cô, bè bạn" và "văn nghệ sĩ". Có lẽ nhà thơ quá chu đáo khi muốn hướng dẫn độc giả khám phá thơ anh để khỏi lạc bước chăng? Mà thôi như vậy cũng tốt, phải không các bạn?

Chúng ta thấy cách đặt tên phần một "thiên nhiên xuân sắc" giúp ta bắt gặp một Lê Hân có những câu thơ thiên về miêu tả nhiều hơn là thể hiện cảm xúc tình cảm, ngôn từ mộc mạc chân phương nhưng không vì thế mà dễ dãi. Anh có cái nhìn khá tinh tế mà nhiều người chưa chắc đã nhận ra, đôi lúc làm ta có cái cười thú vị trước những cảm xúc khá bất ngờ:

em ngồi nhướng mắt lặng im
tiếng chim như tiếng trái tim đập đều
vẩn vơ em liếc nhìn theo
con chim sâu thích leo trèo lung tung

mấy con chim sẻ lạ lùng
đậu chưa nóng đít đã cùng nhau bay

(chim trong sân sau nhà, viết năm 1959)

Thiên nhiên, hoa cỏ, thời tiết, mùa màng, chim muông, dòng sông, bến nước, con đò... cũng in dấu rõ rệt trong thơ anh:

mong manh những cánh hoa vàng
xuân hương vi diệu bay tràn lan thơm
vô ưu hoa nở trong lòng
sắc không không sắc ngát dòng tịch liêu

(hoa vàng)

mưa bay từng sợi ngắn dài
buộc thương nhớ với bờ vai dịu dàng
tôi đứng núp trong hành lang
đâu hay hồn thả hai bàn chân theo

(mưa phùn)

Mượn việc hái sen, thử hỏi người con gái nào lại không thích mấy câu thơ trêu tình rất mượt của thi sĩ nhỉ?

coi chừng ngã ướt mình dây
ướt luôn nỗi nhớ ta bày trong em
thời gian ngừng giữa mênh mông
em thơm hơn cả hương sen ngọt ngào

(hái sen)

"Núi sông đất biển ruộng vườn, tế bào da thịt quê hương nồng nàn", hai câu thơ hình như khái quát được tất cả những gì anh muốn viết trong phần hai "quê hương":

một quê hương nằm trong thơ
thở bằng những điệu ca dao nòi tình
một quê hương thật hiển linh
già nghìn năm tuổi tượng hình yên vui

(quê hương)

con cò con cuốc lang thang
nơi này chưa thấy hỏi han một lời
tiếng gù cu đất im rồi
chỉ còn vọng nhịp tim tôi buồn buồn

(thăm làng)

Sài Gòn, nhiều nắng ít mưa
mà sao ướt sũng hương đưa trong lòng
núi sông đâu cũng núi sông
mà tôi chỉ một Sài Gòn vắt vai

(Sài Gòn, tôi vắt trên vai)

Phần ba gia đình với hai câu lục bát *"anh em cha mẹ ông bà, dòng máu ruột thịt đậm đà tổ tông"*:

mẹ về xứ phật năm xưa
khi con thơ dại còn chưa hiểu đời
nỗi buồn ngấm mãi không nguôi
trở thành những sợi ngậm ngùi đong đưa

(tháng tư mẹ về)

về Québec thăm cháu con
ngồi giữa hoa cỏ tươi non mùa hè
gió nói gì đó chưa nghe
đang chúc đời sống, nhắn nhe điều gì

(hạnh phúc bắt gặp)

năm nay trời đất dễ thương
đủ mưa vừa nắng tôi luôn nhẹ nhàng
thắp lên thêm ngọn nến vàng
mừng quanh thế giới có mang hơi mình

(cho sinh nhật 2016)

Và "tình người xã hội hòa đồng, lý tưởng sở thích nối vòng tay thơm" trong phần bốn: thầy, cô, bè bạn:

"Tình Thơm Mấy Nhánh" về đâu
tạ ơn bè bạn nối cầu thơ bay
về vườn tạm thời chia tay
nhớ nhau còn chút chữ lay lắt tình

(đất lành chim đậu)

bây giờ thầy đã hư vô
về nơi hư ảo còn thao thức gì
thỉnh thoảng nghe tiếng thầm thì
lúc nhìn chữ số nhớ khi thầy còn

(thầy Lê Ngọc Thành)

cùng chung một lớp một trường
cuối cùng bay khắp bốn phương tung hoành
bạn tôi ai cũng danh thành
dù khác đôi chút mong manh phận người

(viết chung tặng tất cả bạn trung học cũ)

Phần năm viết về văn nghệ sĩ với tấm lòng của kẻ yêu nghệ thuật:

"tinh hoa dân tộc nằm trong
thơ văn khắc họa cùng dòng âm thanh"

Lê Hân còn là một người rất yêu nhạc, từ nhạc cổ điển, hiện đại của phương tây cho đến nhạc trữ tình Việt Nam anh đều nghe và biết khá rành rẽ, anh là tác giả của bộ sách đồ sộ về các ca khúc Việt Nam mà ít ai ngờ tới, anh viết nhiều bài thơ sử dụng các tên ca khúc của nhạc sĩ, lắp ghép vào câu thơ của mình. Tuy nhiên không gượng ép và khá tự nhiên. Sự tinh tế ấy giúp mỗi bài thơ có một cái hồn riêng.

...

Cô Hái Mơ lướt thướt tha
Cô Gánh Gạo áo bà ba, đều tình
nụ cười trong nét xinh xinh
biết yêu là thuốc trường sinh sống đời

Bên Cầu Biên Giới một thời
Dân Quân Du Kích, ai người không mơ?
Đêm Xuân chẳng ở trong thơ
Đường Em Đi mở ra tờ giấy hoa

(lang thang theo nhạc Phạm Duy)

Rừng Xưa Đã Khép lại, ngồi
Ru Người Đi Nhé hỡi người thế gian
Vàng Phai Trước Ngõ điêu tàn
Tình Sầu như nắm mây vàng cao bay

Hạ Trắng níu kéo dòng mây
Mà thao thức mộng lắt lay hiên tình
Lòng thơm giọt Nắng Thủy Tinh
Thấy em mê đắm Ru Tình thảnh thơi

(cõi trọ Trịnh Công Sơn)

Về tấm lòng trân quý mà tác giả Ngọn Tình Lục Bát dành cho giới văn nghệ sĩ, người ta thấy dường như không thiếu một nghệ sĩ tên tuổi nào mà ông không nhắc đến. Từ thế hệ tiền chiến như Văn Cao, Đặng Thế Phong, Phạm Duy, Dương Thiệu Tước tới lớp trẻ hơn một chút như Phạm Đình Chương, Hoàng Thi Thơ, Y Vân... Rồi tới thế hệ Trịnh Công Sơn, Trầm Tử Thiêng, Ngô Thụy Miên...

Thơ lục bát của Lê Hân đôi lúc cũng không tuân thủ theo luật bằng trắc có lẽ bởi anh thích thế, cách nghĩ cách viết tùy cảm xúc tuôn trào mà thôi, mà có ai cấm đoán nhà thơ phải luôn tuân thủ theo luật bằng trắc cổ điển của thơ lục bát đâu, phải không các bạn?

và tôi có lúc làm thơ
có lúc huýt sáo đi vào đi ra…
tuy rằng ngõ trước hiên sau
biết mặt nhưng chẳng rõ nhau tên gì.

(tháng tư nơi tôi cư ngụ)

Hay ở một bài thơ khác:

Tưởng xa lắc xa lơ rồi
Hóa ra đã trở lại thời ngây ngô…
Minh Nguyệt cùng với lá đa
Vẫn tròn vành vạnh vẫn là thanh xuân.

(trung thu rước đèn)

Có điều anh chỉ dừng lại ở bước đó chứ chưa thật mạnh dạn cách tân làm mới một chút nếu không chắc chúng ta sẽ rất thú vị khi được đọc những câu lục bát mới mẻ và sáng tạo.

Nhà thơ NGUYỄN AN BÌNH, nhà thơ LÊ HÂN, nhà pbvh NGÔ NGUYÊN NGHIỄM, nhà văn MINH NGUYỄN ở SÀI GÒN từ phải sang trái) năm2017)

Mỗi người có cách khởi hành và bước vào vườn thơ bằng những con đường khác nhau, nên chúng ta đừng đòi hỏi người làm thơ phải viết thế nào cho hay theo ý mình mà hãy để họ thong dong đi như thế nào để những câu thơ viết ra đều xuất phát từ sự rung cảm chân thành chạm đến trái tim của mỗi người. Ở Lê Hân tôi thấy thơ anh viết ra bằng chính nỗi niềm và sự rung động của con tim dung dị nhưng biết chắt lọc ngôn từ, không dùng sáo ngữ hay những mỹ từ hoặc bí hiểm không giống tính cách của anh như ý nghĩ của nhà văn Pautôpxki: "Niềm vui của nhà thơ chân chính là niềm vui của người mở đường vào cái đẹp, của người biết đi tới tương lai."

Giáo sư Đàm Trung Pháp có nhận định: Thơ Lê Hân có một số bài mang hơi thở của Đinh Hùng như trong các bài 'Đón Xuân', 'Áo Vàng Hoa Tím' và 'Em, Biển và Trăng'. Lê Hân cũng chịu ảnh hưởng Nguyễn Bính, một nhà thơ nữa mà anh mến mộ. Đoạn lục bát sau đây trong bài "Tà Áo Mùa Thu" chính Lê Hân cũng từng thú nhận:

"... tôi đã mê thơ của nhiều người
Đinh Hùng, Nguyễn Bính, Vũ Hoàng Chương
Nguyên Sa, Xuân Diệu... còn ai nữa?
ai cũng có phần, nếu... dễ thương ..."

Điều đó cũng chẳng có gì lạ nhất là đối với thơ Nguyễn Bính nổi tiếng là nhà thơ "chân quê", nhưng Lê Hân có những nét đặc sắc của riêng anh. Nó khơi nguồn như một dòng suối tinh khiết từ núi cao, qua bao ghềnh thác khi về xuôi hòa vào sông lớn vẫn giữ nguyên cái chất tinh khiết vô tư hồn nhiên trong trẻo không hòa lẫn vào nguồn thơ của người khác.

Nhà thơ Bắc Phong lại có suy nghĩ khá ngộ nghĩnh: "Tôi đọc thơ anh Hân, thưởng thức thơ anh nhẩn nha như ăn măng cụt, vú sữa, mãng cầu. Lúc nào cũng thấy thơm ngon hương vị quê nhà...", còn ở Thảo Nguyên thì: "... tôi càng thấy anh hiền. Một cái hiền rất gần với ca dao. Mà ca dao theo anh, đứng liền với thơ một cõi. Như vậy, có thể thấy bản tánh và con người của người làm thơ đã như là ca dao, như là thơ, dù anh không tiết lộ dung mạo, tâm cảm của anh như thế nào:

thơ với ca dao như là một
chung màu da chung giọt máu đào
(Thơ tôi)

Thơ anh Lê Hân giản dị, hiền lành không tinh nghịch, phá phách. Chữ nghĩa đơn giản, không cầu kỳ. Sự mới mẻ không nằm trong những canh tân hình thức...". Nhà thơ Phan Xuân Sinh nhận xét: "Lê Hân đã dẫn ta bước vào vườn thơ của anh và cũng là vườn tình, vì hầu hết những bài thơ trong này là thơ tình. Trong này ta bắt gặp muôn màu muôn sắc từ kỳ hoa dị thảo đến hương đồng cỏ nội. Mỗi thứ đều mang một sắc thái riêng biệt rất Lê Hân. Thơ anh không màu mè, kiểu cọ. Không cường điệu, triết lý viển vông. Thơ của anh như lời thủ thỉ nhỏ nhẹ đọc lên thấy nó thanh thoát, chiếm lĩnh được lòng người đọc."

Nhà phê bình Nguyễn Hưng Quốc có một nhận định khá sâu sắc khi nói về thơ: "... Làm thơ là một nghệ thuật. Đọc thơ cũng là một nghệ thuật. Làm thơ là nghệ thuật sáng tạo cái đẹp. Đọc thơ là nghệ thuật khám phá cái đẹp". Đọc thơ Lê Hân ta nhận ra cái đẹp giản dị trong tâm hồn anh xuất phát từ cuộc sống thực tế, đồng cảm hòa hợp với thiên nhiên và con người giống như hai câu thơ trong bài Hương mạ "Ba Trăng":

Bây giờ và đến bao giờ
Tôi còn trở lại bến bờ ruộng xưa?

Nguyễn An Bình
Bên bờ Kênh Tẻ, tháng 9-2021

Tham khảo:

1- Đọc "Tình Thơm Mấy Nhánh" của Phan Ni Tấn

2- Lê Hân "Thơ dễ thương" của Hà Khánh Quân

3- Lê Hân, 'Ngọn tình lục bát' và 'tiểu truyện' văn nghệ sĩ của Du Tử Lê

4- Lê Hân, người cõng trên vai chữ tình - Phan Xuân Sinh

Từ Bỏ Giang Hồ...
TRẦN DZẠ LỮ

Ừ ta bắt chước chàng Trương [*]
Dắt tay Triệu Mẫn về nương náu tình!
Giang hồ chi cũng điêu linh
Cứ về cuối đất gọi bình minh thơm…

Mỗi ngày thơ, đẹp môi hôn
Vẽ chân mày hiếm rất đường hoàng em
Quên thù máu nhuộm lòng đêm
Ta nghe bát ngát mùa sen đền bồi

Lợi danh không nghĩa gì rồi
Có nhau từ thuở mắt cười thay ngôn…
Cảm ơn - Trong trái tim còn,
Nghe ra hồi hổi máu còn luân lưu !

Thôi em, giũ bỏ oan cừu
Tịnh yên ta kẻ thư cưu dưới ngàn
Mênh mang tình nương - tình lang
Tiếng ngày nhỏ mộng, suối đan nguyệt cầm… ∎

(*) *Trương là Trương Vô Kỵ*

Mẹ Ngồi Nhớ Ngoại
PHÙNG HIẾU

..

Chiều nay mẹ ngồi nhớ ngoại
Trong cơn lất phất mưa phùn
Dây trầu ngoài hiên xơ xác
Tóc mẹ giờ trắng như vôi

..

Chiều nay mẹ ngồi nhớ ngoại
Ầu ơ mẹ hát thành lời
Tự dưng mẹ thành con nít
Thèm hơi ngoại hát đưa nôi

..

Con nghe những chiều vội xuống
Trăm năm chỉ thoáng mơ hồ
Còng lưng cả đời cơm áo
Chỉ còn hai tiếng: "Mẹ ơi!"

..

Chiều nay con tằm ăn rỗi
Cây dâu xanh ngắt bên bồi
Con sợ con tằm nhả kén
Hóa thành cánh bướm xa xôi! ∎

Lặng Lẽ Tháng Mười
TẠ HÙNG VIỆT

Đà Lạt đón tôi chiều nghiêng dốc nắng
xứ ngàn hoa thánh thiện yêu thương
mây tóc bồng bềnh áo len váy ngắn
em dịu dàng thanh khiết như sương

Tôi đã ước những điều không thể ước
đêm đầy vơi mê mị ánh sao trời
em hờ hững ngực khăn che trăng khuyết
lẻ loi tôi hư ảo cõi người

Tôi đi lạc giữa thiên đường ngoa ngữ
những nẻo cô đơn và những bến bờ
cao ngạo tình yêu, niềm tin nhỏ bé
vỡ tan tôi trước mê hoặc đợi chờ

Sau giông bão là tận cùng nỗi nhớ
còn lại tôi và lặng lẽ tháng Mười
Dã Quỳ vẫn rực vàng bên núi
rưng rưng cuối con đường nghe chia biệt, người ơi! ∎

Buông Bỏ
THƯƠNG TỬ TÂM

Mỗi ngày đọc ngàn trang kinh Phật
Cũng không sao hiểu được Thích Ca
Qua năm mười cuộc tình dang dở
Cũng không sao biết được đàn bà

Ngàn trang kinh Phật còn hai chữ
Buông bỏ chuông chùa vọng bỏ buông
Nhưng đôi mắt đó buồn muốn khóc
Tâm động tìm đâu tâm bỏ buông

Lệ từ tâm động mà lệ ứa
Thơ cũng từ đó hứng thành thơ
Giang hồ từ thuở tình lận đận
Sầu đời uống rượu muốn đi tu

Vẫn mộng đời nhau như rượu ủ
Sớt chia hương lửa dẫu ngàn trùng
Phải chi những dòng sông là rượu
Xuôi ngược tìm nhau bớt lạnh lùng. ∎

Vẫn Cùng Một Câu Hỏi
QUẢNG TÁNH TRẦN CẦM

(Gửi má LTG, Vu Lan 2021)

mẹ nuôi tôi đến
vẫn gói thuốc melia
và bà vẫn không ngừng nghỉ
điếu này qua điếu khác
thả khói trải sa mù

vẫn tô bò kho và bánh mì buổi sáng
vẫn ly cà-phê sữa nghi ngút thơm nồng —
nghi thức của một thời yên ả
và vẫn giọng trầm buồn bà hỏi:
— khi nào con về?

khi tôi ngước mặt trả lời
bà đã quay lưng
nắng sớm vươn theo lấp lánh
trên tóc trên vai
áo phất phơ bay trong gió

hơn bốn mươi năm
vẫn cùng một câu hỏi
bà vẫn đến và đi
vội vã trong vòng xoáy thời gian
trước khi tôi có dịp trả lời

vẫn cùng một câu hỏi
trong những ngày dài
chịu đựng cơn đại dịch
nửa khuya chập chờn lơ đãng
nghe tiếng thằn lằn tặc lưỡi trên tường —

không nhất thiết câu trả lời
cũng không nhất thiết câu hỏi
như ngày nào mẹ ruột tôi gặp bà
một ngày đầu năm bão rớt mưa vội
giữa bùng binh chập chùng duyên khởi. ∎

Vỗ Tay Giữa Hư Hao

THY AN

rụng xuống ghế đá chiếc lá vàng cô độc
tháng tám mưa âm u
sợi tóc buồn nhuốm bạc
người thi sĩ già lang thang cùng gió
trên những con đường quên tên

mùa trở lạnh bỗng nhớ về ký ức
chiều thinh không
rót ly rượu vô vi
tâm thức lung lay
bạn thù ân oán
thiên hà một ngụm mời nhau
mây xám phủ trời
run run mấy ngón tay

đoạn trường nhân sinh mấy nẻo
câu thơ treo đầu phố
mỉm cười với cầu vồng mọc lên từ núi
như một nhắc nhở
bao nhiêu giấc mơ trôi đi
thành phố lên đèn
tháp chuông nhà thờ
đồi xanh thiền tự
kẻ lãng tử vỗ tay giữa những hư hao

mùa hạ con chim non tập hát
tiếng thật nhỏ như mưa rơi
réo gọi nhân quần một đời trông đợi
chút thánh thiện ru lòng
bầu trời thu hẹp trong tim
thản nhiên ta nhìn nhau
không nói…■

Con Gái Đồng Xanh

TRẦN THOẠI NGUYÊN

(*Tặng nông dân quê tôi.*)

Nhìn nắng hàng cau nắng mới lên
HMT

Giữa lòng mẹ Thiên Nhiên
Từng khoảnh khắc vô biên
Em đang thì con gái
Lá ngần ngón tay tiên.

Gió hát ru đồng xanh
Hoa nắng sáng cây cành
Lặng nhìn mây trời biếc
Thơ ngập tràn lòng anh.

Em nhú đồi xuân theo
Ôi con gái quê nghèo
Gót thần nông chân lúa
Cánh đồng mầm xanh reo.

Kìa dáng hàng cau yên
Nắng hừng nắng mới lên.
Con gái đồng xanh hát
Ngọt ngào giọng chim quyên...

Sóng nhạc tình ngân nga
Đồng xanh lúa mượt mà!
Hồn anh bay phiêu diễu
Khúc huyền diệu thanh ca!

Giữa lòng mẹ Thiên Nhiên
Mộng đời xanh vô biên
Ồ. Đồng xanh con gái
Lúa ngời ngời cô tiên! ∎

Đền Em
THÙY VY

Một chiều em đến
một chiều tôi
một chút bâng quơ kiệm kiệm lời
se luồn qua chiếc màu nhơ nhớ
em đã là em
trong tim tôi.

Tôi mãi là tôi
sẽ là em
một nét tình thôi mãi mãi tìm
vẫn hồn nhiên ấy sao e thẹn
vẫn mắt môi hiền
sao chao nghiêng.

Em mãi là em thuở đôi mươi
ấm lắm bàn tay siết chặt lời
ru đời dịu lướt êm trầm khúc
em.
chỉ là em
tôi yêu thôi.

Em đã là em của lòng tôi
thương lắm chiều thu em đến chơi
ra về dạo ấy tim còn vỡ
đền em.
em có chịu đền tôi. ∎

Vọng Cổ Xàng Xê

DAN HOÀNG

Trưa ngồi ở một góc phố,
Vạt nắng pha bầu trời xanh.
Tiếng hát ngân nga trong gió,
Người đi qua lại loanh quanh.

Tàn cây che nghiêng mắc cỡ,
Thương xá hàng chữ đỏ lừ.
Hai đứa ngồi trên ghế gỗ,
Mà lòng gợn sóng lắc lư.

Nhìn sang ông Phước, Lộc, Thọ,
Đàn cá cố vượt vũ môn.
Đàn ai lên câu vọng cổ,
Ngọt ngào muốn rớt lòng luôn.

Quê hương trong lòng thương xá
Sầu riêng, măng cụt, nhãn lồng...
Bánh ít, chuối chiên, trà đá...
Thơm dạ mát cả tấm lòng.

Má hồng, môi cong, mắt biếc...
Em dòm mà rớt hồn anh.
Vọng cổ sáu câu da diết,
Xàng xê mà đi không đành? ∎

Phố biển, 31/9/21

P. E. I. 2020

TRẦN HẠ VI

những bầy ong bận rộn
chở chúng ta trên lưng
cùng một chiếc ly
khác nhau ba hớp rượu ba mùi vị
chiếc lưỡi cong cong nếm lạc loài hoa dại

chiếc oải hương khoang miệng nồng nàn
màu vàng óng nhỏ xinh lật ngược
ông chủ cười đôn hậu
lúa nước làm sao trồng
chất vỏ sò đầy sân
gieo thêm chút can-xi mầm sống mọc

lũ vịt lạch bạch
quả trứng trắng trứng hường
ươm nắng thảm canola trắng vàng tuyệt đẹp

rừng birch* viết vào trời màu xanh
những con cừu nhởn nhơ
đất P.E.I. thanh bình
Cavendish vắng bóng người lại qua
dân số vài ngàn chiếc

anh đeo chiếc khẩu trang lộn ngược
thật gần thật gần
thật xa thật xa

chúng ta đã đến và đã đi qua
những ngày hè 2010
những ngày hè 2011
những ngày hè 2020
những ngày hè 2021

dòng sông nhấn chìm cánh rừng
con ngựa già bơi qua cái ao nhỏ xíu
ngôi nhà duy nhất trên thảo nguyên
đồi bạt ngàn ba phân đầu đinh tóc ngắn
giấc mơ khoai tây màu trắng
lung linh lung linh

chúng ta thật gần
căn phòng motel bé xinh
thở mùi skunk** đen trắng thay O_2
nụ hôn trên gò má
rám nắng Kenzo chiều nay

sóng biển lô xô bãi dài mịn phẳng
vành đai cát chắn
áo ngực sứa sóng soài giỡn nắng
con cua đá cố giấu mình
chúng ta cát mềm
chúng ta bàn chân
chúng ta

Canada mùa hạ 2020
P.E.I mùa hạ 2020
cháy dài rực nắng
con phà chở lồng lộng sóng
dõi một cánh đại bàng bay... ∎

22.07.2020

PEI: Prince Edward Island (tên một tỉnh bang của Canada).
** birch: cây cảng lò vỏ trắng, rất phổ biến ở P.E.I.*
*** skunk: chồn hôi, lông đen trắng, có mùi hôi rất đặc trưng.*

Thở

PHAN HUYỀN THƯ

Thở
Thở đi
Cố gắng thở đi....

Những cái bóng màu trắng lướt đi không thở

Những cái bóng đeo mặt nạ nhốt hơi thở
trong áo quần bảo hộ màu xanh

Những cái bóng nối vào bình ôxy
không biết mình đang thở

Những cái bóng
đi theo bình tro cốt về trong ngõ

Những người đeo khẩu trang ra quỳ lạy
nghẹt thở trước hiên nhà

Những cặp mắt thẫn thờ
sau hai lớp mặt nạ plastic
và khẩu trang dày hằn trên mặt
hàng trăm ngày chưa được gặp gia đình
người thân họ cũng bị mất hơi thở
lặng thinh.

Những trái tim đông cứng
bị nhốt giữa lồng ngực đặc quánh
không cần thở trong bao đựng xác
chỉ còn mã số kèm theo một dòng tên

Thở
thở đi
hãy cố gắng thở đi

Những ai còn được thở
hãy thở đi
Những ai còn tìm thấy hơi thở
hãy tìm đi

Những ai còn đổ lỗi
hãy im miệng
thở đi

Những ai còn lớn giọng đòi hỏi
hãy ngậm miệng
thở đi

Những ai đã vượt thoát
lên đến thiên hà
để thanh thản nhìn xuống

Nơi khí quyển xanh phát sáng
tầng tầng lân linh và những linh hồn khổ nạn
đang loanh quanh, hoảng loạn, ngơ ngác
vì vừa vụt tắt hơi thở chính mình.

Trái đất đang bấn loạn
tìm lại hơi thở

Còn thở được
thì im lặng
thở đi. ∎

25.09.2021

Trăng Cô Đơn
KIỀU HUỆ

Cơn gió lạ tình cờ qua ngõ
Trăng rọi vào cánh cửa khép hờ
Người đàn bà đã cũ bơ vơ
Trong căn phòng đêm buông lạnh lẽo

Ngoài vườn khuya đóa quỳnh rũ héo
Còn lưu hương khát mộng ngọt ngào
Đời chua cay đắng chát hư hao
Vỡ chén tình nồng say nghiêng ngả

Người ra đi phương trời xa lạ
Lá xác xao cơn gió ngược mùa
Ngoài thềm hoang đẫm hạt sương mưa
Bóng quờ quạng chạm vào nỗi nhớ

Tiếc cuộc tình mong manh dang dở
Giấc mộng đêm ký ức bồi hồi
Ngọn lửa nào nhen trái tim côi
Trăng cô đơn gợi tình thơ ấm. ∎

Tình Gởi Giấc Chiêm Bao
DUNG THỊ VÂN

Chiều nay
Tuổi mười lăm em chợt thức
Anh đâu rồi
Em ngơ ngẩn giấc chiêm bao

Ôi nỗi nhớ trên cao
Nhớ ngày anh mười sáu
Bóng đổ dài
Nhìn mà chẳng nói nên câu

Anh về đâu
Bóng mình trôi hai ngả
Em quay quắt bên trời
Tìm lại bóng người xưa

Ơi những cơn mưa đầu mùa
Nhớ về tình một thuở
Ta lầm lạc một thời
Tình nhỏ áo dài bay...

Anh những lá thư bay
Tuổi học trò ngơ ngác
Để bây giờ
Tình gởi giấc chiêm bao... ∎

April 10, 2021

Có Thể
TRẦN THỊ CỔ TÍCH

có thể chúng ta sẽ không bao giờ gặp nhau
nhưng tình yêu dành cho nhau không hề ảo
anh đứng bên bờ đại dương
gió cuồng điên thổi chới với gọi tên em nghe muôn trùng sóng
đáp lời
giữa phố phường em nghe rõ tiếng anh
có thể chúng ta sẽ lìa đời mà không kịp thấy nhau
không kịp áp vào nhau nghe thân thể háo hức lời tình
em giấu đời vào hương cỏ dại
anh giấu đời vào đá núi đại ngàn
chờ kiếp sau khoác áo nhiệm mầu tìm nhau
có thể... và có thể...
nhưng suối nguồn ngàn năm vẫn hát lời trong vắt
"we may never meet"
nghe mà ứa nước mắt.
anh ơi ừ. mình. tóc đã nhuốm sương... ■

Ta Hứng Lòng Em Thu Mùa Hữu Tình
MÃ LAM

Ta cày ý thức phá tảng u mê
phát bờ suy tư gọn gàng sạch sẽ
đắp vùng chia thửa thiên nhiên
đánh luống hiểu biết của mình

Ta đập tơi nỗi buồn chín rục
cào đánh đống hiềm khích ghét ghen
vun cao những lời dè bỉu
cháy nụ cười bình yên

Ta gieo triết lý vào thiên cung
tỉa sáng tạo lên màu khoa học
trồng tư duy trên nàng Sao Kim
bón vận tốc trong miền vũ trụ

Ta chẻ niềm tin đón đầu thế kỷ
vót hy vọng sắc bén loài người
chuốt phương châm màu da châu lục
đan nỗi niềm hòa đồng năm châu

Ta ve vuốt lá xanh xuân thì nao nức
nâng nụ non căng tràn sữa hương
hôn màu hoa tươi cười của nắng
hứng lòng em thu mùa hữu tình. ■

Trang Thơ
TRẦN THANH TRÚC

Chiêm Bao

Đi tìm thơ
Gặp mong manh
Em tìm ai mãi
Mà thành chiêm bao

Mai sau
Dù có thế nào
Em mang trời rộng
Đi vào thiên thu.

Lời Cỏ

Còn xanh từ bữa lá rơi
Một mình
Đưa tiễn
Cả trời sang thu

Mai kia
Lỡ hẹn sa mù
Về nghe cỏ hát
Bên lời hư vô.

Chùa Vắng

Sẻ nâu về đậu hiên chùa
Nghe Sa di tụng
Cạn mùa chân kinh
Dưới thềm
Đá ngủ phân minh
Trang nghiêm
DI LẶC
Làm thinh mỉm cười. ∎

Thơ Lục Bát
HUỲNH THỊ QUỲNH NGA

Gieo Những Mùa Vui

Nghe mùa vui gọi cánh diều
Nghe con sông hát những điều rất riêng

Nghe phù sa đỏ trinh nguyên
Ơi châu thổ em dịu hiền như mây

Giữa đồng bằng những đôi tay
Gieo lên mùa mới thơm ngày ấm no!

Thắp Xanh

Thưa em vừa cạn đêm này
Khói vàng tôi rụng trổ loài gió xanh

Em về thắp nắng lên tranh
Thắp vàng giấc cỏ mơ thành hạc bay

Thắp lên sen trắng cánh mây
Thắp đêm áo lụa hương đầy xuống tôi ∎

Chuyển Nơi Gom Bài
LÊ HÂN

Duyên gần chữ nghĩa văn thơ
khởi bằng một cách bất ngờ Tuổi Xanh
đời qua nhiều những lối quanh
giáp mặt đúng chỗ khởi hành vẩn vơ

lòng tự nhiên vốn hững hờ
thành ra khắng khít hẳn vào cuộc chơi
một thời vơ vẩn báo người
chừ chung tay góp trang vui qua ngày

làm báo tài tử cũng hay
nghề học nghề kiểu gió bay theo mùa
hai chữ tòa soạn xin thua
trị sự hai tiếng gọi đùa chưa quen

giấy thành sách dưới ngọn đèn
lưu trong ảnh chụp nỗi nhọc nhằn vui
"tòa soạn" chuyển chỗ mới rồi
công việc chưa rõ mặt chơi thế nào… ∎

Lục Bát Ca, Thơ Nhạc Sánh Vai

LUÂN HOÁN

Có lẽ phải nói ngay, tập sách này tác giả chính là nhạc sĩ Vĩnh Điện. Liệt kê vào danh sách tác phẩm đã xuất bản của anh đúng hơn. Chúng tôi (anh Lê Vĩnh Thọ và tôi) chỉ là người ăn theo, bởi không chủ đích làm thơ để được phổ nhạc, hoặc viết lời nhạc bằng âm điệu của thơ. Nhưng nghĩ lại nhạc sĩ Vĩnh Điện đã dựa vào thơ có sẵn để diễn dịch tình ý theo ngôn ngữ âm nhạc, nên việc cho vào danh sách của Lê Vĩnh Thọ và của Luân Hoán, cũng không lấy gì là sai. Trước khi dông dài chi tiết về cuốn sách, mời đọc ít dòng nhớ lại của Vĩnh Điện về tác phẩm này:

"Năm 1969, khi đang làm việc tại Sở Hành chánh Tài chánh số 2 Đà Nẵng, tôi quen với nhà thơ Lê Vĩnh Thọ, thiếu úy trưởng ban báo chí tại tiểu đoàn 10 Chiến tranh chính trị, thuộc quân lực Việt Nam Cộng hòa, bản doanh đặt tại Đà Nẵng (gần biển Thanh Bình). Qua Lê Vĩnh Thọ tôi quen thêm nhà thơ Luân Hoán, lúc đó đang dưỡng thương tại Tổng Y viện Duy Tân.

Thời gian này ba chúng tôi (Lê Vĩnh Thọ, Luân Hoán, Vĩnh Điện) cùng nhạc sĩ Phạm Thế Mỹ có những sinh hoạt văn học nghệ thuật khá liên tục. Và mặc dù chúng tôi không thành lập hội, nhóm gì, nhưng vẫn thường xuyên gặp gỡ, trao đổi đủ mọi thứ chuyện với nhau. Riêng tôi, trong giai đoạn này, sau những nhạc phẩm được nhạc sĩ Phạm Duy và nhạc sĩ Ngọc Chánh (Shotguns) giới thiệu ở Sài Gòn, và được giới yêu nhạc bắt đầu biết đến, qua các ca khúc: Tôi Chỉ Muốn Làm Người (Julie), Từ Việt Nam, Vết Thương Sỏi Đá, Đó Quê Hương Tôi, Hãy Ngồi Lại Gần Nhau (Elvis Phương), Hỡi Người Em Hòa Bình (Thái Thanh), Bài Ca Hòa Bình (Connie Kim), Ca Nguyện (Thanh Thúy), Xa Xôi (Lệ Thu)... Tôi tập trung phổ một loạt thơ lục bát của Lê Vĩnh Thọ và Luân Hoán. Chỉ trong một thời gian ngắn 12 ca khúc được hoàn tất. Thơ Lê Vĩnh Thọ gồm: Ngày Xưa Một Lần, Ưu Phiền Trên Tay, Lời Xin, Dạ Hành, Tiễn Người, Dạ Cảm. Thơ Luân Hoán gồm các bài: Sầu Biếc, Mắt Chiều, Ngõ Trống, Lòng Sớm Mai, Ca Buồn, Giấc Nhớ. Tác phẩm phổ nhạc mang tên Lục Bát Ca.

...

Thơ phổ xong, Luân Hoán lo trình bày bìa, tôi kẻ nhạc và cùng Lê Vĩnh Thọ lo in ấn. Tập nhạc không đẹp, nhưng trang nhã, có in 3 khuôn mặt của chúng tôi ngay bìa trước. Để phổ biến tác phẩm, một buổi chiều ra mắt, với phần trình bày của chính tôi cùng với giọng ca học trò Tâm Nguyên, giọng ngâm Trần Thị Hường, được tổ chức tại thính đường trường trung học Phan Châu Trinh, Đà Nẵng...".

(Vĩnh Điện - nhớ lại thời phổ Lục Bát Ca)

Nhạc sĩ Vĩnh Điện, đã nhớ và nhắc chính xác. Tôi xin ghi thêm:

Sách in bằng ronéo, loại tối tân do Mỹ viện trợ, phân phát cho Tiểu đoàn 10 Chiến Tranh Chính Trị. Xem như chúng tôi lạm dụng phương tiện nhà nước để in vài ba đầu sách.

Lục Bát Ca, khổ rộng hơn sách bình thường, 17,5 x 22,5 cm. Bìa, tôi cắt dán chữ đơn giản, không có tranh vẽ, nhưng có ảnh chân dung, xếp theo chiều dọc, từ trên xuống Lê Vĩnh Thọ, Luân Hoán, Vĩnh Điện. Trong ảnh Thọ và Điện mặc đồ lớn có cà vạt nghiêm trang. Tôi khoe đầu tóc và khuôn mặt nhìn nghiêng. Ảnh của tôi, Lê Vĩnh Thọ thường đùa ảnh treo ở tiệm hớt tóc lề đường. Chữ và ảnh đều in màu mực xanh, trang nhã, cân đối. Có logo nhà xuất bản Thơ nghiêm chỉnh. Mặt sau quảng cáo Nhà xuất bản Thơ do tôi khởi xướng, ghi tên chủ trương bằng ba tên họ Lê: Lê Ngọc Châu - Lê Vĩnh Thọ - Lê Thành Tôn. Nhờ xem lại quảng cáo này tôi nhớ ra tôi với Thọ có in chung một tập lục bát mang tên "Nhịp Buồn Sáu Tám". Tập thơ cũng được máy ronéo của Tiểu đoàn 10 hình thành. Hiện nay tôi không còn giữ được cuốn nào. Tôi đang nhờ anh Đặng Châu Long hỏi Lê Vĩnh Thọ. Liên lạc với người bạn thơ đầy thân tình này không dễ vì anh nhất định không chơi internet.

Xin nhắc trở lại Lục Bát Ca

Phần nội dung:

- Trang đầu đi bài Giới thiệu, viết bởi Lê Vĩnh Thọ, (trích đoạn đầu):

"Lục Bát Ca ra đời như một thí nghiệm - nếu không muốn nói như một mở đường - trở về với tiếng hát quê hương khởi từ những bài lục bát, một thể thơ thuần túy dân tộc. Sử dụng ý thơ hay ý và lời một bài thơ để soạn thành ca khúc không phải là một ý niệm hay một việc làm mới lạ. Người ta đã khai thác khá nhiều các thể thơ 5 chữ, 7 chữ, 8 chữ, lục bát và cả thơ tự do. Riêng về thể thơ lục bát, việc phổ nhạc không phải dễ dàng, vì nhịp điệu lục bát thường đều đặn trầm buồn và dễ rơi vào vết mòn nhàm chán. Nhạc sĩ Vĩnh Điện đã liều lĩnh trong một cố gắng vượt bực, một thức thách khó khăn khi anh thực hiện liên tục và trong một thời gian rất ngắn 12 ca khúc theo sát khuôn khổ những bài thơ lục bát. Anh đã triệt để tận dụng thể thơ này, nhưng sự tuyệt đối tôn trọng nguyên tắc có thể là một gò bó nguy hiểm cho nguồn cảm hứng của người viết nhạc. Anh đã cố gắng vượt thoát bằng những nhịp điệu, những âm giai thường trực thay đổi đồng thời vẫn giữ nguyên vẹn - không thêm bớt sửa đổi - hình thức và lời thơ. Anh đã cố gắng tránh sự dẫm chân, sự trùng lặp. Anh muốn làm mới, làm khác và sự thành công đầu tiên của anh - cần phải ghi nhận - là 12 ca khúc đều khác nhau và không ảnh hưởng lẫn nhau. Mỗi ca khúc là một đổi thay, một hướng tới...".

- Phần chính của nội dung, bắt đầu và liên tiếp sáu bài lục bát của Lê Vĩnh Thọ, dàn trang như sau:

- in trọn bài thơ (1 trang số lẻ)
- in khung nhạc có chở thơ (trang lẻ + trang chẵn)
- in khung nhạc có chở thơ, bài khác (trang lẻ + trang chẵn)
- in trọn bài thơ (của bài vừa có khung nhạc)

cứ như vậy tiếp tục.

- trước khi sang phần thơ Luân Hoán, dành một trang in tên các bài thơ, và sau một trang trắng, phần dàn trang tương tự như phần thơ Lê Vĩnh Thọ.

Sách không ghi số trang theo thứ tự từng trang như bình thường. Ghi theo thứ tự tên bài thơ của mỗi người và tùy theo việc phổ nhạc sớm hay chậm của Vĩnh Điện.

Sau khi sách in hoàn tất, chúng tôi có tổ chức một buổi trình sách, đúng ra là buổi Vĩnh Điện hát Lục Bát Ca. Tôi, tuy là cựu học sinh trường trung học Phan Châu Trinh nhưng khi mượn hội trường để sinh hoạt, tôi vấp phải khó khăn vì ông hiệu trưởng Thái Doãn Ngà ngờ tôi khuynh tả. May nhờ người bạn tốt nghiệp Đại học Sư phạm Huế, Tống Nhạn, cũng đã gia nhập quân đội, đang làm chánh văn phòng cho Thị trưởng Đà Nẵng - Đại Tá Nguyễn Văn Thiện - can thiệp kịp thời.

Bạn bè, người quen biết chính thức mừng tôi trở về đời dân sự. Hội trường rộng, đầy người đa số là học sinh lớp đàn em, tôi rất vui. Nhưng ngoài đứng lên chào trả lễ, tôi không nói câu nào. Trong đám quen thân (nhìn theo ảnh cũ) thấy có nhà văn Nguyễn Văn Xuân, nhà thơ Phan Như Thức, nhà thơ Hoàng Quy, nhà văn Cung Tích Biền và khá đông bạn bè thân thiết cũ.

Giá trị tập thơ nhạc này với riêng tôi tăng lên nhanh chóng qua buổi ca hát của Vĩnh Điện. Đúng là một kỷ niệm hiếm có và khó quên. Chỉ chừng này thôi, tập Lục Bát Ca với tôi không thể quên liệt kê vào bộ tác phẩm của mình. Nhạc có mang thơ bay cao bay xa đến mấy, những câu thơ vẫn nằm trên trang giấy thầm lặng, chờ đợi những đôi mắt có duyên liếc tới. Tôi không giỏi nhạc lý nhưng biết Vĩnh Điện phổ nhiều bài rất hay. Cô vợ tôi còn ca hát nữa là, nhất là bài khởi đầu bằng các câu:

> *"tôi buồn mà không nói ra*
> *em nào đã biết thì qua đây ngồi..."*

Sáu bài của tôi được Vĩnh Điện phổ thơ gồm hai bài trong tập Về Trời (Sầu Biếc và Mắt Chiều), hai bài trong tập thơ in chung với Khắc Minh, Ca Dao Tình Yêu, Chân Mây Điệp Khúc (Ngõ Trống, Ca Buồn) hai bài chưa nhớ ra ở tập nào, có thể trong Nhịp Buồn Sáu Tám, nhắc trên (Lòng Sớm Mai và Giấc Nhớ).

Thơ Lê Vĩnh Thọ trong tập này, tôi khoái nhất bài Dạ Hành:

"đêm khuya thả bước một mình
chuyện buồn tôi kể cho mình tôi nghe
đèn đêm gục mặt vàng khè
bóng xiêu bóng đổ tôi đè bóng tôi
gió không về để cây buồn
trời không sao sáng để hồn tôi đen
ngày mai khi nắng mới lên
ngày mai tôi chẳng buồn quen với người
em giờ an giấc trong chăn
tay ôm gối lại em nằm em mơ
tôi giờ ngoài phố bơ vơ
nửa đêm gió lạnh thẫn thờ tôi đi
không là một kẻ tình si
ngày mai có nắng tôi về, về đâu".
Lê Vĩnh Thọ.

Lê Vĩnh Thọ hiện ở Bình Dương, nhà đối diện với trường Trung học Bình Dương. Anh đương nhiên từng được liệt vào hàng ngũ mất dạy. Tốt nghiệp Đại học Sư phạm Sài Gòn nhưng luôn là người bất mãn với thời cuộc. Sau một thời gian dài uống rượu giải sầu, anh làm gia sư Anh văn và Pháp văn cho đám người lớn tuổi có nhu cầu thăng tiến hoặc vượt thoát. Lê Vĩnh Thọ sở hữu một số lớn sách quý, có thể hơn cả nhà thơ Thành Tôn. Anh làm thơ mỗi giờ nhưng không thể phổ biến. Nhờ anh Đặng Châu Long "đả tự" tôi có được một số trong Thơ Tình Viết Chơi, Cõi Nhân Giam, Ngụy Tử Loạn Ngữ... để trên Vuông Chiếu.

Vĩnh Điện hiện định cư tại Baltimore, Hoa Kỳ. Phổ thơ viết nhạc là thú tiêu khiển cũng là việc làm thường xuyên của anh hiện nay. Vĩnh Điện có một trang nhà phong phú, trang này cũng có để địa chỉ trên Vuông Chiếu, mời các bạn ghé đọc sẽ biết tường tận hơn về người nhạc sĩ "Tôi chỉ muốn làm người Việt Nam" này.

Montréal, Canada, sáng thứ Năm, 17-4-2019.

Âm Thanh Của Mùa Thu

NGUYỄN THỊ HẢI HÀ

Mùa thu bắt đầu từ bao giờ? Nếu lá không đổi màu từ xanh lục sang vàng hay đỏ, làm thế nào để nhận biết mùa thu? Vì sao có mùa thu?

Huyền thoại mùa thu

Người Hy Lạp thời cổ xưa có một huyền thoại về sự hình thành của mùa thu và mùa đông qua điển tích hai mẹ con của Demeter và Persephone. Demeter vị nữ thần chịu trách nhiệm sự tăng trưởng của cỏ cây, và sự thu hoạch mùa màng như lúa thóc, các loại hạt để ăn và gieo trồng, đặc biệt là cây bắp. Demeter có phép mầu, làm tăng trưởng sự sống, thậm chí bà có thể giúp cây cối hay động vật đã chết hồi sinh. Ngày xưa ở Eleusis, phía Nam Athens, những người theo tôn giáo thờ bà thường tổ chức ăn mừng sự thu hoạch tốt đẹp của mùa màng, bằng những buổi ca hát và nhảy múa. Người ta cũng làm lễ để tưởng nhớ ngày bà cứu Persephone ra khỏi cửa âm ti. Demeter có nghĩa là "mother earth" – tượng trưng cho sự màu mỡ phì nhiêu của đất đai cũng như là nơi an nghỉ muôn đời của người chết. Người dân thành Athens có chữ dành cho người đã khuất là Demeter's people – người của Demeter.

Persephone là con của Demeter và Zeus. Zeus đem Persephone gả cho Hades, em trai của ông ta mà không hỏi ý kiến của Demeter. Hades, chúa tể cõi âm (Diêm Vương), quyết định mang Persephone về âm ti để giúp ông ta cai quản cõi âm. Persephone, một ngày đẹp trời đang đi dạo giữa cánh đồng hoa vàng, thình lình mặt đất nứt ra làm đôi, từ kẽ nứt xuất hiện cỗ xe có cánh bằng vàng, và từ cỗ xe vàng có mấy cánh tay thò ra bắt cóc Persephone đưa về cõi âm. Sự bắt cóc này tình cờ được vài vị thần khác nhìn thấy.

Về cõi âm, Persephone từ chối bất cứ thức ăn nào Hades mang đến. Nàng nhất định chỉ ăn thức ăn của trần thế do mẹ nàng gieo trồng và thu hoạch. Sức khỏe của Persephone càng lúc càng hao mòn. Hades cho người đến dụ dỗ nàng hãy cố ăn để có thể sống cho đến lúc gặp lại mẹ. Cùng lúc ấy, Demeter ngày đêm tìm kiếm con và càng lúc càng trở nên tuyệt vọng. Sự buồn bã và tuyệt vọng khiến bà chểnh mảng nhiệm vụ; mặt đất trở nên lạnh lẽo, cây cỏ tàn héo mùa màng cạn kiệt, và thức ăn khan hiếm. Loài người có nguy cơ chết đói nên cầu cứu với Zeus. Zeus ra lệnh Hades phải thả Persephone nếu nàng không chịu sống chung với Hades. Persephone được dâng cho một quả lựu đã héo chỉ còn lại sáu hạt lựu. Nhận ra đây là thức ăn trần thế do mẹ nàng gieo trồng, để kéo dài sự sống cho đến khi gặp lại mẹ, Persephone ăn dần dần, mỗi lần một hạt lựu cho đến hết sáu hạt lựu này. Tuy là thức ăn trần thế nhưng nơi ăn là âm ty, luật của Hades là hễ ai ăn thức ăn ở âm ti thì không được về trần nữa. Zeus can thiệp, để tránh trường hợp Demeter có thể buồn đến chết vì bị mất con và gây ra sự chết đói của nhân loại, Hades đồng ý để Persephone về với mẹ, và sống ở trần gian sáu tháng rồi trở về cõi âm với Hades sáu tháng. Sáu tháng Persephone về trần gian, Demeter cho gieo trồng cây cối, thu hoạch mùa màng rồi lễ lạc ăn mừng. Sáu tháng kéo dài từ mùa xuân cho đến mùa thu. Khi Persephone phải xa mẹ làm nữ hoàng cõi âm, Demeter trở nên buồn bã khiến mặt đất lạnh lẽo đóng băng. Sáu tháng đó là mùa đông.

Ảnh lấy từ Wikipedia, Demeter, cầm đuốc thánh chúc phúc cho vị thần trẻ Triptolemus, người đầu tiên gieo hạt bắp để trồng. Sau lưng Triptolemus là Persephone, con của Demeter, nữ hoàng âm ti.

Âm thanh của mùa thu qua tiếng dế và bóng quạ

Mùa hè, đi đâu cũng nghe tiếng ve inh ỏi trên những ngọn cây cao. Một ngày nào đó không để ý, cái âm thanh mà Basho bảo rằng xuyên thủng đá, bỗng trở nên im bặt. Thay vào đó là tiếng gió lao xao. Loại gió, khiến những chiếc lá aspen, như những đồng tiền treo lủng lẳng trên cây, lắc lư run rẩy không ngừng. Loại gió làm lá rung nhưng cành không lay. Tiếng gió nhẹ nhàng mà triền miên *"thu phong xuy bất tận"*[1] báo rằng mùa thu đang khẽ khàng về. *"Gió mùa thu mẹ ru con ngủ. Năm canh chầy thức đủ vừa năm."* Gió thu bao giờ cũng gợi trong lòng người những nỗi niềm miên man chảy trong tâm hồn. Đầu mùa thu, lá chưa vàng rơi xào xạc, tiếng lá rơi chưa vang dội trong sương mù. Một chút hơi lạnh thoáng qua, một chút sương mù buổi sáng, và tiếng dế réo rắt trong đêm khuya là những điểm thi vị của buổi đầu thu.

Nếu tiếng ve là âm thanh của mùa hè thì tiếng dế là âm nhạc của mùa thu. Tiếng ve thường được nghe thấy vào ban ngày, ở ngoài vườn hay trong rừng. Tiếng ve khi nguyên đàn đồng ca, âm thanh của chúng như tiếng mài kim khí có thể làm nhức óc, chẳng trách nhà thơ Basho bảo rằng xuyên thủng đá.

Dế thật ra xuất hiện vào mùa hè, nhưng không ai chú ý vì tiếng dế hòa vào tiếng côn trùng khác. Đến khi trời trở lạnh, dế trốn vào trong nhà. Người ta chỉ chú ý đến tiếng dế trong đêm thâu khi chung quanh hoàn toàn vắng lặng. Tiếng dế ban đêm cũng như tiếng gió thu có thể làm người ta trăn trở. Người tự hỏi ta bị tiếng dế làm mất giấc ngủ, hay vì không ngủ được nên nghe thấy tiếng dế khóc than.

Người Nhật có một bài thơ ngắn về tiếng dế.

Though the purity
Of the moonlight has silenced
Both nightingale and
Cricket, the cuckoo alone
Sing all the white night.[2]

Tác giả Vô Danh

---

1 Đỗ Phủ, "Tử Dạ Thu Ca" trích Đường Thi do Trần Trọng Kim dịch và biên soạn, tr. 54-55

2 "One Hundred Poems From The Japanese." Kenneth Rexroth dịch, tr. 10

Mặc dù sự thanh khiết
Của ánh trăng đã khiến
Cả dạ oanh và dế mèn im tiếng,
Riêng chim cúc cu
Cứ hót sáng đêm[3]

Một đặc điểm của tiếng dế ai cũng công nhận là dế gáy rất dai rất dài. Nhạc sĩ Phạm Duy từng nghe dế gáy suốt đêm. *"Có con dế mèn. Suốt trong đêm khuya. Hát xẩm không tiền. Nên nghèo xác xơ."* Có lẽ dế cũng như ve, là những người nghệ sĩ, chỉ biết làm thơ và ca hát suốt ngày, hay suốt đêm, không biết dành dụm tích trữ như kiến nên nghèo.

Không chỉ người nhạc sĩ trăn trở chuyện giàu nghèo với tiếng dế trong đêm, ngay cả một vị quan Nhật, mang quyền nhiếp chính cũng trằn trọc cùng tiếng dế.

The cricket cries
In the frost.
On my narrow bed,
In a folded quilt
I sleep alone[4]

The Regent
Fujiwara no Go-Kyōgoku

Tiếng dế kêu than
Trong làn sương giá
Trên chiếc giường hẹp
Trong làn chăn gấp
Ta ngủ một mình.[5]

Tiếng dế, dù không inh tai buốt óc như tiếng ve, nhưng nó cứ ri rỉ ra rả suốt đêm như tiếng khóc nỉ non. Khiến nhà thơ Phùng Quán phải bảo rằng:

Hồ khuya sương tĩnh mịch
Trộn nước lẫn cùng trời
Con dế chân bờ giậu

---

3 Nguyễn thị Hải Hà dịch từ bản tiếng Anh của Kenneth Rexroth
4 "One Hundred Poems From The Japanese." Kenneth Rexroth dịch, tr. 47
5 Nguyễn thị Hải Hà dịch từ tiếng Anh

Nỉ non hoài không thôi...[6]

Nhà thơ Phùng Quán, tôi đoán, ông đọc cho phu nhân nghe bài Xúc Chức của Đỗ Phủ

Xúc chức thậm vi tế,
Ai âm hà động nhân.
Thảo căn ngâm bất ổn,
Sàng hạ dạ tương thân.
Cửu khách đắc vô lệ,
Phóng thê nan cập thần.
Bi ti dữ cấp quản,
Cảm kích dị thiên chân.

Tôi thấy có ai đó dịch như sau:

Con dế rất nhỏ bé,
Tiếng kêu động lòng người.
Nơi gốc cỏ kêu không ổn,
Dưới giường đêm yên thân.
Mi như người khách được cái không có nước mắt,
Người vợ bị ruồng bỏ khó mà chờ tới sáng
Tiếng đàn sáo gấp gáp,
Cùng đều gây cảm kích, tuy khác bản chất.[7]

Đỗ Phủ cho rằng con dế ở ngoài cỏ không được bình an nên vào dưới giường của loài người để được yên thân. Tiếng dế Đỗ Phủ nghe như tiếng thở than của người vợ bị ruồng bỏ, chỉ khác một điều là tiếng dế không có nước mắt.

Tiếng nỉ non của loài dế được người Tây phương ví von với tiếng gọi của lương tâm, thí dụ như tiếng chú dế Jiminy trong truyện Cuộc Phiêu Lưu của Pinocchio. Truyện của Carlo Collodi được Walt Disney làm thành phim hoạt họa năm 1940. Jiminy trong truyện vốn là một cụ dế đã hơn trăm tuổi, thông thái và nhân hậu. Cố thuyết phục Pinocchio đừng nghe lời dụ dỗ của bạn xấu là Cáo và Mèo không được, cụ mắng Pinocchio "Mày chỉ là một con (thằng) rối, càng tệ hơn

---

6 Phùng Quán, "Đêm Nghi Tàm Đọc Đỗ Phủ Cho Vợ Nghe." tkaraoke.com
7 Xin cáo lỗi với dịch giả bài thơ Xúc Chức của Đỗ Phủ. Tôi không vào được trang thivien.net. Bài thơ Xúc Chức và bản dịch đều của thivien.net, tôi dùng đoạn tóm tắt trên Google.

mày có cái đầu toàn là gỗ." Pinocchio nổi giận lấy cái búa ném trúng và giết chết cụ.

Thì ra, khi muốn, người ta có thể dập tắt tiếng nói của lương tâm.

Tiếng kêu ri rỉ kéo dài bất tận của dế có thể làm người ta phát cáu vì không ngủ được. Nhưng với người thích nghe tiếng dế, hay ít nhất là không bị tiếng dế làm phiền, thì có thể xem đó là âm nhạc của thiên nhiên không? Nhà văn George Selden có viết quyển truyện The Cricket in Times Square được giải thưởng Newbery Honor 1961. Trong truyện này con dế Chester có thể phát ra âm thanh như tiếng nhạc. Nó đã chinh phục thính giả đầu tiên bằng bài hát Come back to Sorrento và sau đó là những bài hát nổi tiếng khác.

Nhà thơ John Keats trong bài thơ "To Autumn" cũng đã ví tiếng dế kêu như âm nhạc.

Hedge-crickets sing; and now treble soft
The red-breast whistles from a garden-croft;
And gathering swallows twitter in the skies.

Tiếng dế hát ca ở bờ giậu giờ càng êm ả hơn
Chim yếm đỏ huýt sáo ở ngôi nhà trong nông trại
Và chim én lượn ríu rít trên bầu trời[8]

Đây là những câu thơ John Keats ví von như một bản nhạc thu.

Âm thanh của mùa thu, ngoài tiếng gió thu và tiếng dế còn có tiếng quạ. Ở miền Đông Bắc Hoa Kỳ, quạ xuất hiện quanh năm. Một số nhà văn thường nhắc đến quạ vào mùa đông, thí dụ như Robert Frost với bài thơ Dust of Snow; tuy vậy, quạ là loại chim được người Việt Nam nhắc nhở nhiều trong văn thơ (và âm nhạc) mùa thu. Trước nhất là bài hát Thu Sầu của Lam Phương với những câu:

Người từ ngàn dặm về mang nỗi sầu
Nhịp cầu ô thước hẹn đến mai sau
Ngày dài nhung nhớ mình cũng như nhau.
Trên cao bao vì sao sáng, rừng vắng có bao lá vàng
Là bấy nhiêu sầu.

Nhạc sĩ Lam Phương đã dùng điển tích Ngưu Lang Chức Nữ, bị

---

8 Nguyễn thị Hải Hà dịch từ tiếng Anh

trời đày xa nhau, mỗi người sống ở một bên bờ của con sông. Hằng năm chỉ được gặp nhau một lần vào mùa thu với chim quạ làm cầu bắc qua sông. Vâng, điển tích của Tàu, nhưng mãi rồi nó cũng thành truyện của người Việt

Chim quạ, phát âm theo kiểu người miền Nam giống như chữ họa trong tai họa. Có lẽ vì thế mà người ta thường có ác cảm với chim quạ, xem nó như điềm xấu, báo hiệu tai ương. Tuy vậy, người xưa xem tiếng quạ điềm báo hiệu tình duyên.

Quạ kêu nam đáo nữ phòng.
Người dưng khác họ đem lòng nhớ thương.

Chữ đáo ở đây phải chăng có nghĩa là quay trở lại? Chữ này làm tôi liên tưởng đến chữ đảo. Loài quạ cũng như diều hâu hay ó, thường hay bay vòng tròn đảo quanh con mồi. Người ta cũng dùng chim quạ để bàn chuyện áo cơm, chỉ dẫn giúp người chỗ nào có thể tìm được mồi ngon.

Chiều chiều quạ nói với diều
Cù lao ông Chưởng có nhiều cá tôm.

Không chỉ có người Việt gắn liền chim quạ với mùa thu. Nhà thơ Basho có bài haiku:

On a withered branch
a crow has settled -
autumn nightfall[9]

Trên cành héo khô
Con quạ đậu lặng yên
Chiều thu rơi[10]

Quạ không hoàn toàn là chim thiên di, bay về miền ấm mỗi năm trời trở lạnh. Có con đi, cũng có con ở lại. Những đàn quạ ở miền hàn đới có thể bay đến miền ôn đới, và quạ ôn đới bay đến nhiệt đới chứ không đi thật xa như các loại chim thiên di khác. Quạ có thể di chuyển từng bầy, cũng có thể sống kiếm ăn một mình. Đỗ Phủ cũng xem quạ là loại chim mùa thu trong bài thơ sau đây.

---

9 Basho, Harold G. Henderson dịch, 1958
10 Nguyễn thị Hải Hà dịch từ bản tiếng Anh của Harold G. Henderson.

Dã Vọng

Thanh thu vọng bất cực,
Thiều-đệ khởi tằng âm,
Viễn thủy kiêm thiên tĩnh.
Cô thành ẩn vụ thâm.
Diệp hi phong cánh lạc,
Sơn quýnh nhật sơ trầm.
Độc hạc qui hà vãn,
Hôn nha dĩ mãn lâm

Thơ Đỗ Phủ

Trông Cánh Đồng

Trời thu trông tít khôn cùng
Bóng râm lớp lớp mây lồng cõi khơi.
Lặng trong dưới nước trên trời,
Thành hoang lấp ló, nửa vùi trong sương.
Gió lay rụng hết lá vàng,
Non tây thăm thẳm ngậm gương ác tà.
Muộn về chim hạc bay xa,
Từng đàn chim quạ đậu đà kín cây.[11]

Bản dịch của Trần Trọng Kim

Mỗi lần đàn quạ cất cánh, hay đáp xuống, tiếng đập cánh và tiếng kêu của chúng phá vỡ cái tĩnh lặng êm đềm của mùa thu. Đỗ Phủ ví chim quạ như bầy tiểu nhân, có thể dùng thế đông mà chèn ép hạc tượng trưng cho người quân tử.

Quạ xuất hiện khá nhiều trong văn chương của phương Tây. Năm 1634 John Milton đã viết về chim quạ và mùa thu trong Comus. Lâu hơn nữa, quạ đã xuất hiện trong thánh kinh. Thường xuyên quạ tượng trưng cho sự tối tăm, chết chóc, độc ác, và những điềm xấu khác. Tuy vậy một đôi lần, chim quạ được biểu hiện tử tế hơn. Trong truyện "The Snow Queen" của Hans Christian Andersen, con quạ đã giúp cô bé Gerda đi tìm Kay người bạn thời thơ ấu. "Hãy lắng nghe tôi nói đây," Con quạ nói với Gerda. "Ngôn ngữ của cô rất khó nói." Quạ hỏi Gerda có nói và hiểu được tiếng quạ không, nếu được thì cuộc trò

---

11 Đỗ Phủ, "Dã Vọng" Trần Trọng Kim dịch và biên soạn. Tr. 181.

chuyện của hai người sẽ dễ dàng hơn. "Không, tôi chưa học tiếng quạ. Bà của tôi thì hiểu và có thể nói được tiếng quạ đấy. Giá mà tôi học tiếng quạ trước thì hay biết mấy." Qua Gerda, quạ được xem là con vật thông thái và thân thiện.

Nếu thơ là một bức tranh bằng chữ, thì tranh là một bài thơ bằng hình ảnh. Nổi tiếng cả trong giới hội họa và người thưởng ngoạn là bức tranh đàn quạ bay trên cánh đồng lúa mì của Vincent van Gogh. Bức tranh được vẽ vào năm 1890 là một trong những bức tranh cuối cùng của nhà họa sĩ bạc mệnh. Tương truyền ông đã dùng tiếng súng làm cho đàn quạ sợ hãi bay vụt lên. Bức tranh vẽ những cánh quạ đen bay trên cánh đồng lúa mì đã chín vàng, với ba con đường mòn không đưa tới một nơi nào cả. Người ta cũng cho rằng, đàn quạ là điềm báo trước vận mệnh tai ương của ông. Không mấy lâu sau khi hoàn tất bức tranh, ông qua đời. Có người cho là ông tự tử. Còn một giả thuyết khác là người ta hãm hại ông.

Lúa mì thường được trồng làm hai mùa. Lúa mì trồng vào mùa xuân được gặt hái vào cuối mùa hè. Chúng ta có thể suy luận rằng, bóng quạ trong tranh của Van Gogh là bóng quạ đầu thu. Người Koyukon, dân tộc thiểu số ở Alaska có một bài cầu nguyện về chim quạ như sau.

Make prayers to the raven.
Raven that is.
Raven that was.
Raven that always will be.
Make prayers to the raven.
Raven, bring us luck.

Hãy cầu nguyện với quạ.
Quạ hiện tại.
Quạ quá khứ.
Quạ tương lai.
Hãy cầu nguyện với quạ.
Này Quạ, hay mang may mắn đến cho chúng tôi.[12]

Nguyễn thị Hải Hà

---

12 Nguyễn thị Hải Hà dịch.

Tản Mạn Về Văn Hóa Thịt Chó
NGUYỄN KIẾN THIẾT

Thịt chó, còn gọi thịt cầy (cờ tây), mộc tồn, thịt "sư tử đất", hoặc "cẩu nhục", "hương nhục" (thịt thơm). Năm Mậu Tuất 2018 cầm tinh **con Chó**, chắc hẳn có rất nhiều bài viết về con vật thân yêu, chí nghĩa chí tình trong các loài gia súc. Để tránh trùng lặp, người viết chỉ tản mạn vài nét về "Văn hóa… ăn thịt chó"- gọi tắt là **Văn hóa thịt chó** ở nước ta.

Bàn về chó mà không nói đến nghệ thuật "ăn thịt chó" là một điều thiếu sót. Nhưng cũng rất bất công với con vật rất mực trung thành. Điều này còn nói lên cái nhìn, cách nghĩ, văn hóa của một dân tộc.

Trong lịch sử, việc ăn thịt chó đã được phổ biến ở nhiều nơi trên thế giới như: Trung Hoa, Nam Dương (Indonésie), Hàn Quốc, Mễ Tây Cơ (Mexique), Phi Luật Tân (Philippines), Đài Loan, Thái Lan và… Việt Nam. Trong thời cận hiện đại, thịt chó vẫn là món ăn thông thường tại Trung Quốc, Hàn Quốc và Việt Nam.

***Vấn đề văn hóa:**

Vấn đề văn hóa có rất nhiều định nghĩa với vô số cách hiểu khác nhau. Theo thống kê của hai nhà nhân loại học người Mỹ là Alfred Kroeber và Clyde Kluckhohn thì có tới 164 định nghĩa khác nhau về văn hóa trong các công trình nổi tiếng thế giới (Lương Vân Kế: *Thế giới đa chiều*, nxb Thế Giới, 2007). Văn hóa là sản phẩm của con người, không chỉ liên quan tới tinh thần mà bao gồm cả vật chất. Theo nghĩa thông thường, những sản phẩm như đồ đạc, nhà cửa, đường sá, ẩm thực… thuộc về **văn hóa vật chất**; còn những sản phẩm như khoa học, tín ngưỡng, văn học, tư tưởng, giá trị, phong tục tập quán, v.v… thuộc về *văn hóa tinh thần* (còn gọi là *văn hóa phi vật chất*). Giữa văn hóa vật chất và phi vật chất còn có mối liên hệ mật thiết với nhau: cái này bổ sung cho cái kia, và ngược lại. Bất cứ cái gì tốt, xấu đều là *giá trị* - mà giá trị là sản phẩm của văn hóa. Như vậy, có thứ văn hóa tốt hay không tốt, có văn hóa hay hoặc dở; đi xa hơn một chút, còn có văn hóa và phản văn hóa nữa.

***Văn hóa thịt chó:**

Theo Wikipedia, cội nguồn ăn thịt chó bắt đầu từ Lễ hiến chó trong tín ngưỡng dân gian, có thể nói là một phạm trù của văn hóa ẩm thực - *Văn hóa thịt chó.* Người "có công" trong việc khám phá, ăn thịt chó đầu tiên là thầy cúng, thầy phù thủy (lại là bọn "thầy cúng", "thầy phù thủy"), nhưng chỉ ăn lén lút vào đêm tối vì mặc cảm tội lỗi. Dần dà việc ăn thịt chó lan rộng ra cả nước; đầu tiên là ở các tỉnh thành phía Bắc (khoảng năm 1910-1920). Có thể nói Việt Nam là một trong những nước tiêu thụ thịt chó nhiều nhứt thế giới, với hơn năm triệu chó bị làm thịt mỗi năm.

Tại miền Bắc Việt Nam, thịt chó là món ăn khoái khẩu được nhiều người ưa chuộng. Những vùng thịt chó nổi tiếng đến mức được định danh thương hiệu như "Thịt chó Nhật Tân" (Hà Nội), "Thịt chó Vân Đồn" (Hà Nội), "Thịt chó Việt Trì"(Phú Thọ), "Thịt chó Tiên Lãng" (Hải Phòng), "Thịt chó Cầu Vòi" (Nam Định). Đặc biệt làng Cao Hạ (xã Đức Giang, Hoài Đức, Hà Nội) là làng mổ chó "cha truyền con nối" lớn nhứt Việt Nam, với mấy chục lò mổ. Mỗi đêm, làng này giết tới 4-5 tấn chó, tức khoảng 300-400 con chó bị hóa kiếp.

(*Nguồn: http://vietnamnet.vn/vn/kinh-doanh/thoi-tan-cua-lang-do-te-mo-cho-lon-nhat-ha-noi-266769.html*).

Hiện nay, thịt chó có thể nói là món nhậu hút "bợm" nhứt Hà Nội. Dạo chơi một vòng Hà Nội, người ta sẽ thấy các quán "cầy tơ" mọc lên như nấm, hút các bợm tới "cắm rễ". Chẳng hạn các quán thịt chó trong chợ Mỹ Đình, Thanh Hoa, Thanh Hiền, Việt Trì, Thu Hằng… Miền Nam trước kia không ăn thịt chó. Nhưng từ sau năm 1954, khi có hơn một triệu người miền Bắc (trong đó có người Công giáo) di cư vào thì người miền Nam mới biết đến thịt chó. Có thể nói người Công giáo miền Bắc đã mang văn hóa thịt chó vào Nam. Ở đâu có đông người Công giáo di cư - như Hố Nai, Biên Hòa, ở đó có nhiều quán thịt chó. Thế rồi thịt chó theo đà Nam tiến mà "lê gót" về Đồng bằng sông Cửu Long và dừng chân tại Long An, Vĩnh Long, Cần Thơ, Long Xuyên, Cà Mau, Rạch Giá. Dân ăn thịt chó gồm đủ mọi thành phần, bất kể lương hay giáo. Riêng tại Sài Gòn, thực khách sính "cầu nhục" có thể tìm đến các quán nhậu thịt chó ở quận Tân Bình, Gò Vấp. Rảo một vòng Hòn Ngọc Viễn Đông cũ, các "bợm" có thể tắp vào một trong các quán nhậu thịt chó nổi tiếng để "nhâm nhi tình bạn" và "trút cạn nỗi sầu" như: Cống Quỳnh, Chấn Hưng (Quận 10), Sân Bay (Tân Bình), Thanh Đa (Bình Thạnh), Trần Não (Quận 2), v.v… (Nguồn: www.ruamotnang.wordpress.com).

Do vậy mà phong trào ăn thịt chó có lúc phát triển rộng khắp từ nông thôn tới thành thị, từ Bắc chí Nam. Hiện nay, "hiện tượng" này lại bùng phát một cách đáng sợ, dẫn đến nhiều tệ nạn. Người nghèo ăn thịt chó, người giàu ăn thịt chó, bình dân ăn thịt chó, trí thức cũng ăn thịt chó. Đâu đâu cũng đều có hơi hướm… chó! Người ta hạ "cờ tây", hạ "mộc tồn" để thiết đãi bạn bè, trong các dịp lễ lạt như cưới hỏi, khao vọng nhà mới, thăng quan tiến chức v.v… Các quán nhậu cũng quảng cáo "Nai đồng quê" để thu hút thực khách. Về đối khó đối sau đây có lẽ bắt nguồn từ cái quảng cáo này:

Quê Đồng Nai có nhiều nai đồng quê.

Thậm chí một tờ báo lớn ở Sài Gòn trước năm 1975 còn có mục "Chả chó dồi chó"!

Người ta chọn giống chó để nuôi và… ăn thịt:

Lõ đầu thì bán / Lõ trán thì nuôi / Lõ đuôi ăn thịt.

Hoặc: *Mắt bánh rán, trán bánh chưng, lưng tôm càng.*

Nghệ thuật ăn thịt chó cũng lắm công phu. Người sành điệu ăn thịt chó phải nắm vững kinh nghiệm dân gian khi phân loại chó: "Nhứt bạch, nhị hoàng, tam khoang, tứ đốm" thì mới đúng sách vở. Tùy theo khẩu vị, tập quán mà dân tộc mỗi miền có những cách chế biến thịt chó khác nhau. Tại miền Bắc, thực đơn bữa tiệc thịt chó gồm đủ các món như: thịt luộc, dồi nướng, thịt nướng, rựa mận, xáo măng … Gia vị gồm: **chanh**, sả, **hành sống, lá mơ, húng chó**, ớt trái và không thể thiếu **mắm tôm, củ riềng** - như trong ca dao có đoạn nhắc tới:

*Con gà cục tác **lá chanh***
*Con lợn ủn ỉn mua **hành** cho tôi*
Con chó khóc đứng khóc ngồi
*Mẹ ơi đi chợ mua tôi đồng **riềng**...*

Hoặc:

*Một trăm con chó / Một lọ **mắm tôm***
*Một ôm **rau húng** / Một thúng rau răm...*

Hai câu thơ sau đây đã đi vào dân gian phản ảnh rõ nét văn hóa thịt chó:

Sống ở trên đời không ăn dồi chó
Chết xuống âm phủ biết có hay không?

Đôi khi các đầu bếp còn chế biến "thịt chó bảy món", "cầy tơ bảy món" và "tiết canh chó" để câu thực khách. Ăn thịt chó phải uống với **rượu đế** - rượu tăm cất ở Tây Hồ, mới đúng bài bản. Theo Vũ Bằng, một tay sành điệu ăn thịt chó miền Bắc, phải chọn "chó chanh cốm" (thứ chó nuôi từ hai năm tới hai năm rưỡi), thịt ngọt ngon như "thiếu nữ dậy thì", "xanh lên ngọn tóc, nhựa căng vú đào". Theo tác giả **"Miếng ngon Hà Nội"**, thực đơn bữa tiệc chó gồm đủ các món chế biến từ... thịt chó đã kể trên, còn có chả nướng, rựa mận, "chuối chưa ra buồng", dồi tươi chấm với mắm tôm. Đặc biệt món **rựa mận**, một "món ăn bất hủ" được Vũ Bằng ví với bản nhạc "Le Danube Bleu" của Johann Strauss: *"Nó dìu dặt, khoan thai, cuồn cuộn một cách êm dịu, có đôi khi lại như nhảy nhót lên trong ánh sáng"*. (Nguồn: http:// yume.vn/thit-cho-mon-ngon-ha-noi-vu-bang-35cc437a.html).

Gia vị của đồng bào miền Nam, gọi là "đồ tẩm liệm", nói lên nét đặc thù trong việc chế biến thịt chó. Đó là "đường, **tương, đậu** (đậu nành, đậu xanh), sả, ớt, củ hành, **đu đủ, dừa khô, bột nghệ**". Nhiều bài **Vè thịt chó** phác họa một vài nét về Văn hóa thịt chó Nam Kỳ Lục tỉnh, như:

Nghe vẻ nghe ve / Nghe vè thịt chó
Đứa nào chịu khó / Bắc nước, cạo lông
Đứa nào ở không / Đi mua đồ nấu

(Ớt, đường, tương, đậu / Bột nghệ, củ hành...)
Đứa nào xấu xấu / Xắt sả nạo dừa
Đứa nào không ưa / Thì đi chỗ khác
Làm trong giây lát / Xúm lại cùng ăn
Chớ có lăng xăng / Người ta đàm tiếu
Con chó nhỏ xíu / Ăn chín, mười người
Thiên hạ chê cười / Tụi ăn thịt chó!...

Ngoài món chả chó dồi chó, dân sành điệu miền Nam còn chế biến nhiều món đặc thù... rất Lục tỉnh! Chẳng hạn như **chó xào lăn nước cốt dừa, chó hầm "đu đủ mỏ vịt" với nước dừa nạo** (hầm hon), **cháo thịt chó nấu với đậu xanh cà** v.v... Rau quả thì có **lá thúi địt** (lá mơ), rau húng, **ngò om**, chuối sống. Nước chấm (không giống ai) như **cơm mẻ, tương hột xay trộn đậu phộng và nước cốt dừa** béo ngậy.

Ăn thịt chó mà uống với rượu đế thì thật là thống khoái. Ở đây văn hóa thịt chó và văn hóa rượu đế đã hòa nhập tuyệt vời. Nhưng cũng sanh ra lắm điều phiền toái vì "rượu vào lời ra" (tửu nhập ngôn xuất), "rượu uống vô rồi như con chó điên giữa chợ" (Tửu nhập tâm như cẩu cuồng tại thị). Bài **Vè uống rượu** sau đây đã lột tả được cái hay, cái dở - thường là cái dở, của văn hóa rượu đế ở nông thôn Lục tỉnh:

Một ly nhâm nhi tình bạn / Hai ly trút cạn nỗi sầu
Ba ly mũi chảy tới râu / Bốn ly ngồi đâu gục đó
*Năm ly **cho chó ăn chè** / Sáu ly ai nói nấy nghe*
Bảy ly làm xe lội nước / Tám ly vợ rước về nhà
Chín ly đi đời nhà ma...

Như đã dẫn trên, "Tụi ăn thịt chó" thường bị "thiên hạ chê cười". Đã "ăn" phải có "uống". Và uống "nước mắt quê hương" (rượu đế - rượu nếp rặt) mới đúng sách vở. Rượu đây là rượu mời, rượu tình, rượu nghĩa, rượu lễ. "Làm một ly" rượu mời để kết giao tình bạn. "Làm hai ly" rượu nghĩa để giãi bày tâm sự, trút hết nỗi sầu. Nhiều đệ tử Lưu Linh lúc hứng chí bèn rung đùi "xổ nho" từng chùm, "học lóm" được từ các cụ đồ lỡ vận, như:

Tửu phùng tri kỷ thiên bôi thiểu
Thoại bất đầu cơ bán cú đa.

[Âu Dương Tu (1007-1072), nhà thơ nổi tiếng thời Tống bên Trung Hoa].

Tạm dịch: Uống rượu mà gặp bạn hiểu mình thì ngàn chén cũng là còn ít; Nói chuyện mà không hợp nhau (lời nói chẳng gài máy lập mưu) thì nửa câu cũng là nhiều.

Một khi nhậu "quắc cần câu", "mút mùa Lệ Thủy", "xả láng sáng về sớm" thì mạnh ai nấy nói, ai nói nấy nghe, lè nhè "nói dai như chó nhai giẻ rách", đến nỗi cho "chó ăn chè". Có lúc văng tục, bắt bẻ "chén tạc chén thù", "rượu mời rượu phạt" bởi cái luật lệ bất thành văn của các đấng "hũ hèm"! Chẳng hạn đến trễ phải bị phạt ba ly mới được nhập tiệc, muốn ra ngoài "trút bầu tâm sự" phải tự phạt hai ly: ly xuất, ly nhập; nếu ai biết "xổ nho" hoặc "xuất khẩu thành thơ" (thường là thơ con cóc) thì được miễn phạt, chẳng hạn như:

- Xổ nho: *Nam vô tửu như kỳ vô phong*

(Đàn ông mà không có / uống rượu như cờ không có gió).

- Xuất khẩu thành thơ:

Kính thưa quý vị, tôi trình
Tôi xin lấy nước trong mình tôi ra.

Đôi khi trong *bữa nhậu,* các bợm không ưa nhau thường sanh sự nọ kia, *nói khóe nói cạnh, ai nói nấy nghe* dẫn đến trận đấu khẩu kịch liệt, ồn ào như cái chợ! Đấu võ mồm chưa đủ, những "con chó điên giữa chợ" còn *thượng cẳng tay hạ cẳng chưn* quyết hạ gục đối phương khiến người bị lỗ đầu sứt trán, kẻ bị mạng toi. Gặp thứ rượu cực mạnh, uống đến ly thứ chín phải ra bãi tha ma mà nằm, như câu ca dao Lục tỉnh đã chế giễu:

Chim khôn lựa cành mà đậu
Gái khôn kiếm chồng nhậu mà nhờ
Mai sau nó chết bụi chết bờ
Hòm rương khỏi tốn, bàn thờ khỏi lo!

*** Tranh luận giữa các phe**

Mấy năm gần đây, tại nước ta, vấn đề "ăn thịt chó" đã là đề tài tranh luận sôi nổi (giống như cuộc tranh luận Truyện Kiều, tranh luận Thơ cũ - Thơ mới trước kia) giữa hai phe: phe tán thành và phe phản đối. Phe nào cũng đưa ra những lập luận để giành phần thắng về phe mình.

- Phe tán thành ăn thịt chó đưa ra năm lý do sau đây:

1.- Ăn thịt chó là một nét văn hóa truyền thống - văn hóa ẩm thực của Việt Nam, nên cần phải bảo tồn và duy trì. Ai không ăn thịt chó là không biết thưởng thức cái *tinh hoa* của văn hóa ẩm thực. Ca dao còn truyền tụng:

Đàn ông biết đánh tổ tôm
Uống rượu thịt chó, *xem nôm Thúy Kiều.*

Nhiều người còn quan niệm: Ăn cỗ to phải có miếng dồi chó mới đúng sách vở. Để nhớ lâu, nhớ đời thịt chó, lá mơ, dân miền Bắc còn lập "Hội thịt chó lá mơ" hay "Hội lá mơ". Gần đây lại xuất hiện "Hội những người thích ăn thịt chó" nữa.

2.- "Vật dưỡng nhơn" (vật để nuôi người): Chó là một trong những con vật nuôi trong nhà. Nếu quan niệm "vật dưỡng nhơn" thì ăn thịt chó cũng giống như ăn bất cứ thịt con vật nào (trâu, bò, dê, ngựa, heo, gà) đều là chuyện bình thường. Từ cái bình thường sẽ thành thói quen, tập quán. Yêu chó thì yêu, ăn vẫn cứ ăn vì cái "thần khẩu" nó hành.

3.- Thịt chó ăn ngon, bổ dưỡng và chứa nhiều vị thuốc. Theo Đông y, thịt chó vị mặn, chua, tính nóng, không độc; có tác dụng bổ dưỡng, trợ dương, ích khí trừ hàn.

(*Nguồn:* www.suckhoedoisong.vn).

Có người cho rằng, thịt chó mát trị được bịnh gan, thịt chó con sơ sanh trị được lao phổi. Đặc biệt ăn món "chân chó hầm thuốc bắc", cộng thêm dương vật và tinh hoàn của chú cẩu, sẽ tráng thận cường dương, "ông ăn bà khen" liền, khỏi tốn tiền mua thuốc Viagra!

3.- Ăn thịt chó là để "xả xui", trút bỏ hết cái vận đen đủi vào cuối năm, cuối tháng. Nhiều "bợm" sau khi nhậu "mút mùa Lệ Thủy" với "cẩu nhục" thường kéo nhau tới xóm cô đầu (Hà Nội) hoặc Ngã Ba Ông Tạ, Ngã Năm Chuồng Chó (Gò Vấp, Sài Gòn) để… "xả xú-bắp" nữa!

Một khi đã "trút sạch" cái xui quẩy rồi thì đương nhiên cái hên, cái may mắn sẽ tới. Có người còn biện minh rằng ăn thịt chó là đúng sách vở, hợp với đạo lý thánh hiền, như trong chuyện dân gian "***Chiêm bao thịt chó***". Nội dung cốt chuyện đại để như sau: Có người học trò dốc chí trau giồi kinh sử, gần đến kỳ thi, nằm mơ thấy cụ già chống gậy đem đến cho miếng thịt chó, bèn ăn ngay. Kỳ thi năm đó, cậu ta thi đỗ Trạng nguyên, làm quan to, vinh hiển cả đời (Theo Ôn Như Nguyễn Văn Ngọc: ***Truyện Cổ Nước Nam).*** Câu tục ngữ: *"Ăn thịt chó, đỗ Trạng nguyên"* phải chăng bắt nguồn từ chuyện cổ kể trên.

4.- *Ăn thịt chó vì không có gì để ăn* vào những lúc có chiến tranh hoặc quá đói kém. Lúc đó người ta phải ăn bất cứ loại thực phẩm nào để sống còn - đôi khi còn "khủng khiếp" hơn thịt chó. Vài ngàn năm trước, dân Gaulois, tổ tiên của người Pháp, lúc khan hiếm lương thực cũng phải ăn thịt chó để sống.

5.- *Lý do sau cùng là "nạn cẩu mãn" (lạm phát chó).* Nếu hơn năm triệu chó không bị "thịt" mỗi năm, thì trong vòng 5 năm, 10 năm hoặc 20 năm nữa, họ hàng nhà cẩu sẽ tăng theo mọi cấp số và "tung hoành" khắp mọi miền đất nước. Chừng ấy chó sẽ "ngồi bàn độc", lấn chiếm những phúc lợi của người như chỗ ở, thực phẩm, chăm sóc y tế và các dịch vụ khác. Còn vấn đề "hậu sự" của chó thì sao? Mai táng, hỏa táng hay thủy táng như Ấn Độ đã làm với bò. Thôi thì chỉ còn cách "khẩu táng" ít tốn kém nhưng có lợi, là thượng sách!

- **Phe phản đối ăn thịt chó** cũng đưa ra sáu lý do chống lại:

1.- *Ăn thịt chó là một thói quen man rợ và không phù hợp với đời sống văn minh.* Gần đây các tổ chức bảo vệ động vật lên án việc giết thịt chó tại nước ta là một truyền thống dã man từ thời trung cổ. Các tổ chức này còn kêu gọi người Việt Nam hãy thay đổi thói quen ăn thịt chó; đồng thời nhà nước nên ra bộ luật cấm việc giết, mổ và ăn thịt chó giống như các nước phương Tây đã làm. Thậm chí du khách Pháp còn dọa "tẩy chay" Việt Nam vì thịt chó: *"Chúng tôi sẽ không đến Việt Nam du lịch nữa nếu các bạn còn tiếp tục ăn thịt chó"*.

2.- *Chó là bạn của người:* Chó là bạn đồng hành của nhân loại từ thời xa xưa, là con vật thân yêu nhứt bởi những đức tánh cao quý của chúng. Đặc biệt, dù có chết vì đói, chó vẫn không hề ăn thịt đồng loại. Trong tín ngưỡng của người Cơ Tu (dọc dãy Trường Sơn, Thừa Thiên, Quảng Nam), con chó chính là vật tổ của họ (?). Truyền thuyết về ***ông tổ chó*** còn thấy ở nhiều dân tộc khác như Chăm, Dao, Lô Lô (Hà Giang, Cao Bằng, Lào Cai). (Nguồn: **Error! Hyperlink reference not valid.**). Vì muốn thỏa mãn cái "thần khẩu", ai nỡ ăn thịt bạn mình, vật tổ (?) của mình.

3.- Bảo vệ sức khỏe: Mỗi năm Việt Nam "tiêu thụ" hơn năm triệu chó trong đó có khoảng 200 ngàn chó nhập từ Thái Lan. Làm sao biết được (biết cũng nhắm mắt làm ngơ - biết chết liền) con nào bị ghẻ lở, xà mâu, con nào bị chết dịch, con nào bị sán dãi, bị dại mà ngừa. Có khi thịt chó bị bỏ bã (thuốc độc) cũng được bày bán la liệt ở các cửa hàng… chó. Vấn đề kiểm dịch chó sống, chó thịt, chó "tươi" có triệt để hay không? Và ai chịu trách nhiệm? Điều gì sẽ xảy ra cho môn đồ "cẩu nhục" khi ăn phải những thứ chết toi này? Chưa kể ăn nhằm món tiết canh chó bị (chết) dịch, phải sùi bọt mép, chờ ngày đi chầu Diêm chúa.

4.- Quy luật cung cầu: Theo quy luật cung cầu, hễ có cầu thì phải có cung; nhu cầu nhiều thì phải cung ứng ngày càng nhiều. Từ khi "văn hóa thịt chó" ở miền Bắc di cư vào Nam thì cả nước đã biết mùi thịt chó. Dần dà các hàng quán nhậu thịt chó mọc lên như nấm, thu hút số lượng rất đông đủ các loại "bợm". Vậy thì loài người chỉ cần ngưng ăn thịt chó thì giải quyết được mọi chuyện: Không có cầu thì cung sẽ tự tiêu vong.

5.- Tiếp tay cho "cẩu tặc": Mấy lúc gần đây do lượng tiêu thụ thịt chó ngày càng nhiều nên "nghề trộm chó" ra đời. Tệ nạn "câu" trộm chó phát triển từ Bắc chí Nam. Trước khi *hành sự*, bọn trộm chó thường bỏ bã cho chó ăn vào sẽ chết giấc, câm tiếng sủa, chủ chó không hay biết. Bã tức là thuốc chó giống như kẹo mút, trẻ con ăn nhầm liền bị ngộ độc phải mạng vong như trường hợp mấy đứa trẻ ở huyện Tuyên Đức, tỉnh Dak Nông thời gian gần đây. Đôi khi người mất chó vì quá thương con vật có nghĩa, đã đến các chợ chó xin (mua) chuộc lại chính con chó của mình. Đã có nhiều "cẩu tặc" bị đánh đập dã man không cần xét xử, phải nằm viện hoặc chết tại chỗ, xe cộ phương tiện trộm chó bị đốt phá. Những mạng người bị cướp đi không phải để thực thi "công lý", mà vì muốn bảo vệ cái tài sản… chó, cũng như thỏa mãn sở thích ăn thịt chó của con người. Ôi! Mạng người suy ra còn thua mạng chó! Như vậy nhà nước phải gấp rút đưa ra luật bảo vệ chó. Các môn đồ "hương nhục" nên vẫy tay "Buồn ơi chào mi" là vừa.

6.- Vấn đề nhân đạo nhân quả: Suy cho cùng chúng ta nên ngừng ăn thịt chó vì lý do *nhân đạo*. Nếu có dịp xem những hình ảnh giết chó, mổ thịt, nhiều người yếu bóng vía sẽ rùng mình, dựng tóc gáy vì nó quá sức tàn nhẫn, phi nhân đạo: Người ta giết chó bằng nhiều cách như dùng búa đập thẳng vào đầu (đả cẩu), chọc tiết hoặc bỏ chó vào bao bố rồi đập đầu, *trấn nước* cho đến chết. Cảnh chó giãy chết cùng tiếng chó kêu gào thảm thiết trước khi sắp chết như van xin, như hờn oán, thật não lòng!

Còn về *nhân quả*, nếu bạn không tin vào tôn giáo nào, có lúc cũng nên tin vào *vấn đề nhân quả* trong đời thường (xin lỗi bạn đọc). Nói một cách nôm na, nhân quả (hột và trái) theo nghĩa đen là *hột* giống nào sẽ cho *trái* nấy (trồng đậu được đậu, trồng dưa được dưa). Theo nghĩa rộng, nhân quả là hành động và kết quả của hành động. Con người phải chịu trách nhiệm về hành động và kết quả của hành động do mình làm. Do đó, hành động **Thiện** thì được phước báu an vui; hành động **Ác** phải thọ lấy sự đau khổ. Cổ nhân có câu: *"Tích thiện phùng thiện, tích ác phùng ác"*, hoặc câu tục ngữ *"Gieo gió gặt bão"* đều nhằm biện giải vấn đề nêu trên. Nếu chúng ta biết tin vào nhân quả và muốn tránh cái "nghiệp chướng" nặng nề, thiết tưởng nên mở rộng "đức háo sanh" bằng cách ngừng việc giết, mổ thịt chó cũng như ngừng ăn thịt chó!

* *Kết luận*

"Ăn thịt chó" là một phạm trù của "Văn hóa ẩm thực". Và "Văn hóa thịt chó" song song, tồn tại với các loại hình văn hóa khác. Cuộc tranh luận giữa hai phe (tán thành và phản đối) ăn thịt chó vẫn chưa ngã ngũ. Bên nào cũng có những ưu và nhược điểm. Người xưa có câu: *"Thái quá cũng như bất cập"* (Quá mức cũng như không kịp, không đạt yêu cầu). Người viết xin mạn phép đề nghị: Nếu bạn thèm ăn thịt, hãy bắt đầu tránh ăn thịt chó, không nên mạt sát những người ăn thịt chó; càng không nên phán xét ai đúng ai sai. Miếng thịt chó và những giọt "nước mắt quê hương" thật ra không có tội tình gì với sự văn minh của đất nước. Tới một thời điểm nào đó, nếu công nghệ sản xuất "thịt nhân tạo" được áp dụng rộng rãi, người viết tin rằng phần thắng sẽ nghiêng về phe phản đối ăn thịt chó.

Một khi "Văn hóa thịt chó" bị chết dần chết mòn, chắc chắn những "quái thai văn hóa" khác, như "văn hóa phong bì", "văn hóa chạy chức" rồi "văn hóa vô cảm" sẽ không còn chỗ đứng!

Nguyễn Kiến Thiết

Hải Hành Mùa Đại Dịch 8:
Thủy Thủ Về Nhà

NGUYỄN LÊ HỒNG HƯNG

(kỳ 8)

Sửa soạn cho bữa ăn sáng, Trúc Thanh chiên trứng, còn tôi dọn bơ, bánh mì, phó mát và đồ dùng ra bàn. Trời im gió, khí trời hơi mát lạnh, sự yên lặng làm cảnh quan khép kín và có phần u uẩn. Chợt con gà nhà hàng xóm kêu lên cục tác, cục tác rân trời, làm cho con Kuma, tên con chó, cũng hùa theo sủa vang. Đang yên ắng bỗng trở nên ồn ào tiếng gà và tiếng chó. Một lát sau gà hết cục tác và chó cũng im miệng, tất cả trở lại bình yên. Tôi nói với Trúc Thanh:

- Gà hàng xóm đẻ rồi, thế nào mình cũng có trứng ăn.

Trúc Thanh day ngang hỏi:

- Sao *papa* biết gà hàng xóm đẻ?

Tôi thay câu trả lời bằng câu thành ngữ:

- Gà đẻ gà cục tác, ác đẻ ác la.

- Câu này tui có nghe nhưng không biết nghĩa là gì?

- Nghĩa là một người muốn giấu việc gì đó rồi tự hô hoán lên để hòng che giấu, khiến cho người ta nghi ngờ, hoặc vô tình lộ ra, khiến mọi người biết được.

- Con gà thì ai cũng biết, còn con ác là con gì?

- Là con chim ác-là, một trong những loài chim giòng họ với chích chòe, có lông mình màu đen, dưới ức thì màu trắng.

- Ờ, tên nghe ngộ quá hén.

Hôm nay ngày Chủ Nhựt đầu tháng Chín. Thường những ngày nghỉ chúng tôi ăn sáng trễ. Sau buổi ăn sáng và dọn dẹp đồ dùng vô máy rửa xong, Trúc Thanh đi lại góc nhà lấy bọc đồ ăn của chó, đi qua trút vô thau cho Kuma ăn rồi tới nằm trên *salon* bên phòng khách, mở truyền hình xem tin tức ở Việt Nam. Còn tôi thì rót thêm tách cà phê, bưng lại ngồi bên chiếc bàn ăn. Để tránh tiếng động của truyền hình, tôi lấy tai nghe nhét vào hai lỗ tai, mở *laptop* vừa nhâm nhi cà phê vừa rà đọc trên một *website* văn chương của Việt Nam. Cô-vít hoành hành hơn một năm qua, ở Việt Nam xuất hiện nhiều nhà thơ quá, cho nên Cô-vít đã nhiễm vào thơ ca cũng bộn: *"Sài Gòn mệt lắm rồi phải không anh? Đã nằm nghỉ bao ngày chưa đứng dậy, hạ đã qua thu về rồi đấy, phố vắng không còn nghe tiếng chân qua…"**. Đọc chưa hết bài thơ mà lòng nghe trống vắng. Chợt Trúc Thanh cao giọng hô lớn:

- Trời ơi, buồn chán quá đi!

Tôi nhìn qua thấy vợ đang uốn mình, vươn vai có vẻ chán chường, mệt mỏi thiệt. Con Kuma nằm bên dưới *salon*, cũng chõ mõm lên trần nhà, mắt mở to ngơ ngác. Tôi tháo tai nghe ra để lên bàn và day qua nhìn lên màn ảnh truyền hình, thấy đang chiếu một clip cảnh dân chúng thiếu ăn, kéo tới nhà tổ trưởng trong một khu dân phố chửi bới om sòm trời đất, tôi đưa mắt ngó vợ và trầm ngâm. Từ lâu rồi mỗi khi ngoại cảnh có chuyện thì tôi hay xoay tâm thức nhìn lại bên trong mình để xem cái cảm giác nó ra làm sao? Tôi hít thở một vài hơi, khi tâm tư lắng đọng, mới nhận ra trong lòng mình cũng có chút bồn chồn và buồn chán. Thường thì những cảm xúc nội tâm vui, buồn, sướng, khổ gì tôi luôn nhìn nó một cách bình thản và chấp nhận xem đó như một phần của sự sống.

Sự buồn chán làm cho giấc ngủ có vấn đề rồi sanh tật thức đêm hút thuốc, uống rượu, cờ bạc, ăn vặt hoặc bị u ám và trầm cảm. Nhiều người hung hăng, lợi dụng dịch bệnh, ngoài đời thì gian trá, còn lên mạng thì lừa gạt người ta. Từ ngày dịch Covid-19 xuất hiện cho tới nay, truyền thông xã hội cung cấp những thông tin rất linh hoạt, tất cả đều giúp con người chống lại sự nhàm chán. Những học giả và những nhà chuyên môn đã dạy cho chúng ta nhiều bài học quý giá để vượt qua khoảng thời gian buồn tẻ. Thiệt vậy, nguy hiểm vô cùng! Điều này cũng quan trọng đối với sức khỏe cộng đồng, bởi vì nếu nhiều người cảm thấy buồn chán, sẽ có nguy cơ là họ sẽ ít tuân thủ các biện pháp đúng đắn chống dịch của các chuyên gia đưa ra. Tôi day ngang hỏi Trúc Thanh:

- Bà xã biết sự buồn chán từ đâu ra không?

Tiếng ồn của truyền hình át câu hỏi của tôi, Trúc Thanh cầm đồ bấm lên, bấm giảm bớt tiếng ồn và kêu tôi lặp lại câu hỏi. Nghe tôi nói xong, Thanh trầm ngâm một chút rồi nói:

- Có nhiều nhà chuyên môn đã cân nhắc câu hỏi này và đưa ra nhiều quan điểm khác nhau. Nhưng thực tế thì chỉ có hai loại chán nản mà người trong cuộc mới hiểu được.

Tính ra bao năm qua vợ chồng sống với nhau cũng có thể gọi là thuận thảo. Nhưng hơn một năm qua, từ ngày đại dịch hoành hành, trong nhà ít nghe tiếng cười. Mỗi khi tôi hỏi chuyện, Thanh chỉ trả lời ngắn gọn, nhiều khi cộc lốc, làm cho không khí gia đình có hơi ảm đạm. Hôm nay thấy vợ có ý nói, nên tôi mới mồi thêm:

- Nói tiếp đi.

- Ví dụ như một người bị kích động sanh ra buồn chán và một người bị bắt buộc phải làm một chuyện gì ngoài ý muốn cũng sanh ra buồn chán. Tuy hai trường hợp khác nhau nhưng sự buồn chán thì giống nhau, tức là ở trong trạng thái chối bỏ, đâm ra phản ứng bồn chồn và cáu kỉnh trước một tâm trạng không thú vị gì hết, còn bị nặng hay nhẹ thì tùy nhận thức của mỗi người.

Tôi hơi ngạc nhiên nhìn qua vợ, không biết hôm nay cô ăn trúng thứ gì mà dài dòng triết lý. Tôi nhìn Trúc Thanh tươi cười và nói:

- Có lẽ nhờ Cô-vít mà *mama* phân tích sự buồn chán một cách rành mạch. Thật vậy, sự chán nản làm người ta thờ ơ, không phải thờ ơ với người ngoài mà còn thờ ơ với chính mình, trong trường hợp này, người có một mức độ kích thích thấp mới không cảm thấy mệt mỏi.

- Vậy tui nói trúng rồi.

Thành thật mà nói, lúc ban đầu, từ khi đại dịch xuất hiện, tôi nghĩ thế giới này có vô số *virus* độc hại chết người và trong một thế giới đầy hỗn loạn; chiến tranh, khủng bố, bệnh tật, ô nhiễm môi trường, bão lụt, cháy rừng, thứ nào cũng giết chết rất nhiều người chớ không riêng gì *virus Corona*. Nhưng mặt khác, thiên nhiên cũng có ưu đãi cho ta sông, suối, núi đồi và nhiều cuộc chơi, giải trí lành mạnh. Cho nên tôi thờ ơ và ít quan tâm đến chuyện hiểm nguy của *virus Corona*. Tôi nói:

- *Mama* nói trúng một trăm phần trăm! Nhưng sự buồn chán trong tui còn rất thấp, nó không đủ kích thích đưa đến sự mệt mỏi, mất ngủ, chán chường rồi than vắn thở dài.

- Có thể *papa* thấy mọi thứ là vô nghĩa nên không quan tâm.

- Ồ, đây cũng là một vấn đề, theo ý tui thì ngược lại, buồn chán là hậu quả của việc làm không ý nghĩa. Nhưng nó cũng cho ta thấy mọi thứ đều có ý nghĩa, cũng nhờ nó mà con người ta hướng thiện, muốn sống một cuộc sống có ý nghĩa hơn và luôn luôn kiếm tìm làm việc gì đó có ích cho đời, cho người. Nói chung muốn hết buồn chán, chúng ta phải tham gia vào những sinh hoạt tích cực, đừng để những chuyện tiêu cực tác động thì thâm tâm mình sẽ được yên ổn thôi.

- Ờ, nhưng quan trọng là phải làm như thế nào?

- Không nên quá quy tắc phải làm theo cách của người này, người nọ mà do trực giác và sự trải nghiệm của chính mình, bằng cả tấm lòng và những mối quan hệ là biết chia cơm, sẻ áo cho những người cùng khổ.

- Chuyện này mình cũng có làm nhưng sao vẫn thấy chán nản và bất an?

- Có lẽ tại mình làm chưa đủ.

- Bao nhiêu mới đủ?

Tôi đổi giọng khôi hài, nói:

- Chuyện đủ thiếu ở đây là về mặt tinh thần, mình sống sao cho tốt với gia đình, láng giềng, bạn bè, đồng nghiệp thì sẽ mang lại cho mình cảm giác sâu sắc, tức là đầy đủ ý nghĩa cho cuộc sống. Khác hơn chuyện đong lúa, đong gạo đóng góp cho hội từ thiện vài ba tấn và chút ít tiền giúp đỡ người khó khăn trong mùa đại dịch, rồi ngồi bấm truyền hình lên xem mấy cái *clips* bên nhà, coi bà con có lãnh được gạo, nhận được tiền và mong ngóng coi dịch bệnh qua khỏi chưa.

Trúc Thanh xìu mặt, chau mày nói:

- Nãy giờ nói chuyện tui thấy mệt thêm, mình phải làm sao, chớ không lẽ ngồi một chỗ chịu trận, cho cái buồn chán nó lấn dần làm ngột ngạt, khó thở không khác nào bị nhiễm *virus Corona*.

- Tui thấy sự buồn chán nó lây sang người khác cũng không thua gì Cô-vít.

- Ủa, tui nghĩ còn hơn nữa, vì buồn chán nó lây qua báo chí, đài phát thanh, truyền hình. Còn Cô-vít thì lây người qua người.

Trúc Thanh cười ra tiếng và nói tiếp:

- Vì vậy cho nên tui không dám *chat* hay gọi nói chuyện với bạn bè, luôn cả gia đình bên nhà cũng không dám gọi luôn.

Tôi cũng cười và nói:

- Từ ngày đại dịch cho tới nay tui mới thấy *mama* cười tươi.

Là một thủy thủ, thường đi đó, đi đây mà bị treo giò ở nhà mấy tháng trời, lâu rồi không còn có những cuộc hẹn với bạn bè lên hội quán và vào lúc lên đèn lang thang trong một thành phố lạ hay ngồi bên gành đá trên một bãi cát ở hải đảo xa xôi. Có lẽ vì sự ngăn cách giữa con người do dịch bệnh, sự thay đổi dường như đánh mất thói quen hàng ngày hoặc vì ở nhà lâu quá lòi ra một đống thời gian nhàn rỗi, công việc đã biến mất thì sự nhàm chán nó hiện ra. Biết vậy cho nên tôi tìm tòi, học hỏi để biết cách làm sao giảm bớt sự buồn chán. Tôi nói tiếp:

- Có lẽ tại ngày nào *mama* cũng ngồi xem và đọc tin tức trên báo mạng, nghe truyền thanh, xem truyền hình, nhứt là xem những *video clips* ở Việt Nam, toàn chuyện tiêu cực làm tâm *mama* bất an rồi sanh ra buồn chán chớ gì?

- Có thể lắm! Sợ dịch không dám ra ngoài chơi, nằm nhà mở truyền hình theo dõi những chuyện ở bên kia trái đất, mà toàn là những chuyện xấu xa không. Tui chưa thấy trên thế giới có nước nào chống dịch bát nháo như ở nước Việt Nam. Cái ngữ này mà ngồi xem riết, không bị mắc dịch cũng bị bịnh trầm cảm rồi tiêu đời luôn.

- Cô-vít mới mẻ quá, nên nước nào cũng bát nháo chớ không riêng gì Việt Nam. Nhưng dịch qua mau hay chậm còn tùy theo nhận thức của người dân và chánh quyền nước đó có đủ thông minh để điều hành chống dịch không nữa.

Tôi chờ xem phản ứng của vợ, nhưng Trúc Thanh không nói gì mà ngồi bật dậy, cầm đồ bấm lên, bấm tắt truyền hình rồi đứng lên đi vô bếp rót ra hai ly nước bưng lại để trước mặt tôi một ly. Thanh để ly nước của cô lên bàn và ngồi xuống chiếc ghế đối diện. Với vẻ mặt buồn buồn, cô nói mà như kể chuyện:

- *Papa* nói cũng đúng, ngồi xem mấy cái *video clips* cảnh chiếc xe gắn phố, thôn làng đề cao sự sáng suốt của chánh quyền, rồi đẻ ra một đống loa nặng watt chạy hô hào những khẩu hiệu chống dịch ầm ĩ trên các đường khẩu hiệu như là "Chống dịch như chống giặc, năm không, ba tại chỗ, một cung đường, điểm đến..."

- Ồ! Nghe cũng kêu lắm chớ!

- Kêu gì mà kêu, xem tin tức thì thấy ông thủ tướng cùng quốc hội họp hành lia chia rồi đưa ra hết chỉ thị này tới nghị quyết nọ, còn lịnh cho công an thành lập những chốt chống dịch chặn đá, giăng dây trong các đường phố và trên quốc lộ, để bắt đầu cho chuyện cấm chợ ngăn sông. Nhưng khi chỉ thị trung ương xuống địa phương thì quan quyền, công an, cảnh sát giao thông đẻ ra thêm cả đống chỉ thị khác, mỗi người mỗi cách không ai giống ai, làm cho cả nước xôn xao, bát nháo lên như thời loạn lạc. Chỉ thị của nhà nước đưa ra ai ở đâu thì ở đó, chuyện có nhà nước lo, không ai bị đói và không ai bị bỏ lại sau lưng. Vậy mà dân chúng trong thành phố ào ạt bỏ chạy, họ bồng bế nhau chạy trong sự sợ hãi, bất an. Trên đường chạy tránh dịch có những đứa bé vài ba tháng tuổi được ba, má bồng theo dãi nắng, dầm sương, ăn bờ ngủ bụi giống y chang như cái thời chiến tranh.

Tuy trong lòng tôi cũng thấy chán nản và khó chịu, nhưng nhìn nét mặt buồn bã của vợ thấy mà thương, tôi dịu giọng nói với vợ mà cũng nói với chính mình:

- Tất cả do mình thôi em, mình làm mình mất tự tin, căng thẳng, buồn chán và cảm thấy không có gì chắc chắn hết.

- Chớ nhìn cảnh khắp nước nháo nhào loạn xị cả lên ai mà không thấy thương tâm.

- Nhìn về mặt tiêu cực thì *mama* thấy vậy, còn nhìn qua mặt tích cực thì cũng có khác.

- Tui không thấy gì khác và cũng không có gì là tích cực hết?

- Sao không! Những tổ chức Không Đồng, Những mạnh thường quân, những người giàu tốt bụng, những nhà tu hành trong nước và những người nước ngoài, góp công, góp của lo cho những người nghèo khổ. Còn y tá, bác sĩ, nhà sư, ni cô, ông cha, bà phước ngày đêm chăm lo cho bệnh nhân và nhiều hội từ thiện lo chôn và đốt những người chết vì Cô-vít. Nếu không có những việc tích cực như vầy thì dân chúng trong vùng dịch sẽ ra sao?

- Ờ, *papa* nói cũng đúng, chuyện này mà để cho các cơ quan, công an và lính tráng của nhà nước lo thì dân Sài Gòn chết đói hết trơn.

- Cũng có thể, nhưng nói cho cùng thì chánh quyền Việt Nam cũng còn khá hơn chánh quyền Trung Cộng.

- Khá gì đâu?

- *Mama* không thấy sao, một xã hội dân sự đã được thành hình ở Việt Nam. Còn bên Tàu từ đầu mùa dịch cho tới giờ mình có thấy bóng dáng một hội từ thiện nào vô giúp đỡ dân họ đâu.

- Tại nhà nước Trung Cộng không cho người ngoài vô làm.

- *Mama* ngộ ra rồi phải không?

- Ờ, ngộ ra lúc này thôi, tui nghĩ qua dịch rồi thì đâu cũng vô đó.

- Chuyện này thì tùy thuộc dân nước mình thôi, khôn thì nhờ, dại thì chịu.

- À, mà trước tới giờ làm chuyện gì mình cũng đồng lòng với nhau, nhưng từ khi dịch Vũ Hán xuất hiện tới nay, vợ chồng mình cứ như nước với lửa, mở miệng ra là bốc đồng, lớn tiếng.

- Đây không phải hiện tượng trầm cảm thì là gì?

Trúc Thanh rùng mình một cái:

- Ờ hén, *papa* nói đúng, ghê thiệt!

Mãi tới hôm nay tôi mới thấy vợ mình ngoan ngoãn, chăm chú lắng nghe, và nhìn ra sự thật. Tôi mỉm cười và nói với giọng nghiêm túc:

- Sao *mama* không nhìn lại bên trong mình, khám phá nguồn năng lượng tốt đẹp trong tâm, tui tin nó sẽ làm cho *mama* dễ chịu mà ngủ ngon.

Tôi chờ Trúc Thanh nói gì đó, nhưng cô chống tay lên gò má, hai mắt sáng ngời, vui tươi và nhìn tôi không chớp, cô ra chiều suy nghĩ nhưng không nói gì. Thấy vậy, tôi nói tiếp:

- Coi như nhờ trận dịch này thử nghiệm quan hệ vợ chồng mình.

- Sống với nhau tới già rồi mà còn thử nghiệm sao?

- Cuộc sống này luôn luôn thay đổi, luôn luôn là cuộc thử nghiệm, *mama* không thấy sao. Cả năm qua dường như mình không cùng ở chung một tần số. Đã đến lúc vợ, chồng mình điều chỉnh băng tần lại được rồi.

Gương mặt Thanh trở nên rạng rỡ và giọng nói nhỏ nhẹ hơn:

- Nhưng điều chỉnh bằng cách nào và bắt đầu từ đâu?

- Ngay bây giờ!

Tôi đưa mắt nhìn ra vườn nhà sau, không biết từ lúc nào mà trời mưa lâm râm. Day nhìn xuống *laptop*, tiện tay rà chuột bấm xem trang thời tiết, thấy thông báo, chiều nay trời gió nhẹ, không có mưa nhưng nắng đẹp và nhiệt độ lên tới hai mươi sáu độ C. Tôi ngước lên, chỉ tay ra vườn nhà nói:

- *Mama* nhìn kìa, vườn sau nhà hôm nay bông nở nhiều và đẹp lắm nhưng vì lâu ngày không chăm sóc nên hoa lá nó lộn xộn hết trơn.

Trúc Thanh đứng dậy bước ra đứng bên cửa kiếng, mặt ngó ra ngoài nhìn mưa, mưa trong ánh, trời không gió nên mưa thẳng giọt. Tôi bấm tắt *laptop* đứng lên đi lại bên vợ. Thanh day ngang vịn tay lên vai tôi và nói:

- Coi giàn bầu kìa, nó bò qua tới bên kia mái nhà kho rồi.

Nhìn những trái bầu cỡ ngón tay cái bị vàng và vài trái lớn cỡ cườm tay treo lủng lẳng dưới giàn, tôi nói:

- Trái ra cũng nhiều, nhưng không biết đậu được bao nhiêu?

- Ờ, bị vàng cũng nhiều.

Tôi đưa tay mở cửa, đội mưa bước đi ra nhà kho, moi trong góc nhà lấy ra cái ghế dài, chiếc chiếu nylon và cây dù lớn mà tôi đã xếp cất từ mùa hè năm ngoái, ôm mấy thứ vô để giữa nhà. Thanh ngạc nhiên hỏi:

- *Papa* lấy mấy cái này vô làm gì vậy?

- Lát trưa mình đi ra bãi cát nằm chơi.

- Trời mưa mà?

- Chút xíu nữa hết mưa và trưa nay nắng đẹp lắm. *Mama* lên soạn đồ rồi xuống làm bánh mì, bỏ theo mấy chai nước, nhớ lấy khăn và quần cụt cho tui và *mama* cũng đem theo đồ tắm, có thể lội xuống nước được đó.

Trúc Thanh nghe đi biển thì mừng húm:

- Ờ, ờ được đó. Lâu lắm rồi mình chưa đi biển.

Nói xong cô liền đi lên phòng soạn đồ. Ngó ra ngoài, trời vẫn còn mưa, tôi đi lại chỗ để đồ đạc của con chó, lấy chiếc lược rồi đi ra khoảng trống giữa nhà, ngoắt con Kuma lại, nó liền chạy lại liếm liếm chân, tôi ngồi xuống vừa chải bộ lông trắng mượt vừa nói:

- Trưa nay con theo *papa*, *mama* ra bãi cát chơi thì phải chải chuốt lại cho đẹp trai mới được.

Có lẽ con chó hiểu được những gì tôi nói nên trong họng nó ư ử và ngoan ngoãn nằm xuống. Đương chải lông cho Kuma, Trúc Thanh cầm hai bộ đồ từ nhà trên đi xuống, hỏi:

- *Papa* coi tui bận đồ nào được?

- Xuống biển đổi không khí một buổi thôi mà, *mama* bận cái nào cũng được, miễn sao cho thoải mái là ô-kê.

- Nãy giờ lựa hoài mà không biết bận cái nào.

- Vậy thì khỏi bận gì hết, mình đi xuống bãi trần, truồng cho khỏi mất công chọn lựa.

- Cái ông này, già rồi mà ăn nói bậy bạ không à!

Thanh mắng tôi một cái rồi bỏ lên nhà trên. Tôi tiếp tục chải lông cho Kuma. Từ ngày bị dịch Cô-vít tới nay, sợ nhiễm bịnh, chúng tôi không cho mấy đứa con về nhà. Nhờ có Kuma trong nhà mới có chút rộn ràng và sáng ra đường dẫn nó theo cũng thấy vui, nếu không có nó vợ chồng ở nhà buồn hiu. Chải lông cho Kuma xong thì trời đã tạnh mưa rồi. Tôi vuốt vuốt lên lưng con Kuma, nói với nó:

- Đẹp trai rồi.

Kuma day lại liếm liếm vào tay tôi. Tôi đứng lên dẹp cái lược rồi đi lại ôm cái ghế, cây dù và chiếc chiếu đen ra để xuống bãi đậu xe. Vừa mở cốp xe định để đồ vô thì thấy ông hàng xóm, thật ra thì bà chớ không phải ông, cách một cái nhà có hai người phụ nữ đồng tình luyến ái sống chung nhau, nhưng bà này tướng tá mạnh mẽ giống đàn ông, bà cũng tự nhận là đàn ông, nên tôi gọi là ông. Ông cũng mang lỉnh kỉnh đồ đạc ra để lên sau chiếc xe du lịch. Tôi chào buổi sáng, ông chào lại và nhìn cái mớ đồ tôi để dưới đất, ông hỏi:

- Đi nghỉ hè hả?

Tôi đưa tay ra khoát khoát độ chừng, nói:

- Đi ra con đê Lelystad nằm chơi. Còn ông?

- Xuống miền Nam chơi một hai ngày thôi.

- Miền Nam tháng trước bị nước ngập, không biết giờ ra sao?

- Nước đã giựt xuống và mọi sinh hoạt bình thường lại rồi.

- Vậy à.

Ông hỏi:

- Vợ ông có ở nhà không?

- Có.

- Tụi tui đi nghỉ hè, muốn nhờ vợ ông giúp chút chuyện.

- Ông muốn bà xã tui giúp gì thì vô nhà hỏi bả đi.

Nói xong hai người mạnh ai nấy lo việc của mình. Tôi bỏ đồ vô cốp xe. Trúc Thanh trong nhà đi ra, hỏi:

- Có dẫn Kuma theo không?

- Có chớ.

- À, xong rồi *papa* đi mua một cây bánh mì.

- Sao không ăn bánh mì lát với phó mát cho gọn.

- Tui còn xá xíu với đồ chua, ăn bánh mì cây mới hợp, *papa* nhớ mua bánh mì loại ổ nhỏ của Pháp mới giòn.

- *Yes, Madam*!

Ông hàng xóm đang bỏ đồ đạc lên xe, thấy Trúc Thanh day lưng đi vô nhà, ông chạy theo chặn lại và hỏi gì đó. Tôi cũng không tò mò hóng chuyện làm gì, bèn đi ra phía trước mở nắp thăm nước xe và thăm nhớt máy. Khi tôi vô nhà không thấy Trúc Thanh đâu, đoán biết cô ta qua nhà bên coi ông hàng xóm nhờ làm gì đó. Tôi lấy dây dẫn và kêu Kuma lại đưa cổ cho tôi tròng dây vô rồi dẫn đi ra cửa. Vừa tới cửa thì gặp Trúc Thanh bưng cái vỉ có mấy trứng gà đi vào, miệng cười toe toét, vui vẻ nói:

- Chờ tui để trứng vô nhà rồi đi theo với.

Tôi với Kuma đi ra đường trước nhà đứng chờ. Không lâu sau, Trúc Thanh trở ra đi cùng. Chúng tôi đi trên con đường hai bên là thảm cỏ xanh mượt. Tôi cúi xuống tháo dây cho con Kuma rồi đứng lên cười ha ha và nói với Trúc Thanh:

- Hồi nãy tui đoán hôm nay mình có trứng gà ăn, là có liền.

Trúc Thanh nói:

- Bà hàng xóm...

Tôi chặn:

- Ông chớ bà gì.

- Bà ở trong nhà mà, Trúc Thanh nói tiếp, bà cho trứng còn đưa chìa khóa cho tui, nhờ tui coi chừng nhà giùm và cho gà ăn trong thời gian hai người đi nghỉ hè.

- Vậy hả?

Lúc đó Kuma đứng lại trên sân cỏ ngước đầu chõ mõm lên trời, cong hai chân sau xuống muốn ỉa, tôi đưa sợi dây dẫn cho Trúc Thanh và chỉ tay vô siêu thị, nói:

- Chờ Kuma ỉa xong, *mama* dẫn nó đi một vòng, tui vô siêu thị mua bánh mì. Xong rồi trở ra mình vô nhà và đi ra biển chơi được rồi.

- *Papa* nhớ mua xúc xích cho Kuma nữa nhé.

Hôm nay Chủ Nhựt, đầu tuần tháng chín, mặc dù hai mươi mốt tháng chín trời Hòa Lan mới vào thu. Nhưng tôi nghĩ, dù thời gian có đi qua hay trở lại cũng không quan trọng lắm, vì tôi đã nhận ra rằng, trong những ngày mùa hè vẫn có lẫn lộn ngày mùa thu hoặc mùa xuân. Hè năm nay thời tiết thất thường, ngày dài và đêm cũng dài. Hai tuần qua mưa nhiều và trời cứ ui ui, bỗng dưng trưa nay có nắng đẹp. Dù rằng tôi là người yêu thích những cuộc phiêu lưu với những tuyến đường dài, nhưng tôi vẫn thấy có điều thú vị về những kỳ nghỉ ở bãi biển, nhứt là Trúc Thanh, nghe tới biển là cô ta phấn chấn lên, cho nên biển đối với chúng tôi trở nên thân thiết. Vì vậy hễ mỗi lần muốn đi chơi, y như rằng, chúng tôi nghĩ ngay chuyện ra biển. Nếu đi đường trường thì tôi lên núi hoặc vô rừng và tham quan những cảnh thiên nhiên. Riêng nơi phố thị chúng tôi xem là hàng thứ yếu, là nơi để ăn, uống vui chơi tạm thời. Thiên nhiên mới là nơi cho chúng tôi thưởng ngoạn.

Hơn một năm qua, chúng tôi không có một kỳ nghỉ nào ở bãi biển, nhưng điều đó không ngăn chúng tôi không nhớ về biển. Chuyến ra bãi cát chiều nay, cũng là chuyến đi để chuyển đổi những ý nghĩ nằm lì quá lâu, làm cho Trúc Thanh hơi hơi trầm cảm. Bãi cát dài chứa được hàng ngàn du khách, biển nằm trong con đê lớn, nước ngọt, tuy nhỏ hơn so với biển nước mặn, nhưng đủ rộng cho nhiều người trượt nước với những chiếc dù đủ màu sắc gần và xa có những chiếc tàu trắng tươi với những cánh buồm cũng trắng tươi, thấp thoáng trên mặt nước phản chiếu lóng lánh ánh mặt trời. Lâu lắm rồi chúng tôi mới thấy được nhiều người đi trên bãi cát, để giữ phòng Cô-vít, họ cắm dù trải khăn ngồi từng nhóm cách khoảng. Chúng cũng tôi mở ghế xếp ra, trải chiếu, cắm dù lên cát và bung dù ra lấy bóng mát. Con Kuma liền đi lên chiếu ngồi, mặt ngó ra biển, Trúc Thanh cũng ngồi xuống vuốt tay lên lưng Kuma.

Một ngày đầy cảm hứng, buổi sáng man mác yên bình, buổi trưa nắng ấm và tâm thần thoải mái, nhứt là bên người mình yêu thương. Kuma thấy mấy con chó khác vui đùa trên cát nó liền đứng dậy, sủa một cái rồi chạy ra nhập bọn. Tôi thay quần cụt rồi cùng Trúc Thanh đứng lên thong thả bước chân trần đi xuống viền nước. Trúc Thanh nhúng chân xuống làn nước trong, rùng mình một cái và nói:

- Nước lạnh quá, cho nên không có người xuống tắm.

Tôi cũng bước chân xuống nước, nghe những hạt cát mịn màng vuốt ve ngón chân lành lạnh. Tôi nói với Trúc Thanh:

- *Mama* chỉ cần nhắm mắt lại thì cảm nhận được con sóng nhè nhẹ mơn trớn đôi chân trần mát lạnh và cát mịn êm êm....

Không gì bằng một ngày thư giãn trên bãi cát để xóa tan những phiền muộn, âu lo và ánh nắng mặt trời chiếu xuống cũng đủ mang lại cảm giác yên bình. Ta có thể lặn sâu vào tâm thức mới thấy được mùa hè tuy có rất nhiều màu sắc, nhưng thiên nhiên miền biển chỉ có hai màu: màu xanh có bầu trời và đại dương, màu vàng có nắng và cát./.

Nguyễn Lê Hồng Hưng
Dronten 7-9-2021

* Thơ Phạm Thị Hà

Bộ ba tác phẩm biên khảo, hồi ký... tác giả Lâm Vĩnh-Thế
NHÂN ẢNH xuất bản 2021

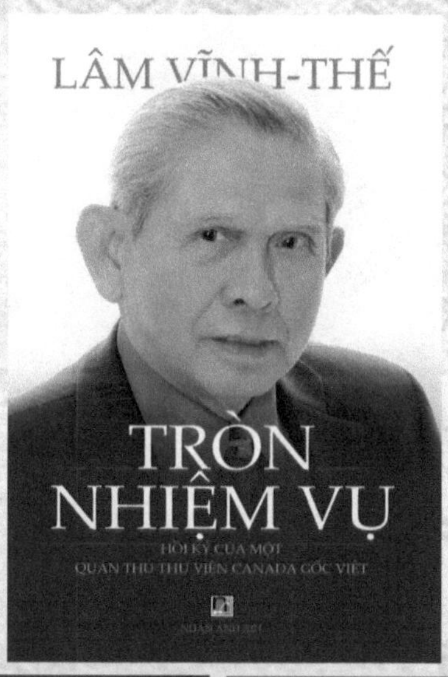

- Sách được phát hành toàn cầu trên hệ thống amazon.com
- Liên lạc tác giả Lâm Vĩnh-Thế - Email: Hoaivietnhan1981@gmail.com

Liên lạc Nhà xuất bản
Nhân Ảnh
han.le3359@gmail.com
408-722-5626

www.ingramcontent.com/pod-product-compliance
Lightning Source LLC
Chambersburg PA
CBHW051321190726
48290CB00001B/256